AF766063

അഷ്ടമുടിയിലെ വായനക്കാർ

Ashtamudiyile Vayanakar
Stories

P K Sudhi

CHINTHA PUBLISHERS
Thiruvananthapuram

First Edition
September 2022

Published
Chintha Publishers, Thiruvananthapuram

Printed at
Print Express, Kochi

Cover Design
Vinod Mangoes

ISBN - 978-93-93468-86-4

CO - 3185 / 6196

Email: chinthapublishers@gmail.com
Website: www.chinthapublishers.com

A version is available at National Libraries
Kolkata, Mumbai, Chennai and Delhi

Distribution
DESHABHIMANI BOOKHOUSE
H O Thiruvananthapuram 695035

Branch
Head Office Kunnukuzhi • Statue Thiruvananthapuram
KSRTC Bus Terminal Thampanoor • Saphalyam Complex Thiruvananthapuram
KSRTC Bus Station Alappuzha • KSRTC Bus Station Ernakulam
Machingal Lane Thrissur • IG Road Kozhikode
Mavoor Road Kozhikode • NGO Union Building Kannur
Central Bus Terminal Complex Thavakkara Kannur

അഷ്ടമുടിയിലെ വായനക്കാർ

പി കെ സുധി

ചിന്ത പബ്ലിഷേഴ്സ്
തിരുവനന്തപുരം-695 035

പി കെ സുധി

കഥ, നോവൽ, ശാസ്ത്രം, ബാലസാഹിത്യം എന്നിവ എഴുതുന്നു.

വിർച്ച്വൽ ഫീൽഡ്, ഉദാരഞരക്കങ്ങൾ, ആകാശത്തിലെ നിരത്തുകൾ (കഥകൾ), *തട്ടാൻവിള, ത്രുടി* (നോവൽ), *അഴിഞ്ഞുപോയ മുഖങ്ങൾ* (നോവലെറ്റ്), *വിചിത്രക്കണ്ണാടി, ചങ്ങായിവീടുകൾ, ബിമകളുടെ ലോകം, കൊക്കരജീൻ, ഗൊറില്ല പറയുന്നു* (ബാലസാഹിത്യം), *തവളകളുടെ മായികലോകം, ആഗോളതാപനം: പൊരുളും ആക്ടിവിറ്റിയും* (ശാസ്ത്രം), *സ്വപ്നാടകർ, അലഞ്ഞു തിരിയൽ* (വിവർത്തനം) എന്നിവയാണ് പ്രസിദ്ധീകരിച്ച കൃതികൾ. മഹാത്മാഗാന്ധി യൂണിവേഴ്സിറ്റിയിലും വിവിധ കോളേജുകളിലും ലൈബ്രേറിയനായിരുന്നു.

വിലാസം : കാർത്തിക
കരുപ്പൂര് (പി ഒ)
നെടുമങ്ങാട്.

ഉള്ളടക്കം

പ്രസാധകക്കുറിപ്പ്

തീർത്തും അസാധാരണ കഥകളാണ് ഈ സമാഹാരത്തിൽ. പി കെ സുധിക്ക് കഥയുടെ മർമ്മമറിയാം. യഥാതഥത്വത്തിന്റെ മരണപേടകം പൊളിച്ച് സുധിയുടെ കഥകൾ മണ്ണിനുമീതെ മുളച്ചുപൊന്തുന്നു. റെയിൽപ്പാളത്തിൽ നിന്നും കായലിലേക്കു പതിച്ച്, ഉപേക്ഷിക്കപ്പെട്ട ബോഗിയിൽ സുധിയുടെ കഥാപാത്രങ്ങൾ ഇന്നും ഗ്രന്ഥം വായിച്ചിരിപ്പാണ്. താൻ വേട്ടയാടിയ പുലിയുടെ ഗന്ധം മകന്റെ ഭാര്യയിൽനിന്നും പെൺചൂരായി അടിച്ചുയരുന്നത് ഒരാളെ അസ്വസ്ഥനാക്കുന്നതും കഥയുടെ ഈ കാനനത്തിൽ നാം കാണുന്നു. വൈവിദ്ധ്യപൂർണ്ണമായ ജീവിതത്തിൽ, നിരന്തരം മാറിക്കൊണ്ടിരിക്കുന്ന ജീവിതത്തിൽ യാഥാർത്ഥ്യം, ഇന്നതിന്റെ സ്ഥാനം എവിടെയാണ്? അതിശയിപ്പിക്കുന്ന കഥകളിലേക്ക് നമുക്ക് പ്രവേശിക്കാം.

ചിന്ത പബ്ലിഷേഴ്സ്

അഷ്ടമുടിയിലെ വായനക്കാർ

പണ്ടുപണ്ട് അതായത് പത്തുമുപ്പതു വർഷങ്ങൾക്കുമുമ്പ് കൊല്ലം പെരുമണിൽ നടന്ന ഒരു തീവണ്ടിയപകടം മുതിർന്നവരുടെ മനസ്സിലിന്നും കാണും.

കായലിൽ വീണ മിക്ക ബോഗികളെയും മത്സ്യത്തൊഴിലാളികളുടെ ആവശ്യത്തെ തുടർന്ന് അന്നു പുറത്തെടുത്തുവെങ്കിലും ഒരെണ്ണത്തിനെ വിട്ടുകളഞ്ഞിരുന്നു. മാപ്പിളഖലാസികൾ വിചാരിച്ചിട്ടും അതിനെ പൊക്കിയെടുക്കാൻ കഴിഞ്ഞില്ല. വെള്ളത്തിൽ ഉപേക്ഷിക്കുന്നതിനുമുമ്പ് മുങ്ങൽ വിദഗ്ദ്ധർ അതിന്റെ ഓരോ അറയിലും നിരവധി തവണ പരതിനോക്കിയിരുന്നു. ആളും അർത്ഥവും ഉള്ളിലില്ലെന്നുറപ്പുവരുത്തി. അന്നു ചാനലുകളില്ലാത്ത കാലം. വായന നന്നായി നടന്നിരുന്നതിനാൽ ജനങ്ങൾ ഇതൊക്കെ പത്രത്തിൽ നിന്നറിഞ്ഞ് മനസ്സിലുറപ്പിച്ചിരുന്നു.

എന്നാൽ താഴെപ്പോയ ആ ബോഗിയിൽ എല്ലാപേരുടെയും കണ്ണുകൾ വെട്ടിച്ച് രണ്ടു പേരിരിപ്പുണ്ടായിരുന്നു. അവർ നല്ല വായനക്കാരായിരുന്നു. ഓടുന്ന വണ്ടികളിൽ നിങ്ങളും അത്തരക്കാരെ കണ്ടിട്ടുണ്ടാവും. ഒരു പുസ്തകം തുറന്നുപിടിച്ച് ഈ ലോകത്തിനെ മറന്നിരിക്കുന്നവർ. ഈ കഥാപാത്രങ്ങൾ അത്തരക്കാരായിരുന്നു. അപകടമുണ്ടായിട്ടും ജലലോകത്തിനു പുറത്ത് വൻബഹളം നടന്നിട്ടും അതൊന്നുമറിഞ്ഞില്ലെന്ന മട്ടിൽ അവർ വായന തുടർന്നു. നിവർത്തിപ്പിടിച്ച പുസ്തകത്തിൽ രസം പിടിച്ചിരുന്ന അവർക്ക് പുറത്തിറങ്ങി രക്ഷപ്പെടണമെന്ന ആഗ്രഹമുണ്ടായിരുന്നില്ല. വായനരസച്ചരട് മുറിയരുത്. കഥകളിലെ കഥാപാത്രങ്ങൾ പെരുവഴിയിലാകാൻ പാടില്ല. അത്രമാത്രമായിരുന്നു അവരുടെ അപ്പോഴത്തെ ചിന്ത.

സമപ്രായക്കാരായ ഒരു യുവാവും യുവതിയുമായിരുന്നു ആ വായ

നക്കാർ. തങ്ങളിൽ അർപ്പിതമായ ജോലിമാത്രം അവർ ചെയ്തുപോന്നു. കാലചക്രം ഉരുണ്ടുകൊണ്ടിരുന്നു. കാലവർഷങ്ങളിൽ അഷ്ടമുടിയിലെ ജലനിരപ്പുയർന്നു. നിരവധി വേനലുകളിൽ അതു താഴ്ന്നു തറപറ്റി. എന്നിട്ടും പരസ്പരം സംസാരിക്കാനോ മിഴികൾകൊണ്ട് സംവദിക്കാനോപോലും അവർ താല്പര്യമെടുത്തതേയില്ല. ചുറ്റുപാടുകളെ ശ്രദ്ധിക്കാതെ അവർ പുസ്തകങ്ങളിൽ മിഴിനട്ടിരുന്നു. തങ്ങളുടെ വാഹനം ഇപ്പോഴും റെയിൽപ്പാളത്തിലൂടെ നിർബ്ബാധം ഓടുകയാണെന്ന ഭാവമായിരുന്നു അവർക്ക്.

എന്താണിവർ വായിക്കുന്നത്? അഷ്ടമുടിയിലെ മീനുകൾ അവരെയും പഠനത്തെയും കാണാൻ നീന്തിയെത്തിയത് തടാകത്തിന്റെ വിവിധ ഭാഗങ്ങളിൽ നിന്നാണ്. ഈ വായനക്കാരുടെ രസനീയലോകത്തിനെ അടുത്തുകാണാൻ അവ അവരുടെ ചുറ്റിലും വട്ടമിട്ടു. അവന്റെ കൈയിൽ തുറന്നുപിടിച്ച ഒരു മലയാളം പുസ്തകം. തൊട്ടടുത്ത് ചേർത്തുവച്ചിരുന്ന പാതിതുറന്ന സ്യൂട്ട്കേസിലും പുസ്തകങ്ങൾ മാത്രമേയുണ്ടായിരുന്നുള്ളു. ശരാശരി സുന്ദരിയായ അവളുടെ കണ്ണുകൾ അനങ്ങിയത് മുന്നിൽപ്പിടിച്ച പുസ്തകത്തിലെ ഇംഗ്ലീഷ് വരികൾക്ക് പിന്നാലെ മാത്രമായിരുന്നു.

മീനുകൾക്ക് ചിരിവന്നു. കായലിൽ പൊന്തിക്കിടക്കുന്ന ആലംബമറ്റ എത്രയെണ്ണത്തിനെയാണ് തങ്ങൾ കണ്ടിട്ടുള്ളത്. കുറച്ചുനേരം ആ അനക്കമില്ലായ്മ കണ്ടുനില്ക്കും. പിന്നെ ഉരുമ്മിയുരുമ്മി നീന്തും. കൊതിസഹിക്കാൻ വയ്യാതാകുമ്പോൾ കണ്ണിലാകും ആദ്യം കൊത്തിത്തുടങ്ങുന്നത്. ഇവർ വായനക്കാരാണല്ലോ. അതിനാൽ ഒരൊറ്റ മീൻപോലും അവരെ തൊട്ടുനോവിക്കാൻകൂടി പോയില്ല. ഈ വായനയുടെ അന്ത്യം കാണാൻ അവരുടെ ചുറ്റിലും മീനുകൾ നിന്നു. തിരികെപ്പോകാതെ ആ തീവണ്ടിമുറിക്കുള്ളിൽ കൂടിയ ചില മത്സ്യങ്ങൾ പ്രണയബന്ധിതരായി. ബോഗിയുടെ സീറ്റിനടിയിൽ അവ മുട്ടയിട്ടു. മീൻകുഞ്ഞുങ്ങൾ തങ്ങളുടെ മാതാപിതാക്കളുടെ ആഗ്രഹനിവൃത്തിക്കായി കാത്തിരുന്നു. അവർക്കും കുഞ്ഞുങ്ങൾ പിറന്നു. അങ്ങനെ പത്തമ്പത് തലമുറ കഴിഞ്ഞിട്ടും മീനുകൾക്ക് ആ മനുഷ്യരുടെ വായനയുടെ അന്ത്യം കാണാൻ കഴിഞ്ഞില്ല. ആ യുവതീയുവാക്കളുടെ മിഴിചലനങ്ങൾ നിവർത്തിയ താളുകളിലെ വരികളിൽനിന്നും വരികളിലേക്ക് സാവധാനം നീങ്ങി.

അഷ്ടമുടിയിലെ പ്രസിദ്ധമായ മത്സ്യപ്പാരായി അതുമാറി. റെയിലറയിൽ വായനക്കാരെ കാണാനെത്തുന്നവ, ബോഗിക്കുള്ളിൽ മുട്ടയിട്ട് പെരുകിയവ അങ്ങനെ മത്സ്യസമൃദ്ധമായ ഒരിടം. അവിടെ വലയിട്ടാൽ ഏതു വറുതിക്കാലത്തും മീൻകൂട്ടത്തെ എളുപ്പത്തിൽ പിടിച്ചെടുക്കാൻ കഴിയും. റെയിൽപ്പാര് എന്നപേരിൽ അതു മുക്കുവർക്കിടയിൽ കാലക്രമേണ പ്രസിദ്ധമായി. മത്സ്യത്തൊഴിലാളികൾ ഫാത്തിമപ്പള്ളിയിലെ കുരിശ് കണിച്ചം വച്ച് അവിടെ വലവിരിച്ചു. പുലർകാലത്ത് വണ്ടികൾ അഷ്ടമുടിപ്പാലത്തിൽ കയറുമ്പോൾ തീവണ്ടിപ്പാളത്തിന്നടിയിലെ മീൻവള്ളത്തിരക്ക് നിങ്ങൾ കണ്ടിട്ടുണ്ടാവും. അതിനു കാരണം ഇനി ആലോചിക്കേണ്ട.

അന്നു കായലിൽ പോയത് 6848 വണ്ടിയുടെ ഏറ്റവും പുറകിലുണ്ടായിരുന്ന 88774 എന്ന ബോഗിയായിരുന്നു. അതിലായിരുന്നു ആ ആജീവനാന്ത വായനക്കാരുണ്ടായിരുന്നത്.

അന്നൊക്കെ തീവണ്ടികൾക്ക് ഇന്നത്തെ ശറേന്നുള്ള വേഗതയില്ല. അട്ട ഇഴയുന്നതുപോലെയാണ് അവറ്റകളുടെ പോക്ക്. ഡബിളിങ് നടന്നിട്ടില്ല. ഒറ്റപ്പാത മാത്രമായിരുന്നു കേരളത്തിനുണ്ടായിരുന്നത്. നട്ടെല്ലുപോലെയുള്ള പാളത്തിലൂടെ തീവണ്ടികൾ വലിഞ്ഞുവലിഞ്ഞു പോകും. ആ കാഴ്ചയുടെ ഭംഗി മനസ്സിലാകണമെങ്കിൽ തീവണ്ടിപ്പാതയ്ക്ക് കുറച്ചകലെയുള്ള ഒരു കുന്നിനു മുകളിൽച്ചെന്നു വണ്ടി വരുന്നതുവരെ കാത്തുനില്ക്കണം. ക്ഷമയോടും കൗതുകത്തോടും തീവണ്ടിയോട്ടം കാണണം. അതങ്ങനെ വലിഞ്ഞുവലിഞ്ഞു പോകും. ആരും ശരിവയ്ക്കുന്ന തീർച്ച.

ഏതു സ്റ്റേഷൻ കണ്ടാലും അവിടെ സ്റ്റോപ്പുണ്ടോ ഇല്ലയോ എന്നുള്ള നോട്ടമൊന്നും അന്നത്തെ വണ്ടികൾക്കില്ല. ആപ്പീസുകണ്ടാൽ പൊടുന്നനവെ ചത്തതുമാതിരിയൊരു കിടപ്പുണ്ട്. എതിർവശത്തുനിന്നും കിതച്ചെത്തുന്ന മറ്റൊരു തീവണ്ടിക്ക് പോകാൻ വഴി ഒഴിഞ്ഞുകൊടുത്തതാണ്. അതാണു ഭാവം. വണ്ടികളുടെ ഈ സമയംകൊല്ലി പണിയെ ക്രോസിങ് എന്നു പറഞ്ഞിരുന്നു. ക്ഷമയുടെ നെല്ലിപ്പലക കാണിച്ചു തരുന്ന ഒരു പരിപാടിയായിരുന്നു അത്. പഴയ യാത്രക്കാർക്ക് അതിന്റെ കയ്പ് നന്നായിട്ടറിയാം.

പക്ഷേ, തീവണ്ടികളുടെ പതുക്കെയുള്ള ഓട്ടവും ക്രോസിങ് എന്ന പേരിലെ പതിഞ്ഞു കിടത്തവുമൊക്കെ ഇഷ്ടപ്പെടുന്ന ഒരു യുവാവ് അന്ന് നെടുമങ്ങാട്ടുണ്ടായിരന്നു.

അവന് എപ്പോഴുമെന്തെങ്കിലുമൊക്കെ വായിക്കണം. വീട്ടിലാണെങ്കിൽ അതിനുള്ള സാഹചര്യങ്ങൾ തീരെയില്ല. വീടിനു പുറത്ത് പുസ്തകവുമായി ഇറങ്ങാമെന്നു വച്ചാൽ ജനമെന്തു കരുതും? സയൻസൊക്കെ നല്ല നിലയിൽ പഠിച്ച കുട്ടിയാണ്. നമ്മുടെ പയ്യൻ എന്താണ് വായിക്കുന്നത്? അത് നാട്ടുകാർക്കറിയണം. അവനീ പ്രേമപുസ്തകങ്ങൾ എന്തിന് വായിക്കുന്നു? അത്തരം അന്വേഷണ മനസ്കരായ അയൽക്കാരായിരുന്നു ചുറ്റിലുമുണ്ടായിരുന്നത്. കുറെ പുസ്തകങ്ങളുമായി ഒരുനിമിഷം അല്ലെങ്കിൽ അതിനുമുമ്പ് ഈ നാടുവിടണം. അതായിരുന്നു ചെക്കന്റെ അന്നത്തെ ആഗ്രഹം.

സ്വസ്ഥമായിരുന്ന് വായിക്കാൻ വേണ്ടി അവൻ ഒരു വലിയ സ്യൂട്ട് കേസ് നിറയെ മലയാളം നോവലുകൾ നിറച്ച് തീവണ്ടിയിൽ കയറും. ലൈറ്റണയാത്ത കണ്ണൂർ വണ്ടിയുടെ ജനറൽകോച്ചിലിരുന്ന് പതുക്കെ ഓരോ വരിയും ആസ്വദിച്ച് വായിക്കും. നിരന്തരം ആളുകൾ കയറുകയും ഇറങ്ങുകയും ചെയ്തുകൊണ്ടിരുന്ന അൺറിസർവേർഡ് ബോഗിയിലെ പ്രാരാബ്ധക്കൂട്ടിൽ കയറിയ ഒരാളും അവനെ ചോദ്യം ചെയ്തില്ല. കണ്ണൂരിലെത്തുന്നതുവരെ അവൻ വായിച്ചു. 6347 നമ്പർ വണ്ടി അന്നു കണ്ണൂർവരെ മാത്രമാണ് ഓടിയിരുന്നത്. അതിന്റെ അന്നത്തെ പേര്

കണ്ണൂർ എക്സ്പ്രസ് എന്നുമായിരുന്നു.

കപ്പലണ്ടി കൊറിക്കുന്നതു പോലെയായിരുന്നു പുസ്തകങ്ങളിലൂടെയുള്ള അവന്റെ കണ്ണോട്ടം. കായൽ, കുളം, പുൽമേട്, നഗരം, അമ്മമാർ മീൻവെട്ടുന്ന വീടുകളുടെ പിന്നാമ്പുറങ്ങൾ, തോട്ടുവക്കുകൾ, ആണും പെണ്ണും ഏകാന്തത നുണയാനെത്തുന്ന ആറ്റിറമ്പുകൾ... അങ്ങനെ തീവണ്ടി പോകുന്ന ഇടങ്ങളെയെല്ലാം പശ്ചാത്തലമാക്കി അവൻ വാക്കുകൾ കൊറിച്ചുകൊണ്ടിരുന്നു. ഒരു എഴുത്തുകാരനാകണമെന്നൊന്നും അവനു തോന്നിയതേയില്ല. കണ്ണൂരിൽനിന്നുള്ള മടക്കവണ്ടിയിൽ ഒരിക്കലൊരു സംഭവമുണ്ടായി. വല്ലാത്ത ഒച്ചയും ബഹളവുമായി മലയ്ക്ക് പോകുന്ന സ്വാമിമാർ ആ ബോഗിയെ കൈയടക്കി. കിടുക്കൻ ശരണം വിളികൾക്കിടയിൽ അവനു വായിക്കാൻ പറ്റാതെയായി. അന്നേരത്തവൻ കിനാവു കണ്ടിരുന്നു. തന്നെപ്പോലെ വായിക്കണം എന്ന ഒറ്റയാഗ്രഹവും പേറി നടക്കുന്ന ഒരു യുവതി, അങ്ങനൊരുവൾ ഈ ലോകത്തിലുണ്ടായിരുന്നെങ്കിൽ! ഏതാണ്ടൊരു രാത്രിമുഴുവനും ശരണം വിളിക്കിടയിൽ പുസ്തകം തൊടാതെ കഴിഞ്ഞിട്ടും അവളുമായി മറ്റൊന്നിനും അവൻ ആഗ്രഹിച്ചതേയില്ല. അജ്ഞാതയായ ആ പെൺകുട്ടിയുമായി അടുത്തടുത്തിരുന്ന് ഏറെക്കാലം പുസ്തകങ്ങൾ വായിക്കണം. അത്രമാത്രം. കത്തുന്ന യൗവ്വനത്തിലായിരുന്നിട്ടും അവൻ അത്തരത്തിലൊരു ആഗ്രഹം മാത്രം മനസ്സിൽവച്ചു.

അതുപോലൊരു വായനക്കാരി കൂടിയുണ്ടായിരുന്നു. അതവൻ അറിയാതെ പോയതാണ്. കാരണം മറ്റൊരു തീവണ്ടിയായിരുന്നു അവളുടെ തട്ടകം. ഇരുധ്രുവങ്ങളിൽ നിന്നെന്ന പോലെയായിരുന്നു അവരുടെ സഞ്ചാരവഴികൾ തുടങ്ങിയൊടുങ്ങിയത്. പുസ്തകങ്ങളുമായി അവൾ 6348 ൽ കയറിയത് കണ്ണൂരിൽനിന്നായിരുന്നു. അവൻ 6347 ൽ വടക്കെത്തുമ്പോൾ അവൾ തിരുവനന്തപുരത്ത് വണ്ടിയിറങ്ങും. തിരുവനന്തപുരം വരെയുള്ള യാത്രയിൽ മുഴുവൻനേരത്തും പെൺകുട്ടി ഗ്രന്ഥാലോകത്തിൽ കഴിഞ്ഞു. തമ്പാനൂരിലെ വെയിറ്റിങ് റൂമിൽ പകൽ കിടന്നുറങ്ങി. വൈകുന്നേരത്തെ 6347 ൽ അവൾ തിരികെ മാതൃദേശമായ കണ്ണൂരിനു പോയി. അവൾ വായിച്ചിരുന്നത് ഇംഗ്ലീഷ് നോവലുകളായിരുന്നു. അങ്ങനെയൊരു വ്യത്യാസം മാത്രമേ അവർക്കിടയിലുണ്ടായിരുന്നുള്ളു. ക്രോസിങ്ങുകൾക്കിടിയിൽ നിരവധി തവണ പരസ്പരം ഉരുമ്മിപ്പോയിട്ടും വിധിക്ക് അവരെ അടുപ്പിക്കാൻ കഴിഞ്ഞില്ല.

മിക്കവാറും വൈകുന്നേരങ്ങളിൽ എം ജി റോഡിലെ മോഡേൺബുക് സെന്റർ എന്ന ചെറിയ പുസ്തകക്കടയിലേക്ക് അവൾ പോയിരുന്നു. ആംഗലേയ പുസ്തകങ്ങൾ വാങ്ങാൻ മാത്രമായി പുറത്തിറങ്ങിയ അവൾക്ക് തിരുവനന്തപുരത്തെ മ്യൂസിയമുൾപ്പെടെ ഒരു കാഴ്ചയിടങ്ങളും പരിചിതമായിരുന്നില്ല. മാസങ്ങളോളം ഇങ്ങനെ യാത്ര തുടർന്നിട്ടും ഒരു തെക്കനുമായിപ്പോലും അവൾ ലോഹ്യം കൂടിയില്ല. ഒരു ചെറുപ്പക്കാരനെ മാത്രം അവൾ അസൂയയോടെ നോക്കി. അത് മോഡേൺ

ബുക്ക് സെന്ററിലെ മാനേജരെയാണ്. *കലാകൗമുദി* വാരികയിൽ സാഹിത്യവാരഫലമെഴുതിയിരുന്ന എം കൃഷ്ണൻനായർസാറിനോട് ചേർന്നു നിന്നുള്ള അവന്റെ സംസാരമാണ് അവളുടെ അസൂയയ്ക്ക് ഏകഹേതു.

ആ തീവണ്ടിയപകടം നടന്നില്ലായിരുന്നുവെങ്കിൽ! അവൾ പൊലീസ് പിടിയിലാകുമായിരുന്നു. ഇപ്പോഴും പൂജപ്പുര സെൻട്രൽ ജയിലിൽ കഴിയുമായിരുന്നു. അത് മറ്റൊരു കഥ. അടുത്തടുത്ത ദിവസങ്ങളിൽ തിരുവനന്തപുരത്ത് വന്നിറങ്ങി. പകൽ ലേഡീസ് വെയിറ്റിങ് റൂമിൽ കഴിഞ്ഞ് വൈകുന്നേരം ഒരു ഭാണ്ഡക്കെട്ടുമായി കണ്ണൂർ എക്സ്പ്രസിൽ മടങ്ങിപ്പോകുന്ന അവളെ ഒരു ആർ പി എഫ് സബ് ഇൻസ്പെക്ടർ നോട്ടമിട്ടു. വിധിയുടെ കളി! അവനവളിൽ തെല്ലാകൃഷ്ടനാകുകയും ചെയ്തു. അന്നൊക്കെയങ്ങനെയായിരുന്നു. ലോക്കപ്പുകളിൽ എന്തും നടക്കും. അങ്ങനെ കഥയിൽ വില്ലനും രംഗപ്രവേശനം ചെയ്തു. ഒരു കള്ളക്കടത്തുകാരിയായിട്ടാണ് അവളെ ആ പാവം റെയിൽവേ പൊലീസ് കരുതിയത്. അടുത്ത തവണയെത്തുമ്പോൾ അവളെ അകത്താക്കണം. അതിനുള്ള വലക്കുരുക്കുകളും ശരിയായി. പക്ഷേ, അഷ്ടമുടിപ്പാലത്തിൽ മാത്രം വീശിയ അന്നത്തെ ടൊർണാടോ എന്ന ചുഴലിക്കാറ്റ് വില്ലന്റെ ശ്രമങ്ങളെയെല്ലാം വിഫലമാക്കിക്കളഞ്ഞു.

തിരുവനന്തപുരത്ത് പിന്നീട് വരാതായ അവളെ തെരഞ്ഞ് ആ ആർ പി എഫ് കാരൻ കേരളം മുഴുവനുമലഞ്ഞു. വലിയ സംഭവമാക്കാവുന്ന ആ അറസ്റ്റ് നടക്കാതെ പോയതിലെ നിരാശയിൽ യുവാവായ ഈ സബ് ഇൻസ്പെക്ടർക്ക് ഏതാണ്ട് മാനസികപ്രശ്നങ്ങളുണ്ടായി. എഴുത്ത്, വായന എന്നിവയൊക്കെ ദൈവീകമാണ് എന്നു ജനങ്ങൾ കരുതുന്നത് ഇക്കാരണത്താൽ കൂടിയാണ്.

തെക്കുവടക്കായി സഞ്ചരിച്ചിരുന്ന അവർ രണ്ടുപേരും വണ്ടിയുടെ ഒരു മുറിയിലെങ്ങനെയെത്തി? ഇനി അക്കാര്യത്തിലേക്ക് വരാം.

കണ്ണൂരിൽ ചെന്നിറങ്ങിയ യുവവായനക്കാരൻ ഒരു പത്രത്തിൽ വെറുതെയൊന്നു നോക്കിപ്പോയി. അങ്ങനെയല്ല കാലം അവനെക്കൊണ്ടപ്രകാരം ചെയ്യിച്ചതാണ്. കാരണം അവനൊരു പത്രവായനക്കാരനേയായിരുന്നില്ല. മഹാകവി വൈലോപ്പിള്ളി അന്തരിച്ച വാർത്ത അവനെ ഞടുക്കിക്കളഞ്ഞു. താൻ വായന തുടങ്ങിയതിനുശേഷം മലയാള സാഹിത്യകുടുംബത്തിൽ നടക്കുന്ന ആദ്യമരണമാണ്. അവന്റെ ബുദ്ധി അപ്പാടെ മരവിച്ചുപോയി. ഒരു ദിവസം അവൻ മരിച്ചതുപോലെ കണ്ണൂരിലെ വെയിറ്റിങ് റൂമിൽ കിടന്നുറങ്ങി. എന്നും പകലവിടെ വന്നു കിടന്നുറങ്ങിയിരുന്ന അവനെക്കുറിച്ച് കണ്ണൂരിലെ പൊലീസിന് സംശയമൊന്നുമുണ്ടായിരുന്നില്ല. കണ്ണൂരിലെ പൊലീസുകാരും അന്നൊക്കെ അത്രയ്ക്ക് പാവങ്ങളായിരുന്നു.

പിറ്റേന്നാണ് അവൻ പ്രിയവണ്ടിയിൽ തിരുവനന്തപുരത്തിന് മടങ്ങിയത്. അങ്ങനെയാണ് അവനെതിരെയുള്ള സീറ്റിൽ തിരുവനന്തപുരത്തിനുള്ള ടിക്കറ്റുമായി അവളെത്തിയത്.

ദിവസം ഒന്നു കഴിഞ്ഞിട്ടും അവന് കവിയുടെ നിര്യാണസങ്കടം മാറിയില്ല. ഇന്നിനി വായനയില്ല. വണ്ടിയിൽ സൈഡ്സീറ്റിൽ അവനേറെ നേരം കണ്ണടച്ചിരുന്നു. എത്രയെത്ര എഴുത്തുകാരാണ് മലയാള സാഹിത്യത്തെ സമ്പന്നമാക്കിയതിനു ശേഷം ഈ കേരളം വിട്ടത്. താനതൊന്നും ശ്രദ്ധിച്ചില്ല. താൻ പാഠപുസ്തകങ്ങളിൽ മാത്രം കുനിഞ്ഞു കിടന്നിരുന്ന ആളായിരുന്നു. അതിലവനു കുറ്റബോധമുണ്ടായി.

തീവണ്ടിയിളകിയതും നിരവധി പാലങ്ങളിൽ മറ്റൊരു ഭാഷയിൽ ഒച്ചയുണ്ടാക്കി കയറിയതും ഒടുവിലത് മയ്യഴിപ്പാലത്തിൽ ടകടകടകയുണ്ടാക്കി മാഹിലെത്തിയതുമൊക്കെ അവനറിഞ്ഞു. മയ്യഴിപ്പുഴയെ ഒന്നു കാണാൻ കണ്ണുതുറന്നപ്പോഴാണ് എതിർവശത്തെ വായനക്കാരിയെ കണ്ടത്. മഹാകവി പോയിട്ടും ഒരുവളിരുന്നു വായിക്കുന്നു. അവന് അരിശം തോന്നി. പിന്നെ ഓ അവൾ വായിക്കുന്നത് ഇംഗ്ലീഷ് സാഹിത്യമാണല്ലോ. ഈ മൂന്നാംലോകത്തിലെ ഒരു കുഞ്ഞുഭാഷാക്കവിയുടെ മരണത്തിൽ ഭൂലോകനാവായ ആംഗലേയത്തിനെന്തു ദുഃഖം? അങ്ങനെ വിചാരിച്ച് കലിയടക്കി. എന്തായാലും താനുമൊരു വായനക്കാരനാണ്. അത് ഭാഷയിലാണ് എന്നുമാത്രം. രോഷമവൻ അടക്കി. എനിക്കിന്നു പുലയാണ്. എന്നൊക്കെയവളെ അറിയിക്കണമല്ലോ. അതിനുവേണ്ടി പുസ്തകങ്ങൾ മാത്രം നിറച്ച വി ഐ പിയുടെ സ്യൂട്ട്കേസ് നിരവധി തവണ അവൾക്ക് കാണാൻ വേണ്ടി അവൻ തുറന്നു. ഉള്ളിൽ നിന്നും ഓരോ പുസ്തകത്തെയും പുറത്തെടുത്തു. മറിച്ചുനോക്കി. പിന്നെ സ്യൂട്ട്കേസ് അടയ്ക്കുകയും ചെയ്തു. അക്ഷരങ്ങളുടെ ഊറ്റമറിയുന്നവളായതിനാൽ അവന്റെ പ്രവൃത്തികളുടെ കാമ്പവൾ പൂർണ്ണമായി ഗ്രഹിക്കുകയും താൻ ഭാവനയിൽ കണ്ടതുമാതിരി തന്നെ ആ യുവാവ് ഇതായെത്തിയെന്ന് അവളുടെ മനസ്സ് മന്ത്രിക്കുകയും പുസ്തങ്ങൾ നിമിത്തം അവർ ഇഷ്ടക്കാരാകുകയും ചെയ്തു.

അവളുടെ സൗമനസ്യ സ്നേഹസമീപനത്തിൽ അലിഞ്ഞുപോയ അവൻ തിക്കോടിയിലെത്തുന്നതിനുമുമ്പെ തന്നെ പുലമറന്ന് വായന തുടങ്ങുകയും ചെയ്തു.

മൺട്രോതുരുത്ത് കഴിഞ്ഞു. തീവണ്ടിയും ടൊർണാടോയും ഒരുമിച്ച് പാലത്തിലെത്തുന്നു. അയ്യോ. അതിനുള്ളിൽ കുറെയധികം നിർദ്ദോഷികൾ... അവർ... വായനക്കാർ കരുതിയതു മാതിരി ബോഗിയിലെ ബാക്കി യാത്രികർക്ക് ആപത്തൊന്നും പറ്റിയില്ല. അതിനുമൊരു കാരണമുണ്ട്.

ഒരു കുടുംബക്കാരായ പത്തുനൂറ്റമ്പതുപേർ അന്നത്തെ 6348 വണ്ടിയുടെ അവസാന ബോഗിയിൽ കണ്ണൂരിൽ നിന്നും ഒന്നിച്ച് ഇടിച്ചുകയറിയിരുന്നു. അവരൊരു കല്യാണത്തിന് ശാസ്താംകോട്ടയ്ക്ക് പോകുകയായിരുന്നു. അവരുടെ ആക്രോശവും കുട്ടികളുടെ കാറിച്ചയും കേട്ടു ഭയന്ന് വഴിയിൽ നിന്നാരും ആ ബോഗിയുടെ അടുത്തു വന്നതേയില്ല. പ്രധാനപാത്രങ്ങളായ വായനക്കാർക്ക് ഇതൊന്നും ബാധകമായിരുന്നില്ല എന്നത് പ്രത്യേകം പറയേണ്ടതില്ലല്ലോ. തങ്ങളിരിക്കുന്ന ഭൂലോകം തന്നെ ഇടിഞ്ഞു താണാലും പുസ്തകങ്ങളിൽ നിന്നും കണ്ണുയർത്താൻ പാടില്ല.

ആ വാശിയിലായിരുന്നു അവർ. തീവണ്ടി കായംകുളം വിട്ടു. അപ്പോഴാണ് ഈ വണ്ടി ശാസ്താംകോട്ടയിൽ നില്ക്കുമോ? ആശങ്ക ആ സംഘത്തിലെ യാത്രക്കാർക്കുണ്ടായത്. അന്നൊക്കെ കണ്ണൂർ എക്സ്പ്രസ് കായംകുളം കഴിഞ്ഞാൽ പിന്നെ കൊല്ലത്തു മാത്രമേ നിർത്തിയിരുന്നുള്ളു. ഇതറിയുമായിരുന്ന യുവവായനക്കാർ അതിലിടപെടാത്തതിൽ ആരുമവരെ പഴിക്കരുതേ! തീവ്രപാരായണത്തിനിടയിൽ ഈ പുകിലുകളൊക്കെ അവർ ശ്രദ്ധിക്കാതെ പോയതാണ്. സ്റ്റേഷനിറങ്ങി വണ്ടി ആയം കൂട്ടിയപ്പോഴാണ് തങ്ങൾക്കിറങ്ങാനുള്ള ഇടം ഇതാ കഴിഞ്ഞിരിക്കുന്നു എന്നവിവരം അവനിൽനിന്നും ആ നിരക്ഷരകുക്ഷിപ്പട തോണ്ടിയറിഞ്ഞത്.

"ഇത് എവിടയെങ്കിലും വഴിക്ക് നിർത്തും. നമക്കവിടെ കീയാം." ആ കൂട്ടത്തിലെ കാരണവരായ വയസ്സൻ പറഞ്ഞു. അതുപോലെ സംഭവിച്ചു. 6348 വണ്ടി അന്നത്തെ ദിവസം ഒരു കാരണവുമില്ലാതെ ശാസ്താംകോട്ടയിൽ ഒന്നുനിന്നു. രണ്ടു വായനക്കാരെ മാത്രമെടുത്ത് തുടർന്ന് ഒഴിഞ്ഞ ബോഗി യാത്ര തുടരുകയും ചെയ്തു. അങ്ങനെ സംഭവിച്ചില്ലായിരുന്നെങ്കിൽ! വായന തരിമ്പും ശീലമില്ലാത്ത ഈ പാവത്തുങ്ങൾ വെള്ളത്തിനടിയിൽ ഇക്കണ്ട കാലമത്രയും എന്തുചെയ്തു കാലംകഴിക്കുമായിരുന്നു? ആലോചനാ വിഷയമാണ്. ഇക്കഥ തീർന്നതിനുശേഷം നമുക്കത് ചർച്ചയ്ക്കെടുക്കാം.

പഴയ കഥാപ്രസംഗ കാഥികന്മാർ പറയുന്നതുപോലെ മഞ്ഞും മഴയും വേനലുമായി കാലം പതുക്കെ കടന്നുപോയി. എന്നാൽ അണ്ടർവാട്ടർ വേൾഡിലായിരുന്നവർ ഇതൊന്നുമറിഞ്ഞില്ല.

കൈവശമിരുന്ന ഭാഷാഗ്രന്ഥങ്ങൾ പലയാവർത്തി വായിച്ചു തീർത്തു. അവസാന പുസ്തകത്തിന്റെ ഒടുവിലത്തെ പേജും കഴിഞ്ഞ് ഒരു കോട്ടുവായ വിട്ടപ്പോൾ താനൊരു അസന്ദിഗ്ദ്ധാവസ്ഥയിലെത്തിയതായി അവനു തോന്നി. എതിർസീറ്റിൽ അവളപ്പോഴും മീൻപറ്റങ്ങളെ ചൂഴ്ന്ന് തന്റെ പുസ്തകവുമായി നിർന്നിമേഷയായി തുടരുകയായിരുന്നു. പിന്നീടവർ വർദ്ധിത കൗതുകത്തോടെ ഗ്രന്ഥങ്ങൾ പരസ്പരം കൈമാറി വായിക്കാൻ തുടങ്ങി. അവൻ പ്രേമപൂർവ്വം ആ ഗ്രന്ഥസ്യൂട്ട്കേസ് അവളുടെ സീറ്റിലേക്ക് എടുത്തുവച്ചു. വിനീതവിധേയയെപ്പോലെയാണ് അവൾ തന്റെ ആംഗലേയ പുസ്തക്കെട്ട് അവനു കൈമാറിയത്.

പിന്നെയും വേനലും മഴയും മഞ്ഞുമായി...

അഷ്ടമുടിക്കരയിൽ മറ്റൊരു വില്ലൻ താമസിക്കുകയായിരുന്നു. അവന്റെ പേരാണ് ആൻഡ്രോസ്. നല്ല തണ്ടും തടിയുമുള്ള വില്ലൻ. അവന് ഏറെനേരം വെള്ളത്തിനടിയിൽ ശ്വാസം പിടിച്ചു കിടക്കാൻ കഴിയുമായിരുന്നു. റെയിൽപ്പാരിലെ മീനവകാശം മുഴുവനും കൈയടക്കിയ അവനൊരു കായൽഗുണ്ടയുടെ മാതിരിയായിരുന്നു പലപ്പോഴും പെരുമാറിയിരുന്നത്. അവിടെ വലവിരിക്കാൻ മറ്റാരെയും അവനനുവദിച്ചിരിക്കുന്നില്ല. നിയതി ഇതെല്ലാം കാണുന്നുണ്ടായിരുന്നു.

2017 ലെ തീവണ്ടിയപകടത്തിന്റെ ഓർമ്മദിനം. ഇരുപത്തിയെട്ടു

വർഷങ്ങളിലെ നീണ്ടവായന കഴിഞ്ഞ് അവരൊരുമിച്ച് കോട്ടുവായ വിട്ടു. തങ്ങളുടെ അസ്തിത്വം പോലും ചോദ്യം ചെയ്യപ്പെടുന്ന ജലജീവിതാവസ്ഥയെ അവരിരുവരും ഒരു നിമിഷത്തിനുള്ളിൽ മനസ്സിലാക്കി.

ഒരു നിമിത്തം മാതിരി നമ്മുടെ വില്ലൻ ആൻഡ്രോസ് എന്ന മത്സ്യമുതലാളി കഥയിലിടപെടാൻ തുടങ്ങിയതും അതേസമയത്തായിരുന്നു.

“മൊയലാളി വേണ്ട. വെള്ളത്തിലെ റെയിൽപ്പെട്ടിയിലോട്ടു കേറാം. പിന്നെ എറങ്ങാൻ നേരത്ത് വഴി കിട്ടില്ലെങ്കിലോ? കടലിനടിയിലും കായലിനടിയിലും ഒരുപാടു കൊട്ടാരങ്ങളുണ്ടെന്നാണ് എന്റപ്പൻ പറഞ്ഞിട്ടുള്ളത്. കടലമ്മയും മാലാകമാരുമാണതിനുള്ളിൽ. അതിനെയൊക്കെ വേണമെങ്കി പൊറത്തൂന്നു നിന്നൊന്നു നോക്കിപ്പോരാം. അകത്തു കയറിയാത്തീർന്നു. തിരിയെ വരാൻ വഴികിട്ടാതെ പോവും. അതിനകത്താണ് കടലിലെ...”

എന്ന് അയാളുടെ വള്ളത്തിലെ ഒരു സഹമീൻപിടുത്തക്കാരൻ വിലക്കിയിട്ടും ആൻഡ്രോസ് റെയിൽപ്പാരിനെ ലാക്കാക്കി വെള്ളത്തിലേക്ക് ഊളിയിട്ടു. രണ്ടുദിവസം വെള്ളത്തിൽ കഴിയാൻ വേണ്ട വായുവിനെ ഉള്ളിലേക്ക് എടുത്താണ് ആൻഡ്രോസ് മുങ്ങിപ്പോയത്.

അപ്പോഴാണ് തീവണ്ടിവകുപ്പിന്റെ ഫയലിൽ ഉറങ്ങിക്കിടന്നിരുന്ന ടൊർണാടോ എന്ന ചുഴലിക്കാറ്റിന്റെ കെട്ടഴിഞ്ഞത്. ചില പരിഹാരക്രിയകളൊക്കെ ചെയ്യാൻ അവൻ നേരെ അവിടെയെത്തി.

ഉള്ളിൽക്കയറിയ ആൻഡ്രോസിന് തീവണ്ടി മുറിയൊരു കടൽക്കൊട്ടാരം മാതിരി തോന്നി. വിവിധ തരത്തിലെ പായൽപ്പടർപ്പും മീൻപറ്റങ്ങളും നിറഞ്ഞ ഒരു കിനാക്കൊട്ടാരം. ചങ്കിൽ നിറച്ച ഒരുതുള്ളി വായു പോലും അയാൾ പുറത്തുവിട്ടില്ല. ഒരു ചെറുകുമിള കൊണ്ടുപോലും അവിടം അലങ്കോലപ്പെടുത്താൻ ആ മുതലാളി ആലോചിച്ചതേയില്ല. അവൻ നീന്തിനീന്തി നമ്മുടെ കഥാപാത്രങ്ങളുടെ അടുത്തെത്തി, ടൊർണാടോയും. പിന്നെല്ലാം അതിശയം. പരമ അതിശയം. ടൊർണാടോ ഇടപെട്ടു. വെള്ളത്തിനുള്ളിൽനിന്നും റെയിൽപ്പെട്ടി താഴെപ്പോയതുപോലെ തിരികെ പൊന്തിവന്നു. അതേ നേരത്തുതന്നെ പാലത്തിലൂടെ രണ്ടുചൂളം വിളിച്ചുവന്ന ബാംഗ്ലൂർ കന്യാകുമാരി ഐലന്റ് എക്സ്പ്രസിന്റെ അവസാന ബോഗിക്ക് പുറകിൽ അതുചെന്നൊട്ടി. പെരിനാട് ഭാഗത്തേക്ക് ഓർമ്മിച്ചെടുത്ത് മറന്നുപോയ പഴയ ഓട്ടം തുടങ്ങി.

പുതിയ പുസ്തകങ്ങൾ ഇറങ്ങിയോ? ഈ നാട്ടിൽ ആൾക്കാർ എന്തൊക്കെ വായിക്കുന്നു? അതൊക്കെയറിയാൻ നിതാന്ത വായനക്കാരായ അവരിരുവരും കൈകോർത്ത് അവസാന ബോഗിയിൽനിന്നും വെസ്റ്റിബ്യൂളിലൂടെ മുന്നോട്ട് നടന്നു. ദീർഘനാൾ ഒരേയിരിപ്പിരുന്നതിനാൽ നടക്കുമ്പോൾ ഇരുവരും വല്ലാതെ ചാഞ്ചാടിയിരുന്നു. ചലനപരിചയമില്ലായ്മ കാരണം വീഴാതിരിക്കാൻ പരസ്പരം താങ്ങായി നിന്ന് എല്ലാ ബോഗികളും സന്ദർശിക്കാൻ അവർ തീരുമാനിച്ചു.

വണ്ടിയിലെ ഒരാളും പുസ്തകം വായിക്കുന്നില്ല. എല്ലാപേരുടെ

കൈയിലും മൊബൈലും ടാബും ലാപും മാത്രം.

കാലമേറെ മാറിയിരിക്കുന്നു. സങ്കടത്തോടെ അവർ തിരികെ മാതൃ മുറിയിലെത്തിയതും ബോഗി അവരോടൊപ്പം ധൂളിയായി പാളത്തില മർന്നു. ജീവനുണ്ടായിരുന്ന ആൻഡ്രൊസും കുറെ മീനുകളും ടാക്കിന്റെ വശത്തേക്ക് ചിതറിവീണു. അയാളുടെ ദേഹത്ത് കായൽപ്പായലുകൾ അലങ്കാരപ്പണികൾ ചെയ്തിട്ടുണ്ടായിരുന്നു.

"ഞാൻ വെലക്കിയത് കേക്കാതെ, എന്നെ മുട്ടൻ പള്ളും വിളിച്ച്, കായലിൽച്ചാടിയ മൊതലാളി എങ്ങനെ ഇവിടെ പാളത്തിൽ മീനുമായി എത്തി?"

"16526 ഐലന്റ് എക്സ്പ്രസ് പോയതിനു പിന്നാലെ പെരുമൺ മുതൽ പെരിനാടുവരെ എങ്ങനെയാണ് പാളത്തിൽ ചില പാടുകൾ വീണത്?"

ആദ്യത്തെ സംശയം ആൻഡ്രൊസിന്റെ കായൽപ്രവേശം കണ്ടുനിന്ന സഹായിയുടേതാണ്. മറ്റേത് റെയിൽവേയുടെ ഫയൽക്കുറിപ്പിലേതും.

അത്തമുഹമ്മദ്

അകലെനിന്നും നായ്ക്കളുടെ നിർത്താതെയുള്ള കുര. മഞ്ഞിൻപാടകളെ തുളച്ചുകൊണ്ട് ചില രാത്രികളിൽ അതു താഴ്‌വരയിലാകെ നിറയും. ആ ദിവസങ്ങളിൽ ഞങ്ങളൊക്കെ അസ്വസ്ഥരാകും. സന്ധ്യ കഴിയുന്നതോടെ അത്താഴം കഴിച്ച് വിളക്കുകൾ കെടുത്തും. എത്രതന്നെ കലിമ ചൊല്ലിയാലും എനിക്ക് ഉറക്കം വരില്ല. ദൂരെ ഉൾവനത്തിലും താഴ്‌വരയിലും വെടിയൊച്ചകൾ നിലയ്ക്കുമ്പോൾ നായ്ക്കൾ ഓരിയിടൽ അവസാനിപ്പിക്കും. ട്രക്കുകളുടെ മുരൾച്ച പിന്നെയും തുടരും. നിദ്രയിലേക്ക് ഞങ്ങളുടെ നാട് താഴ്ന്നുപോകുന്നത് അതിനു ശേഷമാണ്. വർഷങ്ങളായുള്ള രാശീലം അതാണ്.

പിറ്റേന്നു രാവിലെ തന്നെ മലഞ്ചരിവിലെ അത്തമുഹമ്മദിന്റെ വീട്ടിലേക്കുള്ള വഴിയിൽ ഞാൻ ചെന്നുനോക്കും. ആ കാട്ടുപാതയിൽ അടിഞ്ഞു കിടന്നിരുന്ന കടുമഞ്ഞിൽ എപ്പോഴാണ് ട്രക്കിന്റെ ടയർപ്പാട് വീണത്?

ചിലപ്പോൾ വെടിവയ്പ് തീർത്തും അവസാനിച്ചാലും ട്രക്ക് വരാനും അത്തമുഹമ്മദിനെ കൂട്ടിക്കൊണ്ടു പോകാനും കാലതാമസമുണ്ടാകും. പുകയും ബഹളവും അടങ്ങി ഒന്നുരണ്ടു ദിവസങ്ങൾ കൂടി കഴിഞ്ഞാവും അവരെത്തുക. പണി കഴിഞ്ഞ് അയാൾ തിരികെ വരുന്നത് കുറച്ചു ദിവസങ്ങൾക്ക് ശേഷമാണ്. ശവക്കുഴി തോണ്ടാൻ അത്തമുഹമ്മദ് പോകു

---

* കുഴിവെട്ടുകാരനായ അറ്റ് അ മുഹമ്മദ് (75) 10.01.2016 ൽ ഉറിയിലെ ബിംയാറിൽ നിര്യാതനായി. കഴിഞ്ഞ ഇരുപത്തിയാറു വർഷങ്ങളായി ഏകദേശം 235 ശരീരങ്ങളെ മറവുചെയ്തു. കാണാതായവരെ തിരിച്ചറിയാൻ നിർണ്ണായകരമായ സൂചനകൾ നല്കിയ ഇദ്ദേഹത്തെ 'ധീരനായ കാശ്മീരി' എന്നാണ് കാണാതായവരുടെ രക്ഷകർത്തൃ സംഘടനയുടെ വക്താവ് വിലയിരുത്തിയത് – *ദി ഹിന്ദു* 12.01.2016

ന്നത് എവിടെയാണെന്ന് ആർക്കുമറിയില്ല. വലിയ രഹസ്യങ്ങളുടെ ഭാരങ്ങളുമായി തിരികെയെത്തിയാൽ വീടുവിട്ട് അയാൾ പുറത്തിറങ്ങാറില്ല. പരിപാലിക്കാൻ ആളില്ലാതെ അയാളുടെ ചെറിയ തോട്ടത്തിലെ പഴങ്ങളും പച്ചക്കറികളും അക്കാലത്ത് ചീഞ്ഞുപോയിരുന്നു.

ആപ്പിൾ തോട്ടങ്ങളിലോ, ഗ്രാമാതിർത്തിയിലെ വനത്തിൽ നിന്നോ വിറകു കെട്ടുകളും ചുമന്നു മടങ്ങുന്ന സാധാരണ സ്ത്രീകൾ പോലും അയാൾക്ക് മുഖം കൊടുത്തില്ല. ഒരു കുട്ടിയോ വൃദ്ധനോ ഒരിക്കലെങ്കിലും അത്തമുഹമ്മദുമായി കുശലം പറഞ്ഞു നില്ക്കുന്നത് ഞാൻ കണ്ടിട്ടില്ല. ചീഞ്ഞ മയ്യത്തിനെപ്പോലെ വെറുക്കപ്പെട്ടവൻ. പട്ടാളം പറയുന്നതനുസരിച്ച് ശവക്കുഴികൾ വെട്ടുന്നതിനാലായിരുന്നു എല്ലാപേരും അയാളെ ഭയന്നത്. അകറ്റി നിർത്തിയത്.

പുറം ലോകത്തിനപ്രാപ്യമായ വിജനമായ ഇടങ്ങളിലാണ് അയാൾ ഖബറിസ്ഥാൻ പണിഞ്ഞു കൊടുത്തത്. ആൾക്കൂട്ടവും ബന്ധുമിത്രാദികളുടെ സാന്നിദ്ധ്യവും പ്രാർത്ഥനകളുമില്ലാത്ത കുഴിമൂടൽ ചടങ്ങുകൾക്ക് അയാൾ ഏകനായി കാർമ്മികത്വം വഹിച്ചു. അധികാരികളുടെ കർക്കശ നിർദ്ദേശങ്ങൾ മാത്രം അയാൾക്ക് കൂട്ടുനിന്നു. ട്രക്കുകളിൽനിന്നും വലിച്ചെറിയപ്പെട്ട ദേഹങ്ങളിൽ പലതിനും ഏറ്റുമുട്ടലുകൾക്കിടെ മുഖം നഷ്ടമായിരുന്നു. പരിപാവന ലോകത്തിലേക്ക് അനാഥരെ പറഞ്ഞുവിടുന്ന ക്രിയകൾ എന്നിട്ടും അയാൾ സൂക്ഷ്മതയോടെ ചെയ്തു.

കുഴിയിലേക്ക് എടുത്തിറക്കി വയ്ക്കുന്ന ശരീരങ്ങൾ അയാളെ വല്ലാതെ ക്ഷീണിപ്പിച്ചു. വമ്പിച്ച പരിക്കുകളാണ് ഓരോ തവണയും അത്തമുഹമ്മദിന്റെ മനസ്സിലുണ്ടായത്. ആ ഖബറുകളിലെ മണ്ണുണങ്ങിയിട്ടും കയ്പ്പൊഴിവാക്കാൻ അയാൾ കാറിത്തുപ്പി നടന്നു.

ചിലരൊക്കെ അത്തമുഹമ്മദിന്റെ വീട്ടിലേക്ക് വന്നിരുന്നു. ഊറിയിൽ നിന്നു മാത്രമല്ല ബാരമുള്ള, പൂഞ്ച്, രജൗരി എന്നിവിടങ്ങളിൽ നിന്നുമൊക്കെ രഹസ്യമായി ആളുകൾ അയാളെ കാണാനെത്തി. അന്യനാട്ടുകാർ ഗ്രാമത്തിൽ വരാൻ തുടങ്ങിയതോടെ അത്തമുഹമ്മദ് തൊട്ടയൽക്കാരിൽ നിന്നുപോലും തീർത്തും ഒറ്റപ്പെട്ടു.

അത്തമുഹമ്മദിനെ കാണാൻ പമ്മിപ്പമ്മിയെത്തുന്നവർ ഏതു കൂട്ടരാണ്?

ഗ്രാമത്തിലെത്തിയ അപരിചിതരോട് ആരും കാര്യങ്ങൾ തിരക്കാൻ പോയില്ല. അത്തയുടെ പക്ഷം പിടിച്ചാൽ വെടിയുണ്ട ഉറപ്പാണ്. അതേതു ഭാഗത്തുനിന്നെന്ന കാര്യത്തിൽ മാത്രമേ തർക്കമുള്ളു. ചത്തില്ലെങ്കിൽ ആതംഗവാദി അല്ലെങ്കിൽ പട്ടാളപ്പക്ഷം എന്ന ദുഷ്പ്പേരുമായി ശേഷകാലത്ത് ദുരിതപ്പുണ്ണുകൾ ചൊറിഞ്ഞു നടക്കേണ്ടിവരുമെന്നത് തീർച്ച. എന്തിന് അറിഞ്ഞുകൊണ്ട് പൊല്ലാപ്പിനു പോണം? അപരിചിതരെ ഞങ്ങൾ നാട്ടുകാരും അകറ്റി നിർത്തി.

ഖബറൊരുക്കുന്നയാളിന് അവകാശപ്പെടാവുന്ന ബഹുമാനങ്ങളൊന്നും അത്തയ്ക്ക് കിട്ടിയിരുന്നില്ല. നാട്ടിലെ പൊതുയിടങ്ങളിൽ

അയാൾ പ്രത്യക്ഷപ്പെട്ടില്ല. ഒരു കുഞ്ഞിന്റെ കുശലം പോലും അയാൾ പ്രതീക്ഷിച്ചുമില്ല. ഒരുകാലത്ത് ഉപ്പയുടെ പ്രിയപ്പെട്ടവനായിരുന്നു അയാൾ. തന്റുമ്മപോലും അത്തയെ അകറ്റി നിർത്തിയത് ഞാൻ ശ്രദ്ധിച്ചിരുന്നു.

അറിയാത്ത നാടുകളിൽനിന്നും അയാളെ കാണാനെത്തിയവർക്ക് ഒരിക്കലും സന്തോഷത്തോടെ തിരികെ പോകാനായില്ല. തോട്ടത്തിൽ നിന്നും പറിച്ചെടുത്ത ചെമ്പനീർപ്പൂക്കൾ കൊണ്ടു പൊതിഞ്ഞ് ചില തൊക്കെ അത്ത അവർക്ക് കൊടുത്തുവിട്ടു. ഒരു തുണ്ട് തുണിക്കഷ ണം, ഓമനത്തമുള്ള ഒരുപിടി കുറുനിരച്ചുരുകൾ, ചതഞ്ഞ ഒരുറുക്ക് അങ്ങനെയെന്തെങ്കിലും. അത്ത നീട്ടിയ പൂവുകൾക്കിടയിലിരുന്ന് അവ പിടച്ചു. അവരതിനെ നെഞ്ചോടമർത്തി മഞ്ഞിൻ പാടയ്ക്കുള്ളിൽ മറ ഞ്ഞു.

അകത്തെ മുറിയിലെ ഭാണ്ഡങ്ങളിൽനിന്നും ശ്രദ്ധയോടെയാണ യാൾ ശേഷിപ്പുകളെ തെരഞ്ഞു കണ്ടെത്തുന്നത്. ഏറെ കാരുണ്യ ത്തോടെ ആ ജീവിത മിച്ചങ്ങളെ അവയുടെ ഉടമകൾക്കു മുന്നിൽ വച്ചുക ഴിഞ്ഞാൽ അത്തമുഹമ്മദിൽ പരമ ശാന്തത നിറയും. മനസ്സിലെ ഭാര മൊരിറ്റിറങ്ങിയാൽ താല്ക്കാലികമായി അയാളുടെ കഫം അടങ്ങും.

അത്തമുഹമ്മദ് എടുത്തുകൊണ്ടുവന്ന ശേഷിപ്പുകൾകണ്ട് പര ദേശികൾ പകച്ചിരുന്നു. തങ്ങളുടെ പ്രിയപ്പെട്ടവരെ ഓർത്ത് അവർ നില വിളിച്ചില്ല. കാലം അപൂർവ്വം ചിലരിൽ വിതുമ്മൽ ശീലം അവശേഷിപ്പി ച്ചിരുന്നു. അത്രമാത്രം.

ഞങ്ങളുടെ കുട്ടിക്ക് ഒരിടത്തും ദീർഘകാലം ഒളിച്ചിരിക്കുന്ന ശീല മില്ല. അവനെന്നേ കടന്നുപോയി. അതൊന്നുറപ്പിക്കുക. അത്തയെ കാണാനെത്തുന്നവർക്ക് അത്രമാത്രമേ ലക്ഷ്യമുണ്ടായിരുന്നുള്ളു. ജീവൻ, ജീവിതം, ശാന്തി, സമാധാനം അങ്ങനെയെന്തെങ്കിലും തിരികെ കിട്ടുന്നതിനെക്കുറിച്ച് ഇവിടെയാരും സ്വപ്നംപോലും കാണാറില്ല. എന്റെ പൊന്നുമ്മയൊഴികെ.

ഈ ദുനിയാവിലിനി അവനെക്കുറിച്ച് ഞങ്ങളാരോട് തിരക്കാൻ? ആ ഖബറുപണിക്കാരൻ ചിലരെയൊക്കെ വല്ലാതെ നിരാശപ്പെടുത്തിയിട്ടു മുണ്ട്.

ഞങ്ങളൊരുദിവസം കൂടി ഇവിടെ തങ്ങാം ചാച്ചാ. നിങ്ങൾ നന്നായി ഉറങ്ങിയെഴുന്നേല്ക്കുന്നതുവരെ ഞങ്ങൾ കാത്തിരിക്കാം. പ്ലീസ്. അപ്പോ ഴേക്കും നിങ്ങളുടെ ഓർമ്മ പനീരുപോലെ തെളിയും. ഞങ്ങളുടെ കുട്ടിയെ തൊട്ടവിവരം നിങ്ങളുടെ വിരലുകൾക്കും ഓർമ്മ വരും. അവ നെവിടെയാണ് ഉറങ്ങുന്നത്? അതു പറയൂ. എനിക്കതുമാത്രം അറി ഞ്ഞാൽ മതി. അവൻ നിത്യശാന്തതയിലേക്ക് കൂടിച്ചേർന്നത് ഉറപ്പിക്കാ നാണ് ഇത്രയും ദൂരംതാണ്ടി ഈ പെരുമഴക്കാലത്ത് അങ്ങയെ കാണാ നെത്തിയത്.

തങ്ങളുടെ പ്രിയപ്പെട്ടവരുടെ ശരീര അടയാളങ്ങൾ പുലരുന്നതു വരെയിരുന്ന് എണ്ണിയെണ്ണി ചിലർ പറയും. അത്തമുഹമ്മദ് അവയോ

രോന്നും ക്ഷമയോടും സൂക്ഷ്മതയോടും കേട്ടിരുന്നു. കാടുകളിലും മേടുകളിലുമായി താൻ കുഴികുത്തി വിതറിയ വികൃതദേഹങ്ങളെ ഒന്നൊന്നായി അയാളോർത്തു. ആയിരത്തിനടുത്ത് മയ്യത്തുകൾ. അവ വീണ്ടുമയാളിൽ കഫം നിറച്ചു. സ്മൃതി ഭാരത്താൽ അയാൾ തലകുനിച്ചിരുന്നു. താനീക്കേട്ടതായ അടയാളങ്ങൾ? മറിച്ചും തിരിച്ചുമിടുമ്പോൾ കൈത്തണ്ടകളിലും പള്ളപ്പുറങ്ങളിലും താൻ കണ്ട പുള്ളികളും പാടുകളുമായി അവയൊന്നും ഒത്തുപോയില്ല.

പിറ്റേന്നു രാവിലെ തോട്ടത്തിൽനിന്നും അത്തമുഹമ്മദ് പറിച്ചെടുത്ത പഴങ്ങൾ നിറച്ച കൂടകളുമായി അവർ മടങ്ങി. അവരുടെ ഓർമ്മകൾ നിരന്തരം പുഷ്ടിപ്പെടാൻ വേണ്ടിയാണ് താനീ ഫലങ്ങളും കിഴങ്ങുകളും കൊടുത്തു വിടുന്നതെന്ന് അത്തയെന്നോടു മന്ത്രിച്ചു. തങ്ങളുടെ പ്രതീക്ഷകൾ ഇനിയും വറ്റിയിട്ടില്ലെന്ന് ഉറക്കച്ചടവുള്ള അവരുടെ കണ്ണുകളും പറഞ്ഞു.

ചിലരൊക്കെ അയാൾ കൊടുത്തുവിട്ട പഴക്കൂടയെ വഴിയിൽത്തന്നെ ഇട്ടുപോയി. ആരുമെടുത്തു മാറ്റാനില്ലാതെ അവയൊക്കെ അവിടെക്കിടന്നു ചീഞ്ഞു.

ജീനാ റാഷിദ് ആ പേരു കേട്ടപാടേ തന്നെ അത്തമുഹമ്മദിന്റെ കണ്ണുകൾ ഝടുതിയിൽ ഉണർന്നു. പത്തൊമ്പതു തികഞ്ഞ ഒരു വെണ്ണയുടൽ അയാളുടെ ഓർമ്മയിൽ നിവർന്നു.

അവനെ ഞാൻ കണ്ടിരുന്നു.

അങ്ങനെ പറയാൻ തുടങ്ങുമ്പോൾ ഈ കുഴിവെട്ടിയുടെ വാക്കുകൾക്ക് ഞങ്ങളുടെ കുട്ടിയെ തൊടാനാവരുതേയെന്നാണ് ജീനായുടെ ബന്ധുക്കൾ പ്രാർത്ഥിക്കാൻ തുടങ്ങുന്നത്.

ജീവനറ്റ് മൂന്നു ദിവസങ്ങളെങ്കിലും കഴിഞ്ഞിട്ടും അവന്റെ ഇളം ദേഹം ഉലഞ്ഞിരുന്നില്ല. വെടിത്തുളകളുടെ ചുറ്റുവട്ടത്ത് അപ്പോഴും പുത്തൻ ചോര കനച്ചിരുന്നു. ട്രക്കിൽ നിന്നും ഞാൻ കോരിയെടുത്ത ദേഹം കരിമ്പുമാതിരിയിരുന്നു. പാകമായ കുഴികുത്തി, വെള്ളത്തുണിയിൽ പൊതിഞ്ഞ്, ഞാനവനെ കിടത്തിയിരിക്കുന്നത് ബീയാമിലെ അരുവിയുടെ കരയിലെ ആ തടിയൻ പൈൻമരത്തിനു ചുവട്ടിലാണ്. മന്ത്രം മാതിരി അത്തമുഹമ്മദ് തുടരുമ്പോൾ ആ കുഞ്ഞിന്റെ പിതാവ് വല്ലാതെ ശുഷ്കിച്ച തന്റെ മുഖം ഇരുകൈകളാലും പൊത്തി.

വർണ്ണം വറ്റിയ ചുണ്ടുകൾക്ക് മുകളിൽ മീശരോമങ്ങൾ പൊടിഞ്ഞ ആ പൈതലിനെ ഞാനൊരിക്കലും മറക്കാൻ പാടില്ല. എന്റടുക്കലേക്ക് നിങ്ങളെ ഒരുദിവസം അവൻ പറഞ്ഞുവിടുമെന്ന് അന്നേരത്തുതന്നെ എനിക്ക് തോന്നിയിരുന്നു. അവന്റെ യാത്രയ്ക്ക് സാക്ഷി ഞാൻ മാത്രമല്ലേയുള്ളു. ചൂടറ്റ ഇളം ശരീരത്തിനെ എന്റെ ഭാഗമാക്കി മാറ്റാൻ എനിക്കൊരു അടയാളം കണ്ടെത്തിയേ മതിയാകുമായിരുന്നുള്ളു.

ഈ വിരലുകൾ അവന്റെ ചെവിക്കുടയുടെ പുറകിലുണ്ടായിരുന്ന ഒരു പാലുണ്ണിയെ തൊട്ടു കണ്ടെത്തി. എന്റെയുള്ളത്തിനോട് ചേർത്തുറപ്പി

ക്കാൻ നാലുതവണയാണ് ഞാനതിൽ തലോടിയത്.

കിതച്ചുകൊണ്ട് ജീനാ റാഷിദിനെ തൊട്ട കൈപ്പടം അത്തമുഹമ്മദ് നീട്ടിക്കാണിച്ചു. പാലുണ്ണിയുടെ സ്പർശത്തിൽനിന്നു വമിച്ച പൊള്ളൽ ആ പിതാവിന്റെ കണ്ണുകളിൽ ചെന്നടിച്ചു. അതു താങ്ങാനാവാതെ വിടർത്തിയ കൈകൾകൊണ്ട് വീണ്ടും വീണ്ടും മുഖം പൊത്തി അയാൾ ഏറെനേരം കുനിഞ്ഞിരുന്നു.

മരണം വന്നുതൊട്ട് ദിവസങ്ങൾ കഴിഞ്ഞ് ആകപ്പാടെ ഒരവസ്ഥയിലായ മയ്യത്തുകൾ. എത്ര പിഞ്ഞിപ്പോയിട്ടും ആരുടെയൊക്കെയോ പ്രിയപ്പെട്ടവരെയും മുഹമ്മദ് കാരുണ്യത്തോടെ കണ്ടു. അറിയാത്ത നാടുകളിൽനിന്നും വന്ന് അയാൾക്ക് ഒരു സൂചനയും കൊടുക്കാതെ അവ പെരുംമൗനംകൊണ്ടു. ചില ദേഹങ്ങളെക്കുറിച്ച് അധികാരികളും കടുപ്പമേറിയ അകലം പാലിച്ചു. പേരിനുപോലും മയ്യത്തിനു മുന്നിൽ അവരൊന്നു തൊപ്പിയുർത്തിയില്ല.

ഊരും പേരുമില്ലാത്ത ഇവരെയെങ്ങനെ നിത്യസ്വർഗ്ഗത്തിലേക്കുള്ള ചടങ്ങുകൾക്ക് തയ്യാറെടുപ്പിക്കും? ഒരുവന്റെ പേരുകൂടി നാഥനു കൊടുക്കാനാവാത്തതിലെ കുറ്റബോധത്താൽ അയാൾ തളർന്നു. അത്തരം ചടങ്ങുകൾ കഴിഞ്ഞെത്തിയാൽ നെഞ്ചിൽ കട്ടക്കഫം നിറഞ്ഞയാൾ ഏറെ വിവശനായി.

ഇരുപത്തിയാറു വർഷങ്ങൾക്കുമുമ്പ് തോട്ടത്തിൽ പണിയെടുത്തു കൊണ്ടിരിക്കുകയായിരുന്ന അത്തമുഹമ്മദിനെ അവർ വന്നുവിളിച്ചു. അയാളെ കയറ്റിയ ട്രക്ക് നഗരങ്ങളും ഗ്രാമങ്ങളും കടന്ന് നിർത്താതെ ഓടിക്കൊണ്ടിരുന്നു. വണ്ടിയുടെ നിലത്ത് ആടിയാടി ഇരുന്നപ്പോൾ അയാൾക്ക് തീർച്ചയായി. അതിനും ഒരാഴ്ച മുമ്പാണ് ആളുകൾ നിറഞ്ഞ അങ്ങാടിയിൽവച്ച് അയാളുടെ പ്രിയമിത്രത്തെ കാണാതായത്. അതായിരുന്നു ആ നാട്ടിലെ ആദ്യത്തെയും ഒടുവിലത്തെയും ആളുമറയൽ. അവരൊരുമിച്ചായിരുന്നു കുറച്ചു നാളുകളായി...

ഏതോ പേരില്ലാത്ത ഉൾവനത്തിൽ കുഴിയെടുക്കാൻ ഓരോ തവണ കുനിയുമ്പോഴും അയാൾ വല്ലാതെ ഭയന്നു. അവൻ തന്നെക്കുറിച്ചെല്ലാം വെളിപ്പെടുത്തിയിരിക്കണം. അതല്ലെങ്കിൽ പള്ളികളിലെ ഖബറുപണിക്കാരെ ഒഴിവാക്കിയതെന്തിന്? ഒരു തീയുണ്ട എപ്പോൾ വേണമെങ്കിലും തലയോടിനുള്ളിലേക്ക് തുളച്ചിറങ്ങുമെന്ന് മുഹമ്മദ് ഭയന്നു. ഒരു നിലവിളിയുമായി താൻ തന്നെയാവും ചിലപ്പോൾ ഈ ശവക്കുഴി നിറയ്ക്കാനും ബാദ്ധ്യസ്ഥനാകുന്നത്.

ആടിയാടിപ്പാഞ്ഞുവന്ന മറ്റൊരു ട്രക്കിൽനിന്നും നഖശിഖാന്തം ചതഞ്ഞ ഒരു ദേഹത്തെ അവർ വലിച്ചിട്ടു. നിറംവറ്റി ചീർത്തിരുന്നിട്ടും ഒറ്റനോട്ടം മതിയായിരുന്നു അയാൾക്ക് അതാരുടേതാണെന്നു തിരിച്ചറിയാൻ. അവനു ഖബറൊരുക്കാൻ കണ്ടെത്തിയതിലൂടെ താൻവഴി നാട്ടുകാർക്ക് വലിയൊരു പാഠമെത്തിക്കുക. അതുകൂടി അവരുദ്ദേശിച്ചിരുന്നു. അതേറ്റു. അത്തമുഹമ്മദിന്റെ നാട്ടിൽനിന്നൊരു കുട്ടിപോലും പിന്നീടൊ

രിക്കലും മഞ്ഞിൻ മറയ്ക്കുള്ളിലേക്ക് മറഞ്ഞുപോയില്ല.

അസ്സഹനീയമായ ദുർഗ്ഗന്ധം കാരണമാണ് അവരെല്ലാം അകന്നു നിന്നത്. പുച്ഛവും മൗനവും കുത്തിനിറച്ച ആയുധധാരികൾക്കുകൂടി കേൾക്കാൻ പാകത്തിൽ ചങ്ങാതിയുടെ പേരും നാളും ചൊല്ലിത്തന്നെയാണ് അവനെ പച്ചമണ്ണിലേക്ക് ഇറക്കി വച്ചത്. വല്ലാതെ ചതഞ്ഞുകോടിയ ആ താടിയെല്ലിൽനിന്നും അവർ കാണാതെ ആ പാതിപൊട്ടിയ പാണ്ടിപ്പല്ല് അയാളിളക്കി കോട്ടിന്റെ പോക്കറ്റിലിട്ടു. എന്തിനാണ് ഈ തെളിവ് കൂടെ കൊണ്ടുപോകാനെടുത്തത്? അന്നേരത്ത് അത്തമുഹമ്മദിന് ഒരു ധാരണയുമുണ്ടായിരുന്നില്ല.

ഞാനിടയ്ക്കിടയ്ക്ക് ഉമ്മയറിയാതെ അത്തയുടെ വീട്ടിൽ പോകുമായിരുന്നു.

ഇരുപത്തിയാറു വർഷങ്ങൾക്കുമുമ്പ് ഞങ്ങളുടെ ഗ്രാമത്തിൽ ആദ്യമായി ട്രക്ക് വന്നത് എന്റുപ്പയെ കൊത്തിക്കൊണ്ടു പോകാൻ വേണ്ടിയായിരുന്നു.

ഈ മഞ്ഞുകാലം കഴിഞ്ഞാൽ നിന്റുപ്പ എന്തായാലും തിരിച്ചുവരും. അതുകേട്ടു കേട്ടു മടുപ്പായ കാലത്താണ് ഞാൻ അത്തയെ കാണാൻ ആദ്യമായി പോയത്. അയാളെന്നെ അടുപ്പിച്ചതേയില്ല. ചീറിക്കൊണ്ടു വന്നു. വേണ്ടവണ്ണം ഉപ്പയുടെ തലോടൽ പോലുമേല്ക്കാത്ത ഒരുവനെ അയാളെന്തിനാണ് ഇങ്ങനെ പേടിക്കുന്നത്? നാട്ടുകാർ കുശുക്കുന്നത് അത്തയെ കണ്ടതോടെ ശരിയാണെന്നുറപ്പായി.

"നിന്റുപ്പയിപ്പോൾ ഡൽഹിയിലാണുള്ളത്. ഇത് ബംബായിൽ നിന്നുപ്പ എഴുതിയ ചരുട്ടി."

"എനിക്ക് ഉർദ്ദു അറിയില്ല. ഉർദ്ദുവിലെഴുതിയ ചില കടലാസുകൾ ഉപ്പയുടെ കത്താണെന്നു പറഞ്ഞ് തീരെച്ചെറുപ്പം മുതൽ എന്നെ പറ്റിക്കുന്ന പതിവ് ഉമ്മയിപ്പോഴും അവസാനിപ്പിച്ചിട്ടില്ല. ഈ മഞ്ഞുകാലം കൂടി കഴിയുമ്പോൾ നമ്മുടെ നാട്ടിലെ കുഴപ്പങ്ങളെല്ലാം തീരും.. ഉമ്മ നാവനക്കാൻ തുടങ്ങുമ്പോൾ ഞാനെഴുന്നേറ്റു പോകും. ഞാനൊരിക്കലും വഴി മാറാതിരിക്കാനാണ് ഉമ്മയീക്കള്ളങ്ങൾ പറയുന്നത്.

പിന്നെപ്പിന്നെ അത്തമുഹമ്മദിനെ ഞാനിഷ്ടപ്പെട്ടു തുടങ്ങി.

ഊരും പേരുമറിയിക്കാതെ എറിഞ്ഞുകൊടുത്ത ശരീരങ്ങളെ ഇളം ചൂടുവെള്ളത്തിൽ താളിക്കുന്ന നേരത്ത് അല്ലെങ്കിൽ കഫീൻ തുണിയിൽ പൊതിഞ്ഞെടുക്കുന്നതിനുമുമ്പ് അവരിൽനിന്നും ചില ജീവിതാടയാളങ്ങൾ ശേഖരിക്കുന്ന പതിവ് അയാൾക്കുള്ളത് ഞാനും മനസ്സിലാക്കി. കണ്ണീരൊപ്പിക്കുഴഞ്ഞ ഉറുമാലിന്റെ ഒരു ചീന്ത്, കൂട്ടത്തിനോട് ചേരാത്ത നിറത്തിലുള്ളതും രണ്ടാമത് കോട്ടിൽ തുന്നിപ്പിടിപ്പിച്ചതുമായ ബട്ടൺസ്, ചിരി തൂവുന്ന കുഞ്ഞുമുഖത്തിന്റെ അനുനിമിഷം നിറമകലുന്ന ഒരു ഫോട്ടോ.. അങ്ങനെയെന്തങ്കിലും.

വിമ്മിട്ടം വല്ലാതെ കനക്കുമ്പോൾ ചിലനേരത്ത് ആ ശേഖരത്തെ അത്ത എന്റെ മുന്നിൽ തുറന്നുവച്ചു. കടുംവഞ്ചനയുടെ കഥ പറയുന്ന

ശേഷിപ്പുകൾ. അവയ്ക്കിടയിൽ ഞാൻ പരതിയത് ഉമ്മയുടെ വാപ്പ എന്റുപ്പയ്ക്ക് കൊടുത്ത ഒരു എച്ച് എം ടി വാച്ചിന്റെ കഷണത്തെയായിരുന്നു. അവ പ്രദർശിപ്പിക്കുന്നതിലൂടെ മറ്റൊരു ലോകത്തിനെ അവതരിപ്പിക്കുക അത്തയുടെ ഉദ്ദേശ്യമായിരുന്നോ? ആ വാതിലിനെ ഞാൻ കണ്ടില്ലെന്നു നടിച്ചു.

ഈ പാണ്ടിപ്പല്ല് ഞാൻ കൊണ്ടുവന്നതിന് ഒരു കാരണമുണ്ട് ബേട്ടാ. ഇതുകാട്ടി അവനാദ്യമായി ചിരിച്ചതുകണ്ട് ഉള്ളംനിറഞ്ഞ ഏതുമ്മയാണ് ഇതിനെ തിരിച്ചറിയാതിരിക്കുന്നത്? ഇത് ഏല്പിച്ച ദന്തക്ഷതം ഏതു ചുണ്ടുകളാണ് മറക്കുന്നത്?

ചങ്ങാതിയുടെ വക്കുപൊട്ടിയ ആ പല്ല് അത്തമുഹമ്മദ് എന്നെങ്കിലും എന്നെ കാണിക്കുമോ? ഇരുപത്തിയാറു വർഷങ്ങൾക്കുമുമ്പ് ഒരിള്ളക്കുട്ടിയുടെ ഓർമ്മ മാത്രമേ അതിനെക്കുറിച്ച് എനിക്കുള്ളൂ.

ഞാനത് ഒരിക്കലും അത്തമുഹമ്മദിനോട് ആവശ്യപ്പെടുകയില്ല. എന്റെ ഉപ്പയെയാണ് അത്തമുഹമ്മദ് ആദ്യമായി കുഴിച്ചിട്ടതെന്ന കാര്യം എനിക്കുമറിയാം. പിന്നെ ഞാനെന്തിന് അത്തയോട് അതു ചോദിച്ചറിയണം?

എങ്കിലും മഞ്ഞിൻപാളികളെ തുളച്ചുകൊണ്ട് അകലെനിന്നും നായ്ക്കളുടെ കുരയെത്തുമ്പോൾ...

കു. ശ്രീ.

പരിണാമസിദ്ധാന്തം വിവരിക്കുന്ന ക്ലാസിൽ ചെന്നിരിക്കലാണ് അവളുടെ അന്നത്തെ ജോലി. അവൾ കേൾക്കുന്ന മൂന്നാമത്തെ പരിണാമ ക്ലാസ്. പരിപാടി തുടങ്ങുന്നതിന് ഏറെ മുമ്പേ അവൾ ടൗൺഹാളിലെത്തിച്ചേർന്നു. സരോജനിയൊരിടത്തും വൈകിപ്പോയിട്ടില്ല. പള്ളിക്കുടത്തിലെ സാറന്മാരും വേലയ്ക്ക് നിന്നിരുന്ന വീട്ടിലെ കൊച്ചമ്മയും അതെടുത്ത് പറഞ്ഞിട്ടുണ്ട്.

ഒപ്പം വരേണ്ടിയിരുന്ന കോമതിയക്കനും കല്യാണിയും ഓ, അവളുമാര് വരുമ്പം വരട്ട്. കൂട്ടിനും കൊടയ്ക്കും നിന്നാ ഒരെടത്തും നേരത്തും കാലത്തും ചെല്ലാമ്പറ്റൂല്ല. നമക്കൊള്ള വണ്ടി അതിന്റെ പാട്ടിനുപോവും. പിന്നെ വഴീൽ മിഴുങ്ങസ്യാന്ന് നിക്കാം. പരിണാമ ക്ലാസിൽ കമ്പ്യൂട്ടറും സി ഡി പടോമൊക്കെയൊണ്ട്. അതൊക്കെ പരിപാടിക്കായി ഒരുക്കണതും വരണ ആളുകൾക്കിരിക്കാൻ ബഞ്ചുകളൊക്കെ പിടിച്ചിടണതു കണ്ടോണ്ടിരിക്കാനും രസമൊണ്ട്. അപ്പോഴാണെങ്കി മനസ്സി വേണ്ടാതീനങ്ങളൊന്നും കേറൂല്ല. ആവശ്യങ്ങളില്ലാത്ത കാര്യങ്ങൾ കണ്ടിരിക്കണ നേരത്താണ് നെഞ്ചില് സന്തോഷം നെറയണത്.

ജീവികളിലെ ഒരുമാതിരി മാറ്റങ്ങളാണീ പരിണാമം. മരിച്ചുപോയ ചെല്ലമ്മസ്സാറ് അതെല്ലാം പണ്ടേ പഠിപ്പിച്ചതാണ്. അന്നവര് പറഞ്ഞത് തന്നെയാണ്– കൊരങ്ങൻ മനുഷ്യനായതും ജിറാഫിന്റെ കഴുത്ത് നെടുനെടാന്ന് കെളരം വച്ചതും പാമ്പിന് കാലു കുറുവിയതും– എവന്മാരും പറേണത്. അതൊക്കെ ഒരുമാതിരി വേഷായിട്ട് അറിയാമായിരുന്നിട്ടും നമ്മടെ പരിണാമം ഇങ്ങനെയായിപ്പോയി.

മനുഷ്യന്മാര് കൊരങ്ങീന്നല്ല ഒണ്ടായേന്ന് ആരിക്കും പറയാനൊക്കൂല്ല. രണ്ടാമത്തെ ക്ലാസ് കഴിഞ്ഞതോടെ ആരോടും അവൾക്ക് തർക്കി

ക്കാമെന്നായി. പരിണാമം നല്ലതുതന്നെ. ചൊറീം കുത്തി വീട്ടിലിരിക്കേണ്ട ഞാനിപ്പം ഇവിടെ ടൗൺഹാളിൽ കാറ്റും കൊണ്ടിരിക്കണെതു തന്നെ പരിണാമമൊണ്ടായോണ്ടല്ലേ! അങ്ങനെ കൂടുതൽ ചിന്തിച്ചാ ചെല്ലമ്മസ്സാറിനെയും പിന്നെ ദാക്ഷുസ്സാറിനെമെല്ലാം ഓർമ്മവരും.

ഓ, ഇന്നും ആ സിമ്പിളൻ തന്നെയാണ് പരിപാടിക്ക് വന്നിരിക്കണെത്. കഴിഞ്ഞ ക്ലാസിന് അവനിട്ടിരുന്ന ഉടുപ്പിനായിരുന്നു ചന്തം. ചൊവടുവച്ചാടണ മയിലിനെപ്പോലെയായിരുന്നു അന്നവൻ നടന്നത്. ഇന്നത്തെ ഉടുപ്പിന് ഒരുമാതിരി ചൊറിയൻ മാക്രിയുടെ നെറം. ഇതു മനുഷ്യമ്മാരിടോ?

"രണ്ടായിരത്തി ഒൻപതാമണ്ടിൽ പരിണാമസിദ്ധാന്തത്തിന്റെ ഉപജ്ഞാതാവായ ചാൾസ് ഡാർവിന്റെ ഇരുന്നൂറാം ജന്മവർഷമാണ് കഴിഞ്ഞത്. പരിണാമസിദ്ധാന്തം ഇരുപത്തിയൊന്നാം നൂറ്റണ്ടിൽ എന്നതാണ് നമ്മുടെ ഇന്നത്തെ വിഷയം." മുമ്പത്തെ മാതിരിതന്നെ. അവൻ പറയുന്നതിൽ വള്ളിപുള്ളി വ്യത്യാസമില്ല. അവന്റെ തലയാട്ടലും മയിലുനടത്തോം തൊടങ്ങിയതും അവളുടെ മനസ്സ് ടൗൺഹാളീന്ന് പൊറത്തുചാടി.

അവമ്മാര് പ്രസങ്ങിക്കണെതൊക്കെ കാണാതെ പഠിച്ചിട്ട് നമക്കെന്തരു കാരിയം. ആ വലിയ വിശേഷങ്ങളൊന്നും സാധാരണക്കാരായ കുടുംബസ്ത്രീകൾക്ക് മനസ്സിലാവേമില്ല. നമ്മളെ മൊകത്ത് നോക്കുമ്പം അവന്മാരിക്കും അതറിയാം. അതോണ്ടാണ് ചെലപരിപാടികൾക്ക് കുടുംബസ്ത്രീ പെണ്ണുങ്ങളുടെ വശത്തൊട്ട് നോക്കാതെ ചെലവന്മാർ വായിട്ടലച്ചേച്ച് പോണത്. കൊച്ചിലേ അച്ഛന്റെ കൂട്ടത്തി കച്ചേരിനടയിലെ പ്രസങ്ങം കേക്കാൻ പോയിട്ടൊണ്ട്. അതൊക്കെയല്ലേ പ്രസങ്ങങ്ങൾ. വിക്കിവിക്കിയുള്ള ഒരാളിന്റെ പ്രസങ്ങം. അതവൾക്കിപ്പഴും ഓർമ്മയൊണ്ട്. കപ്പലണ്ടീടെ തോടെളക്കിയതിനുശേഷം സ്റ്റേജി നിക്കണവരുടെ കണ്ണിലോട്ട് നോക്കിയാ മതി. നല്ലതാണെങ്കി അവരുടെ വർത്താനം മനസ്സിലോട്ട് കേറിവരും. കടലമണി തിന്നാൻപോലും മറന്നുപോവും. ഇന്നെല്ലാം പോയില്ലേ! തോടൊള്ള നെലക്കടലേം ഭൂമീന്നേ നാമാവശേഷമായി.

ഞങ്ങക്ക് കൊച്ചുങ്ങളൊണ്ടാവാത്തത് ഒരു കണക്കിനു നോക്കിയാ നല്ലതായി. അല്ലെങ്കിലെന്തര് ചെയ്യുമായിരുന്നു? അയ്യാള് വേലയെടുത്തു കൊണ്ടുവരണതിനെപ്പറ്റി പറയാതിരിക്കേണ് നല്ലത്. അതോണ്ട് ഏഴെട്ടു കൊച്ചുങ്ങക്ക് എങ്ങനെ തീറ്റയിടും? കൈയൂക്കൊള്ളത് പെഴയ്ക്കും– ശേഷിയൊള്ളത് ശേഷിക്കും– ബാക്കിയൊള്ളത് കൺമുമ്പിക്കെടന്ന് തൊലയൂലേ? കെട്ടിയോൻ കീഴും കെഴക്കുമില്ലാതെ കുടിച്ചുപെടുത്തു നടക്കണോണ്ടാണ് സരോയനിക്കീ ഗതിവന്നതെന്ന് എല്ലാരും അവളെ നോക്കിപ്പറയും. അതു കേക്കണെതു തന്നെയൊരു സമാധാനം.

വീട്ടുവേലയ്ക്ക് നിക്കാൻ ചെന്നപ്പം ആ കൊച്ചമ്മ കൊറെ ഗൊണദോഷിച്ചു.

"എടീ. പെണ്ണേ! ഈ വീട്ടുവേല നിനക്ക് പറ്റിയതല്ല. നിന്റെ

കൊഴുപ്പും മിനുപ്പും ദേഹവടിവും ആണുങ്ങളെ എപ്പം എളക്കീയെന്നു ചോദിച്ചാ മതി. എന്റെ ആമ്പിറന്നോന് അമ്മാതിരി സൂക്കേടുകളൊന്നു മില്ലാത്തതിനാൽ നെനക്കിവിടെ എത്രകാലം വേണമെങ്കിലും നിക്കാം. വേറൊരെടത്ത് പോവുമ്പോ കണ്ടുംകേട്ടും നിക്കണം. സൂക്ഷിച്ചാ നെനക്ക് കൊള്ളാം."

അവര് ദെവസോം രണ്ടുനേരം വീതം കൊണദോഷിക്കും. തീപ്പെട്ടി ക്കൊള്ളി പോലത്തെ ആ കൊച്ചമ്മയ്ക്ക് അസൂയയാണ്. എന്നെനോക്കി വെള്ളമെറക്കണതു കാണാം. ദാക്ഷുസ്സാറിനെപ്പോലെയാവുമോ എന്നവൾ പേടിച്ചിട്ടൊണ്ട്. എങ്ങനെയാണൊ എന്തോ അവര് നായരെ വരച്ചവരേല് നെർത്തിയേക്കണത്?

ആ ബെഡ്റൂമിൽ കേറിയപ്പഴല്ലേ അവളന്തംവിട്ടുപോയത്. അവി ടത്തെ നെലക്കണ്ണാടിയിൽ ആദ്യമായിട്ടാണ് – ഉച്ചിമൊതൽ കാലിന്റെ പെരുവെരൽ വരെ – സ്വന്തദേഹം കണ്ടത്. കൊച്ചമ്മ പറഞ്ഞത് ശരിത ന്നെ. നല്ല ചന്തമാണ്. ആരും നോക്കിപ്പോവും. ശരിതന്നെ. തുണിയി ല്ലാതെ കണ്ണാടീടെ മുമ്പി നിന്നാ കാണാനെങ്ങനെയിരിക്കും? അതിനു പലതവണ തക്കംനോക്കിയെങ്കിലും നടന്നില്ല.

കല്ല്യാണം കഴിഞ്ഞ കാലത്ത് പ്നാറ്റി, പ്നാറ്റി ഒടുവിലയാൾ വാങ്ങി ച്ചോണ്ടുവന്ന ഒരു ചെറിയ കണ്ണാടി വീട്ടിലൊണ്ട്. കണ്ണും നെറ്റീം മൂക്കും ചുണ്ടും നെറയാനേ അതിലെടമൊള്ളു. കൈക്കണ്ണാടി തിരിച്ചാ കഴുത്ത് കാണാം. അപ്പഴ് നെറ്റി പൊറത്താവും. മൂക്കിങ്ങനെ നീണ്ടിരിക്കും. മേച്ചീ ലയില്ലാതെ നെഞ്ച്, വയറ്, പൊറകിലെ ഇടുപ്പ് ചുഴി ഇതൊന്നും കണ്ണാ ടിയിൽ കണാമ്പറ്റിയിട്ടില്ല. പൊട്ടക്കണ്ണൻ കണ്ണാടി. നല്ല ദേഹമൊണ്ടായി ട്ടെന്തരു കാരിയം? ഒരു വലിയ നെലക്കണ്ണാടി വാങ്ങിക്കണം. വീട്ടിലാരു മില്ലാത്തപ്പോ അതിന്റെ മുമ്പിച്ചെന്ന് മുഴുവൻ കാളയായി നിക്കണം.

സിമ്പളൻ കമ്പ്യൂട്ടറിൽ വെരൽ തൊട്ടതും ചൊവരിൽ ആൾക്കൊര ങ്ങിന്റെ പടംവന്നു. അതിന്റെ മേത്തു നെറച്ചും രോമം.

നെലക്കണ്ണാടി വാങ്ങിക്കാൻ അയാളെ ചേപ്പീന്ന് പണമവൾ ഇസ്കി ത്തൊടങ്ങിയതായിരുന്നു. അയാള് നേരെ ചൊവ്വെ തരണ കായികൊണ്ട് കണ്ണാടീം മൂക്കാടീം വാങ്ങിക്കല് നടക്കൂല. ദെവസോം നല്ലകൂലി കിട്ടിയി ട്ടെന്തരു കാരിയം. രാവിലെ വേലയ്ക്കെറങ്ങുമ്പം എന്നും രണ്ട് ഇരുവ തിന്റേം ഒരു പത്തിന്റേം നോട്ട് മുമ്പിലോട്ട് ചുരുട്ടിയെറിയും. ചെലപ്പോ അതിലൊരു ഇരുപത് കാണൂല. അതിൽ പത്ത് രൂപ വട്ടിക്കാരൻ അണ്ണാ ച്ചിക്ക് കൊടുക്കണം. അണ്ണാച്ചിയാണ് അവളുടെ മഹാലക്ഷ്മി. അയാളെ പെണക്കാമ്പാടില്ല.

സിമ്പിളൻ സീഡീൽ ഇപ്പം കാണിക്കണത് ഡാർവിന്റെ കപ്പലാണ്. എന്തരിനാണോന്തോ ആളുകള് അതു കണ്ടോണ്ടിങ്ങനെ വണ്ടറടിക്ക ണത്? ആദ്യമായിട്ട് കാണണോണ്ടായിരിക്കും. ഒരു പരിണാമവും വരാത്ത കപ്പല്. നമ്മളെ ഓലപ്പൊര പോലെതന്നെ.

ഓ, കല്യാണി അക്കനും കോമതിയക്കനും വന്നല്ലോ. പോയ

ക്ലാസിലും ഇങ്ങനെയായിരുന്നു. ഡാർവിൻ സ്വജാതിയിലെ കപ്പിത്താനുമായി ലോകം ചുറ്റാൻപോണയെടത്ത് ക്ലാസെത്തിയപ്പഴാണ് അവളുമാര് സൂക്ഷം കേറിവന്നത്. ഈ സിദ്ധാന്ത ക്ലാസ് അവളുമാരിക്ക് ബോധിക്കുമോ എന്തോ? കോമതിയക്കന് ചേരണത് ജാതാപ്പണിയാണ്. അണ്ടം പൊട്ടണതു മാതിരി മുദ്രാവാക്യം വിളിക്കാനറിയാം. എത്തറ തന്നെ വെയിലടിച്ചാലും കൊഴപ്പമില്ല. കരിങ്കുറ്റിയല്ലേ! ഇനിയും കറുക്കൂല്ല. കഴുത്ത് ശകലം കൂടി നീണ്ടാൽ സി ഡീന്ന് ചൊവരിൽ പതിയണ ഡാർവിന്റെ ആമേടെ മാതിരി തന്നെ. അക്കന്റെ അപ്പനപ്പമ്മാർ ആമകളായിരുന്നിരിക്കണം.

ഇവിടെ രണ്ടു കസേരകൾ ഒഴിഞ്ഞു കെടപ്പൊണ്ട്. എന്നാലും വിളിക്കണില്ല. അവളുമാര് വെറെവിടെയെങ്കിലും ചെന്നിരിക്കട്ട്. ക്ലാസെടുക്കണെ സിമ്പിളന് എടയ്ക്കിടെ ഒരുമാതിരിയൊരു നോട്ടമൊണ്ട്. അവന്റെ കണ്ണ് വന്നെന്റെ നെഞ്ചിലാണ് ഒട്ടിക്കെടെക്കണത്. അവനൊരു കൊച്ചനല്ലേ! എന്നൊന്നും അവളുമാര് അങ്ങനൊന്നും നിരീക്കൂല്ല. വിവരമില്ലാത്തവളുമാരെക്കൊണ്ട് അതുമിതും പറയിക്കാനെടകൊടുക്കണോ?

ചൊവരിലെ ഡാർവിൻ സായിപ്പ് നമ്മടെ ഇരുമരം മുക്കില് ചായക്കട നടത്തണ പത്രോസണ്ണനെ മാതിരി തന്നെയാണ്. കഷണ്ടീം, താടീം, വീതിനെറ്റിയും. മൊകവും അതേ സാമ്പിള്. ചെല്ലമ്മസാറ് ഡാർവിന്റെ പടമൊന്നും കാണിച്ചുതന്നില്ല. ദാക്ഷുസ്സാറ് അങ്ങനെയായിരുന്നില്ല. ആപ്പീസ് മുറിയിലോട്ട് വിളിച്ചോണ്ട് പോവും. ഒരുപാടു പടങ്ങളൊക്കെ കാണിച്ചുതരും. ചെലതു കണ്ടാ എനിക്ക് നാണം വരും. പിന്നെ അവര് എടയ്ക്കെടെ കെട്ടിപ്പിടിച്ചു കളയും. ചാരായത്തിന്റെ മാതിരി അവരടെ എരിഞ്ഞ വാടയാണ് പിടിക്കാത്തത്. അവരുടെ അടുത്തുചെല്ലുമ്പം ഞാൻ മിണ്ടാൻ മറന്നുപോവും. എന്തരവര് ചോദിച്ചാലും ഒന്നും ഉത്തരങ്ങള് തിരിച്ചു ഞാമ്പറയൂല. അപ്പള് ഊമപ്പെണ്ണേന്ന് വിളിച്ച് അവര് ദേഹത്തൊക്കെ തടവും. അവരുടെ സ്നേഹം ഒരുമാതിരിയാണ്. ഇപ്പം ഒണ്ടോ ചത്തോ എന്തോ? എന്തരായാലും ആമ്പിള്ളേരെയൊന്നും എന്റെ അടുത്തുവരാൻ ദാക്ഷുസാർ സമ്മതിക്കൂല്ലായിരുന്നു. അവര് നാറ്റമൊള്ള ചിത്രശലഭത്തിനെ മാതിരിയായിരുന്നു.

കൊച്ചമ്മേടെ ആമ്പെറന്നോനിക്ക് കണ്ണൂരിലേക്ക് സ്ഥലംമാറ്റമായി. അയാളെ കാണാൻ കൊള്ളാം. എന്റെ കെട്ടിയോൻ പണ്ടേതന്നെ ഒരുമാതിരിയാണ്. ഇപ്പഴിപ്പം കള്ളും ചാരായോം കുടിച്ച് കരിഞ്ഞൊണങ്ങിപ്പോയി. അതു ദൈവത്തിന്റെ ഒരുവേലയാണ്. ചന്തക്കാരികളെ കൊരങ്ങന്മാരെക്കൊണ്ടും കാണാൻ കൊള്ളാവുന്നവന്മാർക്ക് കരിങ്കൊള്ളിപ്പെണ്ണുങ്ങളെയും കൊടുത്തുകളയും. എന്റെ കെട്ടിയോന്റെ ദേഹത്തെ കൊരങ്ങു പരിണാമം തീർന്നുകാണൂല്ല. ഞങ്ങക്ക് കൊച്ചുങ്ങളില്ലാത്തത് എത്തറ നന്നായി. അതുങ്ങളും കൊരങ്ങായാലോ?

കൊച്ചമ്മേടെ നായരിക്ക് എന്തൊരു പേടിയാണ്. അയാള് വലിയ ഉദ്യോഗസ്ഥനെന്നാണ് പറേണത്. അതൊക്കെ ശരിതന്നെ. ഒരുസം അവ

രുടെ ബെഡ്റൂമിൽ കേറി നെലക്കണ്ണാടീടെ മുമ്പി നിന്ന് ഞാൻ സാരി അഴിച്ചിട്ടു. അയ്യോടീ. വാതിലടയ്ക്കാൻ മറന്നുപോയി. എന്റെ പൊറകു വശമെങ്ങനെയെന്നു നോക്കാൻ മുടിവലിച്ച് മുമ്പിലോട്ടാക്കി തിരിഞ്ഞതും അയാള് കേറിവന്നുകളഞ്ഞ്. എന്നെക്കണ്ട് അയാള് പേടിച്ചുപോയി. അന്നത്തെ ദെവസം പേടിത്തൂറനെ വെളിയിലേ കണ്ടില്ല. എവിടെച്ചെന്നൊളിച്ചിരുന്നോ എന്തോ?

അവര് കണ്ണൂരിക്ക് വിളിച്ചാ എപ്പം കൂടെപ്പോയെന്നു ചോദിച്ചാ മതി. പോകാൻ നേരത്ത് അവരൊന്നും മിണ്ടീല്ല. വിളിക്കാത്തവരെ വേല ഈ സരോയിനിക്കും വേണ്ട.

ഒരു വഴി അടയുമ്പം വേറൊന്നു തൊറക്കുമെന്നു പറയണത് എത്ര ശരിയാണ്.

അവൾ കുടുംബശ്രീയിൽ ചേർന്നു.

കുടുംബശ്രീയിലെ ചില സാറന്മാർ എന്നെ കണ്ടപാടേ കു ശ്രീ. എന്നാണ് വിളിച്ചത്. അതവൾക്ക് തീരെ മാനക്കേടായി. എന്നാലും തിരിച്ചൊന്നും പറഞ്ഞില്ല. പണിപോയാലോ?

തൊടക്കത്തിൽ കൊറെ ദെവസം മീറ്റിങ് കൂടണ വേലയായിരുന്നു. പെണ്ണുങ്ങൾ ഓരോന്നു പറയാൻ വട്ടമിട്ടിരിക്കും. പിന്നെ പാലൊഴിക്കാത്ത വെറും ചായയും കുടിച്ച് തിരികെപ്പോരും. അച്ചാറും പപ്പടോം ഒണ്ടാക്കണ കുടുംബസ്ത്രീകൾ മുടിവീഴുമെന്നു പറഞ്ഞ് എന്നെ അടിപ്പിക്കൂല്ല. ഓരോ കൂട്ടവും ഓരോ ജാതികളാണ്. പണ്ടത്തെ മാതിരി തന്നെ ഇപ്പഴും തീണ്ടലും തൊടീലുമുണ്ട്. തേനീച്ച യൂണിറ്റിന്റെ അടുത്ത് ഞാൻ പോവൂല. ഒരീച്ച കൊട്ടിത്തന്നാ മതി. ഈ ദേഹം വെഷം കേറ്റാനൊള്ളതല്ല.

പിന്നെ സൗന്ദര്യ എന്നൊരു കറുകറുത്ത കൊച്ചിന്റൂടെ കൊറച്ച് ദെവസം സർവ്വേയ്ക്ക് നടന്ന്. നമ്മളെ പാർട്ടിക്കാരൻ ശിവേണ്ണന്റെ വീട്ടിച്ചെന്നപ്പം വേറൊരു വാതിൽ തൊറന്നു. കൊച്ചിക്കേ നീയൊരു കാരിയം ചെയ്യ്. നീയിങ്ങനെ വെയിലുംകൊണ്ട് കണ്ട വീടുകളൊന്നും കേറിയെറങ്ങണ്ട. ടൗണില് ദെവസോം മീറ്റിങ്ങുകളൊണ്ട്. അവിടിരിക്കാൻ ആളു വേണം. നീയതിനുവന്നാ മതി. അങ്ങനെയാണവൾ മീറ്റിങ്ങിനു പോണ കുടംബസ്ത്രീയായി രൂപാന്തരീഭവിച്ചത്.

അന്നു വീട്ടിച്ചെന്നപ്പം ശിവണ്ണൻ ഉടുപ്പിടാതെ നിക്കേരുന്ന്. കറുത്തു കരുങ്കുറ്റിയാൻ. ശിവേണ്ണന്റെ കൈക്ക് എന്തരോ രൂപവ്യതിയാനം വന്നിട്ടൊണ്ട്. എന്തര് വണ്ണം. കരടിക്കൂട്ടത്തീന്നായിരിക്കും ശിവേണ്ണൻ പരിണമിച്ചത്. അവൾ ചിരിച്ചുപോയി.

ഓ, എന്റെ ചുണ്ടെളവിയത് കണ്ട് വായിട്ടലയ്ക്കണ സിമ്പിളന്റെ കണ്ണ് വണ്ടിന്റെ മാതിരി പാഞ്ഞുവരണോണ്ടല്ലോ. അവൾ തലകുനിച്ചിരുന്നു.

ശിവേണ്ണന് എന്നെ വലിയ കാരിയമാണ്. മറ്റൊള്ളവരുടെ അടുത്ത് കാണിക്കണ കരടിച്ചാട്ടമൊന്നും എന്റടുത്ത് എടുക്കൂല്ല. എവിടെവച്ചു കണ്ടാലും ചക്കോംപൊക്കോന്ന് ഓടിവരും. "ഈ പെണ്ണിന്റെ പെറട്ടത്തിലും കാന്തം വച്ചിട്ടൊണ്ടോ എന്തോ?" കോമതിയക്കൻ അസൂയകൊ

ണ്ടാണ് അങ്ങനെ പറേണത്.

പ്രസങ്ങങ്ങൾ കേക്കാനങ്ങനെ കെടക്കപ്പായീന്നെഴുന്നേറ്റ് പോവാനൊക്കൂല്ല. ആപ്പീസുകളിൽ പോണതു മാതിരി തന്നെ. രാവിലെ എഴിച്ച് കുളിച്ചൊരുങ്ങണം. തരാതരത്തിന് സാരികൾ വേണം. ചെലപ്പം സെറ്റും മുണ്ടും നിർബ്ബന്ധമാണ്. ഇനിയൊരു നല്ല ബാഗും വാച്ചും കൂടി വാങ്ങിക്കണം. വട്ടിക്കാരൻ അണ്ണാച്ചിയതിനു പണം തരും. ദൈവസോം തിരിച്ചടവൊണ്ട്. അണ്ണാച്ചിക്ക് ഒന്നും കൊടുത്തില്ലെങ്കിലും കൊഴപ്പമില്ല. ചിരിച്ചോണ്ട് നിന്നോളും. പിന്നെ അയ്യാള് അമ്മോന്ന് വിളിച്ചു കളയും. അത് തമിഴന്മാരടെ സൂക്കേടാണ്. വേറെ എന്തരെല്ലാം വിളിക്കാൻ കെടക്കേണ്. അപ്പഴാണ് ഒരു കമ്മാവിളി.

ചെല മീറ്റിങ്ങിൽ ചെലപ്പം പത്തും പന്ത്രണ്ടും പേരൊക്കെ വന്നലച്ചിട്ട് പോവും. കള്ളുകുടി, മയക്കുമരുന്നുകള്, വികസനം, പരിതസ്തിതി അങ്ങനെയാണ് കാരിയങ്ങൾ. എല്ലാം നമ്മള് സകിച്ചോണം. എപ്പഴും അവന്മാർ കുറ്റംപറയണത് തമിഴമ്മാരേം ബംഗാളികളേമാണ്. തമിഴമ്മാരെ കുറ്റം പറയണത് അവൾക്കിഷ്ടമല്ല. ഈ ലോകത്തി അണ്ണാച്ചിമാരില്ലെങ്കി കാണാമായിരുന്നു. മുട്ടേം മലക്കറീം അരീമൊക്കെ കൊണ്ടുവരാൻ അവരുതന്നെ വേണം. ഇതൊന്നും വിഴുങ്ങാതെ മലയാളികൾ എങ്ങനെ പരിണമിക്കും?

പ്രസങ്ങം എത്ര വശക്കേടാണെങ്കിലും അവളൊറങ്ങൂല്ല. നമ്മള് കണ്ണടച്ചാ വായിട്ടലയ്ക്കണ അവമ്മാര് ആരടെ മൊകത്താണ് നോക്കണതെന്ന് അറിയാമ്പറ്റൂല്ല. എല്ലായിടത്തും മത്സരങ്ങളല്ലേ. കോമതിയക്കനും കല്യാണിയും എവിടേം ഇരുന്നൊറങ്ങും. പാലൊഴിച്ച ചായേം ഉഴുന്നുവടേം വരണം അവരൊണരാൻ. പ്രസങ്ങത്തിനെടെ മയക്കം വിടാൻ അവൾ സാവിത്രിയക്കന്റെ ടീവിൽ കണ്ട സീരിയൽ കഥകൾ ഓർമ്മിച്ചിരിക്കും.

സിമ്പിളൻ ഇപ്പം സീഡീൽ കാണിക്കണത് സായിപ്പമ്മാരേം കറുത്തവരേമാണ്. അടുത്ത പടം ഒരു വിശേഷജാതി കറമ്പത്തിയുടേതാണ്.[1] അമ്പമ്പോ എന്തര് ചന്തീം മൊലേം ആണവക്ക്. ആ അടിമപ്പെണ്ണിനെ ടിക്കറ്റെടുത്താണ് സായിപ്പന്മാർ കാണാൻ പോയിരുന്നത്. എന്റെ അരേം മൊലേം അങ്ങനെയെങ്ങാനും പരിണമിക്വോ? ഇനി നിങ്ങൾക്ക് ചോദ്യങ്ങൾ ചോദിക്കാം. ക്ലാസ് തീരാമ്പോവുമ്പോ സിമ്പിളൻ അങ്ങനെ പറയും. അപ്പം ഇന്നെഴിച്ച് ചോദിക്കണം. അവൾ തീരുമാനിച്ചു.

മീറ്റിങ്ങിനു പോണവര് കുടുംബസ്ത്രീകളിലെ പട്ടന്മാരാണ്. ആപ്പീസ് വേലപോലെ. ഫാനിന്റെ കീഴെ പ്രസങ്ങം കേട്ടിരുന്നാ മതി.

---

1 Saartje Baartman (1789–1815) ഈ ആഫ്രിക്കൻ അടിമസ്ത്രീയെ അവരുടെ ശാരീരിക പ്രത്യേകതകൾ കാരണം പത്തൊമ്പതാം നൂറ്റാണ്ടിൽ ഏകദേശം നഗ്നയായി തന്നെ യൂറോപ്പിൽ 'ഹോട്ടന്റോട്ട് വീനസ്' എന്ന പേരിൽ യൂറോപ്പിൽ പ്രദർശിപ്പിച്ചിരുന്നു.

പാലൊഴിച്ച ചായ, ചോറ്, ചെലപ്പം ബിരിയാണി, പേന, കടലാസ് അതൊക്കെ കിട്ടും. നമക്കൊരിക്കലും ബാഗ് തരൂല്ല. വെയിലുംകൊണ്ട് മുദ്രാവാക്യം വിളിക്കാൻ പോണ കുടുംബസ്ത്രീകൾ നമ്മളേക്കാൾ കൊറഞ്ഞവരാണ്. അവർക്ക് ചെലപ്പം എറീം അടീം കിട്ടും. അച്ചാറും പപ്പടോം ഒണ്ടാക്കണവരും കൊറഞ്ഞവര് തന്നെ.

ഒരു ദെവസം ആളെക്കിട്ടാത്തോണ്ട് നമക്ക് ഒരു ജാതായ്ക്ക് പോവേണ്ടി വന്നു. അതവർക്ക് ഇഷ്ടമല്ല. മനുഷ്യർ ജാതിമാറാൻ പാടില്ല. വേണോങ്കി പരിണമിക്കാം. "മൂന്നാല് പേര് പനിയായിട്ട് കെടക്കേണ് സരോയിനി. ആളില്ല. നീയും വരണം കൊച്ചേ ഞാനുമുണ്ട്." എന്നു ശിവയണ്ണൻ സ്നേഹമായിട്ട് വിളിച്ചാലെങ്ങനെ പോവാതിരിക്കാനൊക്കും? സ്വല്പം പേടിയൊണ്ടായിരുന്നു. തിരുവന്തോരത്തുപോയ ചെല കുടുംബസ്ത്രീകളെ ലാഡ്ജീന്ന് പൊലീസ് പിടിച്ചെന്ന് ഒരു കുശുകുശുപ്പുണ്ട്. ജാതായ്ക്ക് പോട്ടോന്ന് കെട്ടിയോനോട് എങ്ങനെ അനുവാദം ചോദിക്കാൻ? നേരം വെളുത്താലൊടൻ അയാള് മൂക്കന്റെ മാതിരി ചീറിത്തൊടങ്ങും. വൈയുമ്പം പരിണമിച്ച് ഒച്ചിനെപ്പോലെ എഴഞ്ഞു കൊഴഞ്ഞാണ് വീട്ടിക്കേറി വരണത്. അതാണയാളുടെ പാരമ്പര്യം.

വണ്ടീപ്പോണതും തിരുവന്തോരത്തെ ആമ്പിറന്നോമ്മാരുടെ മുമ്പിക്കൂടി നെഞ്ചും വിരിച്ച് നടക്കണതും രസങ്ങള് തന്നെ. എല്ലാരും നമ്മടെ നെഞ്ചിൽ നോക്കിയാണ് ആളെണ്ണമെടുക്കണത്. അപ്പഴ് നമക്ക് എന്തരൊക്കെയോ തോന്നും.

അന്നു വെയിലുകൊണ്ട് അവളുടെ മൊഖം ചൊമന്നു. അതുകണ്ട് കോമതിയക്കൻ പറഞ്ഞത് നടന്നപ്പം പെണ്ണിന് പിത്തമെളവീന്നാണ്. അവൾക്ക് ദേഷ്യം വന്നു. "കോമതിയക്കാ. നിങ്ങളെ മോക്കാണ് പിത്തം. അവളെയല്ലേ ലാഡ്ജീന്ന്.." അയ്യോ. അന്നങ്ങനെ പറഞ്ഞതു ശരികേടു തന്നെ. അങ്ങനെയൊക്കെ പറയാൻപാടില്ല. കാണാത്തതിനെക്കുറിച്ച് മനസ്സീ നിരീക്കാനും പാടില്ല.

അന്നു നമ്മളെ ജാതേല് പ്രസങ്ങിക്കാൻ വന്നത് ഒരു തനിസുന്തരിയായിരുന്നു. തണ്ടിനൊത്ത തടി. നല്ല കസവ് നെറം. മഞ്ഞസാരീം ചൊവന്ന ജമ്പറും അവർക്ക് നന്നായി ചേരും. അതീപ്പിന്നെയാണ് അവളും ചൊവന്ന സീമന്തിപ്പൊട്ട് നെറ്റീല് ഇട്ടു തൊടങ്ങിയത്. ഒരേയൊരു കമ്പി വളയാണ് ആ വെളുത്ത കൈയിലൊണ്ടായിരുന്നത്. ഒരഞ്ചു പവനു മോളില് വരും. പേരുപോലെ തന്നെ ലക്ഷ്മി. മഹാലക്ഷ്മിയാണ് നമ്മളെ നേതാവ്. അതാലോചിച്ചപ്പോൾ അവൾക്ക് വലിയ സന്തോഷം തോന്നി.

അയ്യോ, അന്നാണ് കുടുംബസ്ത്രീകളിലെ കീഴ്ക്കെട ജാതിയെ കണ്ടത്. തിരുവന്തോരത്തെ സർവ്വമാന അഴുക്കുകളും വാരിക്കൂട്ടി ലോറീൽ കേറ്റീവിടണ ജാതിക്കാർ. എന്തൊരു വാടയാണ്. വെറും പാവത്തുങ്ങൾ തന്നെ. പെണ്ണേ നീ കണ്ടാ. അവരും നമ്മളെപ്പോലെ കുടുംബസ്ത്രീകളാണ്. സാവിത്രിയക്കൻ പറഞ്ഞപ്പം അവള് അന്തം വിട്ടു. ശരിക്കും താണവര്.

സാവിത്രിയക്കന് തിരുവന്തോരമെല്ലാം വേഷായിട്ട് അറിയാം. ജാത വിളിച്ച് തിരിച്ചുവരുമ്പം അക്കനോരോന്നു ചൂണ്ടിപ്പറഞ്ഞു. പെണ്ണേ. ഇതാണ് തൈക്കാട് ചവക്കോട്ട. ഒടനെ വണ്ടിയൊരു ട്രാഫിക് ജാമിൽ പ്പെട്ടു. റോട്ടില് ഷൂട്ടിങ്. ആ നാറ്റത്തിലിരുന്ന് സായിപ്പന്മാർ ചവറുവാരണ കുടുംബസ്ത്രീകളെ പടം പിടിക്കണ്. അങ്ങനെയെങ്കിലും അവളുമാരിക്ക് അമ്പതുരൂവാക്കാശ് കിട്ടട്ടെ.

ആ അഴുക്കീന്ന് എന്തരെല്ലാമാണവര് വീട്ടിക്കൊണ്ടുപോവാനെടുത്ത് വച്ചിരിക്കണത്. ഒരു കൂട് ബിസ്കറ്റ്, പിന്നെ കീറാത്ത കുഞ്ഞുടുപ്പുകൾ, ചവക്കോട്ടയി നിന്നായിരിക്കും കുറെ റീത്തുകൾ.

ഈ ലോകത്ത് പരിണാമം ഒരേപോലെയല്ല വരണതെന്നവൾക്ക് മന സ്സിലായി.

ക്ലാസ് നിർത്താൻ നേരമായി. 'മാനുഷരെല്ലാം ഒന്നുപോലെ.' സീ ഡീലെ അവസാനത്തെ പടം ചൊവരിലെത്തി. സിമ്പിളൻ കാണാതെ പടിച്ചത് പറഞ്ഞുതീർത്തു. "അങ്ങനെ നോക്കുമ്പോൾ മനുഷ്യർക്കിട യിൽ ജാതി, വർണ്ണ, വ്യത്യാസങ്ങൾ ശാസ്ത്രീയതയുടെ വെളിച്ചത്തിൽ ഇല്ല തന്നെ. മാനുഷരെല്ലാരുമൊന്നു പോലെ.." എന്നത്തേംപോലെ തന്നെ അവനിന്നും പറഞ്ഞത്. അവന്റെ വാക്കൊരിക്കലും പരിണമിക്കൂല്ലേ?

അവനതാ. എന്റെ മൊകത്ത് നോക്കണ്. എനിക്ക് സംശയങ്ങളൊ ണ്ടോന്നാണ്. അതവനറിയണം.

ഒരുപാടു സംശയങ്ങൾ ഉരുണ്ടു കയറിയ ആ നിമിഷത്തിൽ തന്നെ സരോജനിയെന്ന കുടുംബശ്രീ അംഗത്തെ ഒരിക്കലും ഗുണംപിടിക്കാൻ സമ്മതിക്കാത്ത കുറെ പഴയതും പുതിയതുമായ ഓർമ്മകൾ വളഞ്ഞു - നുള്ളണ ചെല്ലമ്മസാർ, കെട്ടിപ്പിടിക്കുന്ന ദാക്ഷുസാർ, പാമ്പാണോ അതോ ഒച്ചാണോയെന്നു സ്ഥിരപരിണാമം കാണിക്കാത്ത അവളുടെ സ്വന്തം നായര് - അങ്ങനെ പുറത്തു ചാടാൻ തിരക്കിടുന്ന നിരവധി ചോദ്യ ങ്ങൾ. അവയുണ്ടാക്കുന്ന ശ്വാസം മുട്ടൽ. തന്റെ പരിണാമ മാർഗ്ഗങ്ങളി ലുണ്ടാക്കിയ തടസ്സങ്ങളിൽ അവൾ പതിവുപോലെ വിയർത്തു തുടങ്ങി.

വിലക്ഷിതം

ആഴ്ചപ്പതിപ്പിലെ മുപ്പത്തിമൂന്നാം ലക്കത്തിൽ വായിച്ച ശ്രീ. വി ആർ സുധീഷിന്റെ ഭവനഭേദനം എന്ന കഥയാണീ കത്തിനുള്ള പ്രേരണ. പ്രസ്തുത രചനയിൽ കള്ളന്മാർ ഒരു നഗരഗൃഹത്തിൽ കയറുന്നു. വീട്ടുകാരിയുടെ പരപുരുഷഗമനം മനസ്സിലാക്കിയ ഭർത്താവ് അവളെ കൊന്നുകളയുന്ന ദൃശ്യം തസ്കരന്മാർ കാണുന്നു. രണ്ടു തിരുമാലികളെ കരുക്കളാക്കിയുള്ള കേരളത്തിന്റെ സമകാലിക ഗാർഹികാവസ്ഥയുടെ ചിത്രീകരണമാണ്. നല്ല കഥ.

എന്റെ പിതാവ് നാട്ടിലെ പ്രധാന കള്ളനായിരുന്നതിനാൽ കഥാവിഷയം എന്നെ ഏറെ ആകർഷിക്കേണ്ടതായിരുന്നു. പക്ഷേ, എനിക്കതത്ര പിടിച്ചില്ല. ഈ കഥയിൽ തിരുട്ടുതന്ത്രങ്ങളേക്കാൾ എഴുത്തുകാരൻ പ്രാധാന്യം നല്കിയിരിക്കുന്നത് ഇന്നത്തെ സാമൂഹ്യാവസ്ഥയെക്കുറിച്ചു പറയാനാണ്. സാധാരണ ചോരന്മാരുടെ വിക്രിയകൾ വായിക്കാനൊരുങ്ങുമ്പോൾ എന്റെ ചങ്കു പിടച്ചുതുടങ്ങും. ഇതേപോലെ മറ്റൊരു കള്ളൻകഥ വായിച്ചിട്ടുണ്ട്. അതെഴുതിയത് ആരാണെന്ന് ഓർമ്മ വരുന്നില്ല. അതിലെ തിരുമാലി കക്കാൻ കയറിയ വീട്ടിലെ നിരാലംബയും മക്കളാൽ പരിത്യക്തയും അവശയുമായ വൃദ്ധയെ കണ്ട് അവരുടെ പരിചരണത്തിലാണു മുഴുകിയത്. എനിക്കതു വായിച്ച് ചിരിവന്നു. കള്ളന്മാരല്ലേ ആൾക്കാർ! കൈയിൽ കിട്ടുന്നതെടുത്ത് എത്രയും വേഗത്തിൽ ഉയിരിനെ വീട്ടിലെത്തിക്കാൻ ശ്രമിക്കുന്നവരാണ് നടതള്ളപ്പെട്ട തള്ളമാർക്ക് കഞ്ഞിയനത്തി കൊടുക്കുന്നത്. പാതിരാത്രിയിൽ വീക്കിലിയും കൈയിൽവച്ചു ഞാനൊരുപാടു ചിരിച്ചു. എന്താണിത്ര വലിയ കിണിയെന്ന് ഡ്യൂട്ടി ഏറ്റെടുക്കാൻ ഉറക്കസമയം കഴിഞ്ഞെഴുന്നേറ്റു വന്ന ഭാര്യ ചോദിക്കുകയും ചെയ്തു.

അച്ഛനത്രയ്ക്ക് ക്രൂരനൊന്നുമല്ലാതിരുന്നിട്ടും ഒരിക്കലൊരു കമ്മൽ കൊണ്ടുവന്നതിൽ ചോരനിറം തൂവിക്കിടന്നതുകണ്ട് ഞങ്ങളുടെ അമ്മ കുഞ്ഞുലക്ഷ്മിയതിനെ തെങ്ങിൻ ചോട്ടിലോട്ട് എറിഞ്ഞുകളഞ്ഞു. പറഞ്ഞുവന്നത് കള്ളന്മാരുടെ പ്രമാണങ്ങളെഴുതാൻ യോഗ്യർ മോഷ്ടാക്കൾ അല്ലെങ്കിലവരുടെ മക്കൾ. അവർക്കാണല്ലോ അതിന്റെയൊക്കെ രാപ്പനി നന്നായി അറിയാവുന്നത്. അതാണ് ഇന്നത്തെ നടപ്പുരീതിയും. പെണ്ണുങ്ങളുടെ രചനകൾ വനിതാസാഹിത്യമായി മാറുന്നു. പിന്നെ ജാതി മതരാഷ്ട്രീയം മാതിരി വേർതിരിവും വേർതിരിക്കൽ സാഹിത്യവുമുണ്ട്. അതൊക്കെ എഴുതാൻ നിന്നാൽ കുഴങ്ങും.

എന്റെ പിതാവിന്റെ ചെയ്തികൾ ഓർക്കുമ്പോൾത്തന്നെ നടുവയറ്റിൽ നിന്നൊരാവിയുയരും. ജീവനെ സർവ്വനേരത്തും കൈയിലെടുത്തു നടന്ന ഒരു സാധുവായിരുന്നു അച്ഛൻ. അച്ഛൻ പുറത്തിറങ്ങിയാൽ മടങ്ങിയെത്തുന്നതുവരെ ഒരു വെപ്രാളം അമ്മയുടെ മുഖത്തു കാണാം. പിതാവ് കക്കാനിറങ്ങുന്ന രാത്രിയിൽ അമ്മ ഉറങ്ങാറില്ല. അതായിരുന്നു പരമാർത്ഥം.

നഗരത്തിലെ എന്റെ വീടും വഴിയും ഞാൻ പരസ്യപ്പെടുത്താത്തത് പഴയ കാര്യങ്ങൾ ചികഞ്ഞാരും അങ്ങോട്ട് വരാതിരിക്കാനാണ്. നാട്ടിമ്പുറത്തെ അയൽക്കാരും കുട്ടിക്കാല മിത്രങ്ങളും മണംപിടിച്ച് പട്ടണത്തിലെ എന്റെ വീട്ടിലിതുവരെയുമെത്തിയിട്ടില്ല. ഭവനത്തിൽ ഞാൻ ഭൂതകാലമില്ലാത്തവനാണ്. പഴയ പരിചയക്കാരും നാട്ടുകാരും നഗത്തിലെ ഓഫീസിലെന്തെങ്കിലും കാര്യസാദ്ധ്യത്തിനെത്തുമ്പോൾ ഞാൻ കുനിഞ്ഞിരിക്കുന്നതിനു കാരണം മറ്റൊന്നുമല്ല. ഞങ്ങളുടെ നെല്ലും തേങ്ങയും കട്ടെടുത്തിരുന്ന കുഞ്ഞിരാമന്റെ മോൻ! അവന്റിപ്പഴത്തെ പത്രാസ്. അവരുടെ കണ്ണുകൾ പറയുന്നതുപോലും കേൾക്കാനെനിക്ക് വയ്യ! ചിലരുടെ ഒരു വാക്ക് അതു നമ്മളെ പത്തുമുപ്പതു വർഷങ്ങൾ പുറകോട്ട് എടുത്തടിച്ചു കളയും.

അക്കാലമൊക്കെ ഓർമ്മയിൽ വരുന്നതേയെന്നെ ലജ്ജിതനാക്കുന്നു. ഞങ്ങൾ മൂന്നു സന്താനങ്ങളെയും– സാക്ഷാൽ കുഞ്ഞിപ്പിതാവ് അവർകളൊരു പുരോഗമനവാദിയായിരുന്നു. അതിനാൽ മൂന്നു കുഞ്ഞുങ്ങൾ. അന്നത്തെ മിനിമം ജനനസംഖ്യ ആറിനു മുകളിലായിരുന്നു. നാട്ടുനടപ്പനുസരിച്ച് സർവ്വോപരി സോഷ്യലിസ്റ്റും. ഉള്ളവനിൽ നിന്നുമാത്രമേ അദ്ദേഹം കവർന്നിട്ടുള്ളു – പ്രിയകളത്രം കുഞ്ഞിലക്ഷ്മിയെയും അവരുടെ വൃദ്ധമാതാപിതാക്കളെയും പുലർത്താൻ കാർഷികവിപ്ലവമവതരിക്കാത്ത കേരളമണ്ണിൽനിന്നും നെല്ലും നാളികേരവും കൊള്ളിക്കപ്പെയുമൊക്കെ പതുങ്ങിപ്പതുങ്ങിയെടുക്കാൻ അദ്ദേഹം പെട്ടപാടോർക്കുമ്പോൾ തുടക്കത്തിൽ പരാമർശിതമായ കഥയിലെ മുബൈലും മറ്റാധുനിക ഉപകരണങ്ങളുമൊക്കെ കൈയിലെടുത്തിറങ്ങിയ തിരുടന്മാരായ കഥാപാത്രങ്ങൾ. അവരൊന്നുമല്ല. തിരുട്ടു ജീവിതം കണ്ടവരേയല്ല ആ കഥകളുടെ രചയിതാക്കൾ.

എന്റെ ഫാദർ എത്രതവണയാണ് ടിയാനേക്കാൾ മഹാകള്ളനായ പഞ്ചായത്തു മെമ്പർ ശ്രീമാ.– (വേണ്ട. എന്തിന് മറ്റുള്ളവരെ നാറ്റിക്കണം? മെമ്പറുടെ മക്കളൊക്കെ അഭിജാതരാണേ! വലിയ നെലയും വെലയുമുള്ളവരാണേ! അവർക്ക് ഏതു സഭയിലും ഒരു കസേരയുണ്ട്. തലകണ്ടാലുടൻ ആരും ചാടിയെഴുന്നേറ്റു കളയും) – ന്റെ അടികൊണ്ടിട്ടുള്ളത്. ഫാദറിനെ മരത്തിൽ കെട്ടിവച്ച് തല്ലുന്നത് കാണാനിടവന്ന ഒരു പുത്രന്റെ മനസ്സ്.. അതാണ് അതാണ് ഞാൻ മുന്നേ അനുഭവങ്ങളുടെ രൂക്ഷത സാഹിത്യത്തിനു നല്കുന്ന എല്ലുറപ്പിനെക്കുറിച്ച് വാചാലനായിപ്പോയത്.

“ദേ, കള്ളൻ കുഞ്ഞിരാമന്റെ ചെറുക്കനുടുത്തിരിക്കുന്നത് ഞാനിന്നലെ സന്ധ്യയ്ക്ക് അയയിലിട്ടിരുന്ന മുണ്ടാണെടീ.”

തോട്ടിന്നടുത്തെങ്ങാൻ ചെന്നാൽ പെണ്ണുങ്ങളെന്നെ കുളിക്കടവിലേക്ക് വിളിപ്പിച്ച് ഉടുമുണ്ടഴിച്ച് അതിലെ അടയാളങ്ങൾ നോക്കി മറ്റുള്ളവരെ ബോദ്ധ്യപ്പെടുത്തിയിരുന്നു. അതിനു മാത്രമായി ഒരു ദാക്ഷായണി ഈ ഭൂമിമലയാളത്തിൽ അവതരിച്ചിരുന്നു. എന്നെ കണ്ടാലുടനവൾക്ക് മുണ്ടഴിപ്പിക്കണം. ഡാഷ്മോളേ.. യെന്നാണവളെ വിളിക്കേണ്ടത്. ഒരുപാങ്ങൊക്കെയായതിനുശേഷവും ഞാൻ മുണ്ടുടുത്തിട്ടില്ല. അമ്പലത്തിപ്പോയാലും പാന്റേ ഇടത്തൊള്ളു. ഞങ്ങളുടെ കല്യാണം അടിയന്തരമായി രജിസ്റ്റർ ചെയ്തതിനാൽ അന്നത്തെ ദിവസത്തെ എടുപിടിവെപ്രാളങ്ങൾക്കിടയിൽ മുണ്ടോ പാന്റോ? അതൊന്നും ചർച്ചയായതേയില്ല.

ആ ഭയം ഇപ്പോഴുമുണ്ട്. ആരോയെന്റെ ഉടുമുണ്ടു പറിച്ചുകളയാൻ പിന്നാലെ വരുന്നെന്ന് ഒരു തോന്നലെനിക്കുണ്ടായിരുന്നു. മുമ്പൊരു വാരികയിൽ അതിനെക്കുറിച്ച് മനശ്ശാസ്ത്രജ്ഞനോട് എഴുതിച്ചോദിച്ചതാണ്. ലൈംഗികതയുമായി ബന്ധപ്പെട്ട് അയാളതിന് എനിക്ക് തീരെ ബോധിക്കാത്ത ഉത്തരമാണു തന്നത്. എന്തിനെയും ഫ്രോയിഡിലിട്ടുരുട്ടുന്നത് ആ ഉത്തരക്കാരന്റെ രീതിയായിരുന്നു. എനിക്കിഷ്ടമായില്ല. ഒറ്റത്തവണ വായിച്ച് ഞാനതു കീറിക്കളഞ്ഞു. അതിൽപ്പിന്നെ ഞാനത്തരം കത്തുകൾ അയച്ചിട്ടേയില്ല. മനശ്ശാസ്ത്രജ്ഞന്മാർക്കുള്ള കത്തുകൾ തട്ടിപ്പാണെന്ന് വൈകിയാണെങ്കിലും എല്ലാ മലയാളികളും മനസ്സിലാക്കി. വാരികളിലെ ആ പംക്തിതന്നെ നിന്നുപോയില്ലേ! വെളുക്കുംവരെ ആരും കക്കാൻ പാടില്ല. ചില പ്രമാണങ്ങൾ അച്ചട്ടാണ്.

ഇവിടെ വേറൊരു സംഗതി കിടപ്പുണ്ട്. കുളിക്കടവ്. പെണ്ണുങ്ങൾ. അവർക്കിടയിൽ ഉടുതുണിയില്ലാത്ത ഒരു കൗമാരഗാത്രം. കഥയുടെ ചിത്രീകരണത്തിന് നല്ല സ്കോപ്പാണ്. കഥാകേന്ദ്രവുമായി ഒരു ബന്ധവുമില്ലാത്ത ചില സൂചകങ്ങളെ ആസ്പദമാക്കിയാണ് മിക്കപ്പോഴും വാരികകളിലെ ഇല്ലസ്ട്രേഷൻ നടത്തിവരുന്നത്. വരയാളിയുടെ കൈക്രിയ കണ്ടു മോഹിതരാകുന്ന പാവം വായനക്കാർ. (ഞാനെഴുതുന്ന ഇതൊരു കത്തല്ല. കഥയാണെന്ന തോന്നൽ പത്രാധിപർക്കുണ്ടാകണേ! എങ്കിൽ ഞാൻ രക്ഷപ്പെട്ടു.)

ചിലപ്പോഴൊക്കെ ഞാൻ ചിലതൊക്കെ കുത്തിക്കുറിച്ചിരുന്നു. എന്റെയൊപ്പം ജോലി ചെയ്തിരുന്ന ഒരു സുകുമാരൻനായർ സാറാണ് എന്റെ ഗുരു. പാടിപ്പാടി ചങ്കുപൊട്ടി മരിക്കുക എന്നു കേട്ടിട്ടില്ലേ? അതു മാതിരി എഴുതിയെഴുതി ചങ്കുപൊട്ടി മരിച്ചയാളായിരുന്നു അദ്ദേഹം. സാറിന്റെ ഉപദേശങ്ങൾ അതൊരുവിധത്തിൽ നന്നായി. അല്ലെങ്കിൽ ഈ ഒരുമാതിരി വല്ലാത്ത കെട്ടയിക്കാലത്ത് എങ്ങനെ നേരം കളയുമായിരുന്നു? ഞാനെഴുതിയതൊക്കെ പുതിയ വിഷയങ്ങളെയും മലയാളത്തിൽ വരാത്ത കാര്യങ്ങളെയും പറ്റിയായിരുന്നു. ഉറങ്ങാത്ത രാത്രികളിൽ കുറിച്ചതും ചുവടെ കടന്നുവരുന്ന എന്റെ പുത്രവിശേഷങ്ങളും സാധാരണക്കാർക്ക് അപരിചിതമായ സൈബർ വിശേഷങ്ങളാണ്. വായനയിൽ കല്ലുകടിക്കാതിരിക്കാൻ അതൊന്നു മുൻകൂട്ടി പറഞ്ഞതാണ്.

സാഹിത്യഗുരുവിന്റെ മാതിരിയായിരുന്നു എന്റെ കാര്യവും. ഞാനെഴുതിയതൊന്നും രക്ഷപിടിച്ചില്ല. ഈ കത്തും വലിയൊരു ചവറ്റുകുട്ടയുടെ വയറിനെയാണു ലക്ഷ്യമിടുന്നത്. ഒന്നും താങ്ങില്ലാതെ വളരുന്നില്ല. ചുറ്റിലുമൊക്കെ ശ്രദ്ധിക്കുക. എന്തുമാത്രം കണ്ടുപിടുത്തങ്ങളാണ് സാധാരണക്കാരൊക്കെ നടത്തുന്നത്. ഒന്നിനും എഴുന്നേറ്റമില്ല. വിദേശത്തെങ്ങാനുമായിരിക്കണം! എന്റച്ഛൻ കള്ളന്മാരെ സംബന്ധിക്കുന്ന ഒരു പ്രധാന ഉപകരണം നിർമ്മിച്ചയാളാണ്. അന്നൊക്കെ തേങ്ങ മോഷണം പോകാതിരിക്കാൻ തെങ്ങിൻ തടിയിൽ ഉടമസ്ഥർ അള്ളുവച്ചിരുന്നു. തടിയിൽ തറഞ്ഞിരിക്കുന്ന ഇരുമ്പള്ളിന്റെ സ്ഥാനം കൃത്യമായി കണ്ടെത്തുന്ന ഉപകരണമായിരുന്നു അച്ഛന്റെ ശാസ്ത്രീയസംഭാവന. അക്കാലത്ത് അതിനെയങ്ങനെ പരസ്യപ്പെടുത്താനാവില്ലായിരുന്നു. അതിന്റെ ചില കാന്തക്കട്ടകളൊക്കെ വീട്ടിലിപ്പോഴും കിടപ്പുണ്ട്.

മേൽച്ചൊന്ന രണ്ടു കഥകളിലും കള്ളന്മാരെ കരുവാക്കി പുതിയ കാലത്തെയാണ് രേഖപ്പെടുത്തിയിരിക്കുന്നത്. എനിക്കും പുതിയ ജീവിതധാരകളെ വെളിപ്പെടുത്താൻ ആശയുണ്ട്. 'അദർ ലൈഫി'ന്റെ സാദ്ധ്യതകളെക്കുറിച്ച് ഞാനീയിടെ നന്നായി ശ്രദ്ധിക്കുന്നുണ്ട്. അതിനു പ്രേരണ എന്റെ മോനാണ്. പുത്രനിപ്പോൾ പഠിത്തമൊക്കെ ഒരുവഴിക്കിട്ട് ഏതു നേരത്തും ഇന്റർനെറ്റിനുള്ളിലാണ്. അവനും കൂട്ടാളികളും ചേർന്നതിലൊരു മായാലോകമുണ്ടാക്കിയിരിക്കുന്നത്രേ! ആ സാങ്കല്പിക ജീവിതത്തിൽ അവൻ വല്ലാതെ ഇഴുകിച്ചേർന്നുപോയി. ആ ലോകത്തിലവൻ ധനികനാണ്. സ്വന്തമായി വില്ല, കാറ്, കനത്ത ഡോളർ ബാങ്ക് ബാലൻസ്. ഇല്ലാത്തതൊന്നുമില്ല. അതിലേക്ക് കയറാനും മേളിക്കാനും കീപാഡിൽ വിരലുതൊടുന്നതു മാത്രമേ നമുക്ക് പുറത്തുള്ളവർക്കറിയുള്ളു. ഉള്ളിലെന്തോ സംഭവിക്കുന്നുണ്ട്. അതിനു തെളിവായി കുട്ടിയുടെ മുഖത്തൊരു മാതിരി ചിരിപരക്കും. മനുഷ്യപ്പറ്റില്ലാത്ത നിലാവു തിളക്കമുള്ള കളിയാണ്. തള്ള ചോറുണ്ണാൻ വിളിക്കുന്ന നേരത്ത് ഇറങ്ങി വരണ ഒരു മട്ടുകാണണം. അപ്പാടെ പിടിവിട്ടുപോയി. പറഞ്ഞിട്ടൊരു കാര്യവുമില്ല.

മായാലോകത്തിനുള്ളിലെ ഒരു കഥാപാത്രവുമായി പുത്രനു കല്യാ

ണാലോചന പൊടിപൊടിക്കുകയാണത്രേ. അതിനി ആണാണോ അതോ പെണ്ണോ? എന്തായാലും കൊള്ളാം. ഞാനതിനെക്കുറിച്ച് കൂടുതൽ ചോദിച്ചാൽ അവനെന്നെ വിരട്ടാൻ വരും. പിന്നെ കമ്പ്യൂട്ടറിനുള്ളിലെ ലോകം അതെല്ലാം നമുക്ക് കണ്ണാൽ കണ്ടറിയാനും പാടാനുമാണ്. ചിലതൊക്കെ അനുഭവിക്കുമ്പോൾ പഠിക്കും. അത്രതന്നെ.

ആ വിർചൽ ലോകത്തിലെ അവന്റെ പിതാവ് എന്തായാലും ഞാനാവില്ല. അവനീയിടെ എന്നെ പഴയതുപോലത്രയ്ക്ക് ബോധിക്കുന്നില്ല.

ഞങ്ങളെ പോറ്റാൻ എന്തുബുദ്ധിമുട്ടിയ ആളാണ് എന്റെ പിതാവ്. എന്നിട്ടും... ഞാനതിനെക്കുറിച്ചൊക്കെ ഏറെ ആലോചിച്ചു. ഞാനെന്തു മാത്രം അദ്ധ്വാനിച്ചു. വലിയ ഉദ്യോഗമുണ്ടാക്കി. നല്ല ജീവിതം വെട്ടിപ്പിടിച്ചു. എന്നിട്ടും ഭൂതകാലം വേട്ടയാടുന്നത് അതിരൂക്ഷമായിട്ടാണ്. പുറത്തിറങ്ങിയാൽ കള്ളൻ കു. ന്റെ മോനല്ലേ ദേ പോണത് എന്നു മാത്രമേ കേട്ടിട്ടുള്ളു.

അവനിങ്ങനെ എത്രകാലം ഫൈബറോപ്ടിക്സ് ചുരുളുകളിൽ നൂളിയിട്ടു കിടക്കാനാവും? വിശക്കുമ്പോഴെങ്കിലും ജീവിതാഴിയിൽ ചാടാതിരിക്കാനാവില്ലല്ലോ. മായാവലയിൽ കുരുങ്ങിക്കിടന്ന് ജീവിതത്തിൽ നീന്തലറിയാതിരുന്നാലും അവനാദ്യം പഴിക്കുന്നത് എന്നെയായിരിക്കും. തന്തപ്പടി വലിയ ഉദ്യോഗസ്ഥനായിരുന്നു. മര്യാദരാമൻ. എന്തു കാര്യം? മക്കളെ വളർത്താൻ പന്നിക്കറിഞ്ഞൂടായിരുന്നു. അങ്ങനെതന്നെ പുത്രൻ പറയും. നിശ്ചയം.

ഇന്റർനെറ്റ് ഡി അഡിക്ഷൻ സെന്ററുകൾ മലയാളമണ്ണിൽ തുടങ്ങേണ്ട കാലം അതിക്രമിച്ചിരിക്കുന്നു. ഒരുപാടു ചെക്കന്മാർ അതിൽ കുരുങ്ങിക്കിടപ്പാണ്. മിക്ക വീടുകളിലും ഇതുതന്നെയാണ് സ്ഥിതി. കാണുന്നതെല്ലാം വാരിപ്പിടിച്ച് കുടുംബത്തിൽ കൊണ്ടുവരികയെന്നത് നമ്മുടെയൊരു കുഴപ്പമാണ്. എലിപ്പാഷാണപ്പൊതിയാണെങ്കിലും കമ്പ്യൂട്ടറാണെങ്കിലും നല്ല പരസ്യം കണ്ടാൽ ഇരിക്കട്ടെയെന്നു കരുതി രണ്ടെണ്ണമൊക്കെ ഒരുമിച്ചു വാങ്ങിച്ചുക്കളയും. വീട്ടിനുള്ളിലിരുന്നതൊരു പിശാചാകും. പിന്നെ ഉച്ചാടന ക്രിയ വേണ്ടിവരും. ബാങ്കുകാർക്കും വട്ടിപ്പലിശക്കാർക്കും കോള്. കൃഷി, വ്യവസായം ആദിയായ പണസമ്പാദന മാർഗ്ഗങ്ങളൊന്നുമില്ലാത്ത കേരളത്തിൽ ശാഖകൾ തുറക്കാൻ ബാങ്കുകൾ മത്സരിക്കുന്നതിനു കാരണം മറ്റൊന്നുമല്ല. എന്റെ ചെറുക്കന്റെ ഭാവിയെ കുറിച്ചാലോചിച്ചാൽ ഒരു സമാധാനവും ചിലനേരത്തുണ്ടാവാറില്ല. പിതാവ് കു. എന്റെ ഭാവിയെക്കുറിച്ചെത്ര ചിന്തിച്ചു? അങ്ങനെ സമാധാനിച്ചാണ് ഞാൻ മനക്കത്തലടക്കുന്നത്.

സംഗതി കള്ളൻ വിഷയമാണല്ലോ. കൈക്കൂലിയടക്കം കിട്ടിയതെല്ലാം കൂട്ടിവച്ച് ഞങ്ങളുടെ കൈയിൽ കുറച്ചു പണമുണ്ടായിരുന്നു. അതുമുഴുവനും കൊണ്ടു ബാങ്കിൽ തള്ളാനാവില്ല. തലങ്ങും വിലങ്ങും ആധാർലിങ്കുകൾ വന്നതോടെ ഇടപാടുകൾ വളരെ ശ്രദ്ധിച്ച് കൈകാര്യം ചെയ്തില്ലെങ്കിൽ പണിപാളും. കൈക്കൂലി വാങ്ങാതിരിക്കലല്ല. ധാരാളി

ത്തത്താൽ അതു ചിതറിപ്പോകാതെ സൂക്ഷിക്കലാണ് ശ്രമകരം.

അതിനാൽ പുറംവരുമാനം മുഴുവനും പവനെടുക്കാനാണ് ഭാര്യ വിനിയോഗിച്ചത്. സ്വർണ്ണത്തിന്റെ വില കയറിപ്പോയപ്പോഴാണ് ആധി കയറിയത്. ഒരുദിവസം ലീവെടുത്ത് ഞങ്ങൾ സർവ്വബാങ്കുകളിലും കയറി. ഒരിടത്തും ലോക്കർ കിട്ടാനില്ല. അങ്ങനെയങ്ങനെ ഞങ്ങൾക്ക് ഉറക്കം കമ്മിയായി. കള്ളന്റെ കഞ്ഞി ഞാനെത്ര കുടിച്ചതാണ്. അതിന്റെ ശിക്ഷയാണ്. മരച്ചീനി വെളകളിലൊക്കെ അച്ഛനെ പേടിച്ച് ആളുകൾ അന്നു കാവൽ കിടന്നിരുന്നു.

ഞാൻ ഒരെട്ടുമണിയാകുമ്പോൾ ഉറങ്ങാൻ കിടക്കും. ഭവനഭേദനം, മോഷണം ഇത്യാദികളുടെ ഭീതികൾ കാരണം ഭാര്യ കിടക്കുമ്പോൾ പന്ത്രണ്ടുമണി കഴിയും. അതുവരെ ടി വി കാഴ്ചകളും തിന്നുകൊണ്ടവളിരിക്കും. പിന്നെ പുലരുവോളം എനിക്കാണു ഡ്യൂട്ടി. രാത്രിയിൽ വീടിനു പുറത്തിറങ്ങരുതെന്നു ഭാര്യയുടെ ഓർഡറുണ്ട്. ചെറുക്കനെക്കൊണ്ടൊരു കാര്യവുമില്ല. രാവും പകലുമൊക്കെ അവന് ഒരുപോലെയാണ്. നിലാവത്തുവിട്ട കോഴി മാതിരിയാണ് അവന്റെ രീതികളെല്ലാം. പിന്നെ ഞാനെന്തു ചെയ്യും? അങ്ങനെയാണ് വാലും തലയുമില്ലാത്ത ഈ കുത്തിക്കുറിക്കൽ പരിപാടി ഞാൻ തുടങ്ങിയത്. അപ്പൻ കുഞ്ഞിരാമന് കോഴിപിടുത്തത്തിന് തനതു രീതിയുണ്ടായിരുന്ന കൂട്ടിൽനിന്നും നേരിട്ട് പിടിക്കില്ല. കോഴികളെ കൂടു തുറന്ന് നിലാവത്ത് വിടും. അന്നേരത്ത് കഴുത്തിൽ പിടിച്ചാലും അവറ്റകൾ കാറിവിളിക്കില്ല. ന്നാ. പിടിച്ചോ. പിടിച്ചോ. എന്ന രീതിയിൽ കൊക്കത്തേയുള്ളു.

കൃത്യം നാലിനെഴുന്നേറ്റവൾ വരും. ഞാൻ കാവൽപ്പണിയിൽ നിന്നൂരി ബെഡ്റൂമിലേക്ക് പോകും. കുളി, തേവാരം, സ്പെഷ്യൽ പൂജകളുമായി അവൾ സജീവമാകും. ഓഫീസിലിരിക്കെ രാത്രിയിൽ ശരിയാകാത്ത ഉറക്കം ഓരോ കണ്ണായി ഞാനുറങ്ങി തീർക്കും. എന്റെ ജനയിതാവ് പകൽ മുഴുവനും ചുരുണ്ടുറങ്ങിയിരുന്നത് സ്വാഭാവികം. കള്ളന്മാരെ ഭയന്ന് ആ പുമാൻപുത്രനും പകൽ നേരത്ത് നിദ്രാദേവിയെ ഉപാസിക്കുന്നു. അതിൽ വലിയൊരു വ്യത്യാസമുണ്ട്. സർക്കാർ ചെലവിൽ ഓരോ കണ്ണായിട്ടാണെന്നു മാത്രം.

യ്യോ. ഭാര്യ ഉണർന്നു. മണി നാലായി ഞാൻ കത്തു ചുരുക്കുന്നു.

കാടിറക്കം

കൊറ്റാമലയുടെ ഉച്ചിയിലായിരുന്നു ആ പുലിക്കെണി. അതിനുള്ളിൽ പാതിയുറക്കത്തിലായിരുന്നു ആ കറുത്ത ആട്. നിരവധി കണ്ണുകളുടെ നിരീക്ഷണത്തിലുള്ള ആ തീറ്റക്കെണിയിലേക്ക് ഒരീച്ച കടന്നാലും അറിയണം. അതീവ ജാഗ്രതയോടെ അവർ കാത്തിരുന്നു. രാത്രി പകുതിയായി. എന്നാ മടുപ്പാ? കോട്ടുവായ വിടാത്തവർ ആരുമുണ്ടായിരുന്നില്ല. സമയം ഇഴഞ്ഞുനീങ്ങിയത് ഏറെ പതുക്കെയായിരുന്നു. ഏതാണ്ട് പുലരാൻ നേരമായപ്പോൾ കെണിയൊന്നനങ്ങിയതായി കാത്തിരിപ്പുകാരിൽ ചിലർക്ക് തോന്നി. ആ നിമിഷത്തിൽ തന്നെ പുലി ആടിന്റെ കഴുത്തിൽ പിടിച്ചു. ടപ്പ് എന്നൊരൊച്ചയോടെ കെണിയുടെ അടപ്പ് വീണു. എല്ലാം ഒരുമിച്ചായിരുന്നു പുലി വീണേ പുലി വീണേയെന്നു കാറിക്കൂവിയത്.

മരക്കൊമ്പുകളിൽ ഉറക്കം തൂങ്ങിയിരുന്ന ഇട്ടിച്ചാരും സംഘവും ഉണർന്നു. പന്തങ്ങൾ തെളിഞ്ഞു. കെണിക്കൂടിനെ സംഘം വളഞ്ഞു. ഇട്ടിച്ചാർ മുന്നിൽ നിന്നു. മാങ്കുളം അടക്കിവാണിരുന്ന അയാളെ പന്തവെളിച്ചത്തിൽ കണ്ടിട്ടും പുലിക്ക് കൂസലില്ല. കൂടിനുള്ളിൽ ഒരന്ധാളിപ്പുമില്ലാതെ പുലി അലറിക്കൊണ്ടിരുന്നു. ദിവസങ്ങൾ കാത്തിരുന്നതിന്റെ കലി തീർക്കാൻ അവരതിനെ കുന്തംകൊണ്ടു കുത്തി. മതിമറന്നു കാടുകുലുങ്ങാൻ പാകത്തിൽ ആർപ്പു വിളിച്ചു. ചിലർ കമ്പിയഴികൾക്കിടയിലൂടെ കത്തിയിറക്കി. വറേലെ വക്കച്ചന് പുലിയുടെ വക തിരിച്ചൊരു മാന്തും കിട്ടി. പുലി അള്ളിയ വക്കച്ചൻ. കുടിയേറിവന്ന തെക്കന്മാർക്കിടയിൽ അതോടെ വക്കച്ചൻ അങ്ങനെ അറിയപ്പെട്ടു.

“എന്റെ പശൂനെ പിടിച്ചത് നീയല്ലേ തന്തയ്ക്കു പിറക്കാത്ത പട്ടിപ്പുലി? പന്നിപ്പുലി. വെളിക്കിരിക്കാൻ ചെന്നിരുന്ന എന്റെ പാവം കെട്ടിയോളെ ചന്തിനീ മാന്തിപ്പറിച്ചില്ലേ?”

തങ്ങളുടെ വളർത്തു മൃഗങ്ങളെ പിടിച്ചു തിന്നതിനും ആളുകളെ ആക്രമിച്ചതിലും പകതീർക്കാൻ കുത്തിയും വെട്ടിയുമവർ പുലിച്ചോര ചീറ്റിച്ചു. തെറിവിളിച്ച് പുലിയെ നാണം കെടുത്തി. നാനാവശത്തുനിന്നു മുള്ള ആക്രമണത്തിൽ പുലിയുടെ ചീറ്റലും അമറലും ചാടലും നിന്നു. ഒടുവിലത് കൂട്ടിൽ വീണു.

ഏറ്റസാധനമായിരുന്നു. കൂടിനു പുറത്തേക്ക് അതിനെ വലിച്ചിടാൻ ഇട്ടിച്ചാർക്കു ഏറെ ആയാസമെടുക്കേണ്ടി വന്നു. ഇട്ടിച്ചാരുടെ സ്വഭാവമ റിയാമായിരുന്നതിനാൽ ആരും അയാളെ സഹായിക്കാൻ മുന്നോട്ടു ചെന്നില്ല. ഇച്ചായന് എല്ലാം സ്വയംചെയ്യുന്നതാണിഷ്ടം. പുലിക്കുമേൽ കൈവയ്ക്കാൻ അവസരം കിട്ടാത്തവർ കെറുവിപ്പും കൊതിയുമായി പിറു പിറുത്തു. പുറത്തു വലിച്ചിട്ട പുലിയെ അയാൾ വെട്ടി നുറുക്കാൻ തുടങ്ങി. നുറുക്കുന്തോറും പുലിയിറച്ചി ഉയർന്നുപൊന്തി. ഇറച്ചിയും അമറുകയും ചീറ്റുകയും ചെയ്യുന്നുണ്ടായിരുന്നു. ഇതെന്നാ ചേല്? ചുറ്റിലും നിന്നവ രെല്ലാം പകച്ചു.

"അതെന്നാ പുകില്? ഇർച്ചിയെങ്ങനെ ഓലിയിലെ വെള്ളം പതഞ്ഞു പൊന്തുന്നതു മാതിരി കൂടി വരുന്നത്?"

ഇട്ടിച്ചാര് അതിശയപ്പെട്ടു. അയാൾ വിയർത്തു. മന്ത്രം പഠിച്ച പുലി യാന്നോ? അയാളുടെ അതിശയം ഭയമായി മാറി. പുലിക്കലിയടങ്ങാതെ ഇറച്ചിക്കുന പൊന്തിക്കൊണ്ടിരുന്നു. എന്നാ പകയാ ചത്തിട്ടും പന്നപ്പുലിക്ക്. അയാൾ വല്ലാതെ ഭയന്നു. ഉച്ചത്തിലുള്ള നിലവിളി വന്നു മുട്ടി. ഇട്ടിച്ചാർക്കുറക്കെ അലറണമെന്നുണ്ടായിരുന്നു. ഒച്ചയെടുക്കാനാ വുന്നില്ല. കിതപ്പ്. കൊരവള്ളിയിൽ പുലി കടിച്ചുപിടിച്ചതുമാതിരി അടപ്പു വീണിരിക്കുന്നു. അയാൾ വല്ലാതെ ആയാസപ്പെട്ടു.

ഇട്ടിച്ചാര് പകപ്പോടെ ചുറ്റിലും നോക്കി. കാടല്ല. പുലി കെണിയിൽ വീണതിന്റെ ആരവമെവിടെ? സംഘംചേർന്നു നിന്ന കൂട്ടാളികൾ? ആരു മില്ല. താനൊറ്റയ്ക്ക്. ചുറ്റിലും പേടിപ്പിക്കുന്ന ശൂന്യത മാത്രം. പുലിയെ വീഴ്ത്താനിറങ്ങിയ മാത്തച്ചനും ഓലിക്കൽ ചെറിയാനും ഇട്ടിയോരയു മൊക്കെയെവിടെപ്പോയി? അയാളിരുട്ടിൽ തപ്പിത്തെരഞ്ഞു. കാട്ടിലെ മുര ളിച്ച മാത്രം മിച്ചമുണ്ട്. അത് ഏ സിയുടേതാണെന്ന് ഇട്ടിച്ചാര് തിരിച്ച റിഞ്ഞു. കൊച്ചിയിലെ മകന്റെ ഫ്ളാറ്റിലാണ് താനിപ്പോൾ കിടക്കുന്നത്. മാങ്കുളത്തെ കാട്ടിനു നടുവിലുള്ള എസ്റ്റേറ്റ് ബംഗ്ലാവിലല്ല. തണുത്ത നിശ്ശബ്ദതയിൽ അയാൾക്ക് പ്രജ്ഞ തിരിച്ചുകിട്ടി. കാടിറങ്ങിയിരിക്കുന്നത് കൊച്ചിയിലാണ്.

കഴുത്തിൽ വല്ലാത്ത തണുവ്. ചോരയാണോ? അയാൾ ഒലിച്ചിറങ്ങിയ വിയർപ്പ് തുടച്ചു. ചോര? അരണ്ട വെളിച്ചമേയുള്ളുവെങ്കിലും സംശ യത്തോടെ കൈ കണ്ണോടടുപ്പിച്ചു. പിന്നെ മണത്തുനോക്കി. പുലിച്ചോര യല്ല. വെറും വിയർപ്പ് തന്നെ. ഒരുകാലത്ത് അദ്ധ്വാനത്തിലൂടെ ഹൈറേ ഞ്ചിനെ കോരിത്തരിപ്പിച്ച വിയർപ്പ്. അതുറപ്പായിട്ടും സമാധാനക്കേടിൽ അയാൾ കിടന്നു കിതച്ചു.

മാങ്കുളം ചെട്ടിക്കലെ ഇട്ടിച്ചാരുടെ ഏകമകൻ റോസൂട്ടൻ കാനഡയിലേക്കാണ് കൂടിയേറിയത്. അവൻ പിന്നീട് മാങ്കുളത്ത് മടങ്ങിയെത്തിയില്ല. മാങ്കുളമവന് കാട്ടുമുക്കായി മാറിയത് കൊച്ചിക്ക് പഠിക്കാൻ പോയതിനുശേഷമായിരുന്നു. അതിനുമുമ്പും ഏതാണ്ട് കൊറച്ചിൽ മാതിരിയായിരുന്നു അവനു പിറന്ന നാട്. കൂടെപ്പഠിച്ച കൊച്ചീക്കാരിപ്പെണ്ണിനെ കെട്ടിയതോടെ അവനിനി തിരികെ വരത്തില്ലെന്നു ഇട്ടിച്ചാര് മുന്നേ ഉറപ്പിച്ചതാണ്. അതു ശരിയായി. അങ്ങനെ അവനുമായുള്ള എടപാടുകളെല്ലാം ഇട്ടിച്ചാര് അവസാനിപ്പിച്ചിരുന്നു.

ഞാനന്ന് പറഞ്ഞത് ശരിയായില്ലേടാ ഇട്ടിയേ? കഴിഞ്ഞ ദിവസം ഉറക്കത്തിൽ കുതിരമുക്കച്ചൻ വന്നതും പറഞ്ഞതും അതുതന്നെ. നിന്റെ സന്തതികളെ ആകാശത്തിലെ നക്ഷത്രങ്ങൾപോലെയും കടൽത്തീരത്തിലെ മണൽത്തരികൾപോലെയും ഞാൻ വർദ്ധിപ്പിക്കും. വചനം തെറ്റിച്ച് ഒരു കൊച്ചനെ മാത്രമുണ്ടാക്കിയ അയാളെ കുതിരമുക്കച്ചൻ വിടാതെ പിന്തുടർന്നു. അച്ചൻ മണ്ണിന്നടിയിലായിട്ട് വർഷങ്ങൾ കഴിഞ്ഞു. എന്നിട്ടുമെന്നുമെന്നും സ്വപ്നത്തിൽ കുതിരമുക്കച്ചച്ചൻ കയറി വരുന്നത് ഇട്ടിച്ചാരെ കുറ്റപ്പെടുത്താൻ മാത്രമായിരുന്നു.

പൊറത്തെറങ്ങും നേരത്ത് അറിയാതെങ്ങാനും മുന്നിലെത്തിയാൽ അന്നൊക്കെ അടിവയറ്റേൽ അച്ചനൊരു നോട്ടമുണ്ട്. ശോശന്നത്തിനെ അച്ചനങ്ങനെ നോക്കിയാൽ മനസ്സിലാവും. തന്റെ പണ്ടത്തിന്മേൽ അച്ചനെന്നതായിരുന്നോ കാര്യം. റോസൂട്ടനിപ്പോ അന്യനാട്ടിലുമായി. ശോശന്നവും കാർത്താവിനൊപ്പമായി. നീയാണേൽ ആൺതൊണയും പെൺതൊണയുമില്ലാത്തവനായില്ലേ? ഇട്ടിച്ചാരെ കാണുന്ന മാത്രയിൽ കുതിരമുക്കച്ചൻ മറ്റൊന്നും പറയാനില്ലാത്ത മട്ടിൽ അലട്ടിക്കൊണ്ടിരുന്നു. പെട്ടൊന്നൊരു ദിവസം പള്ളിമേടയിൽ ശ്വാസമെടുക്കാതെ കുഴഞ്ഞു വീഴുന്ന നേരംവരെ കുതിരമുക്ക് അങ്ങനെ പറഞ്ഞുകൊണ്ടിരുന്നു.

അതിനിടയിൽ വർഷങ്ങൾ കുറേപ്പോയി. ഒടുവിൽ താൻ മകനെ കാണുന്നത് ഇവിടെ വച്ചാണ്. നീണ്ട ഉറക്കത്തിൽ നിന്നെന്ന മാതിരി ഉണർണപ്പോൾ അടുത്ത് റോസൂട്ടനുണ്ടായിരുന്നു. അപ്പനോട് അവനൊരു കെറുവിപ്പുമുണ്ടായിരുന്നില്ല. അപ്പൻ മയങ്ങിക്കിടന്നിരുന്ന കാലം മുഴുവനും താനിവിടെയുണ്ടായിരുന്നെന്ന മട്ടിൽ റോസൂട്ടൻ അയാളുടെ നെറ്റിയിൽ തടവിക്കൊണ്ടിരുന്നു. അതോടെ താനവനോട് പെണങ്ങിയത് വെറുതെയായി എന്ന് ഇട്ടിച്ചാർക്ക് തോന്നി. അവനെ പിരിഞ്ഞുനിന്ന കാലത്തെ വെറുതെ കൊണ്ടക്കളഞ്ഞു. അയാൾ തീർച്ചപ്പെടുത്തി.

തോട്ടത്തിൽ അവശനായി വീണ ഇട്ടിച്ചാരെ കൊച്ചിയിലെ ഈ മാനത്തെ മുറിയിലേക്ക് എടുക്കുകയായിരുന്നു. ദോഷം പറയാൻ പാടില്ല. കൊച്ചിക്കാരിയാണെങ്കിലും റോസൂട്ടന്റെ പെണ്ണ് അയാളെ നന്നായി പരിചരിച്ചു. നഴ്സല്ലിയോ? അവൾക്കടെ പേരെന്നതായിരുന്നു? എടുത്തുപെരുമാറാൻ അവസരം കിട്ടാതിരുന്നതിനാൽ അയാളുടെ നാവിൽ അവളുടെ നാമം വഴങ്ങിയതേയില്ല. കെട്ടുകഴിഞ്ഞ് വിരലിലെണ്ണാവുന്ന ദിവ

സങ്ങളിലായിരുന്നു അവൾ മാങ്കുളത്തുണ്ടായിരുന്നത്. പിന്നെ കാണുന്നതിപ്പോഴും.

അവശതയൊക്കെ മാറി നടക്കാറായപ്പോൾ എട്ടാംനില മുറി ഇട്ടിച്ചാർക്ക് ഒരു പുലിക്കെണിയായി തോന്നിത്തുടങ്ങി. തോട്ടം വിട്ട് നഗരത്തിലെത്തിയതു മുതൽ താനൊരു കെണിയിലാണെന്ന തോന്നൽ ഇട്ടിച്ചാരെ വ്യാകുലപ്പെടുത്തിക്കൊണ്ടിരുന്നു. കാടടക്കി വാണിരുന്ന താൻ കെണിയിൽപ്പെട്ട പുലിയായി മാറി. അനങ്ങാനാവാതെ എല്ലാം നല്ല പ്രജ്ഞയോടെ നോക്കിക്കിടക്കാൻ മാത്രമായി വിധിക്കപ്പെട്ട ഒരു പുലി.

അന്നു കെണിയിൽ വീണ പുലിയുടെ മാതിരി പകയോടെ അയാൾ ചുറ്റിലും നോക്കി. കെണിക്കുള്ളിലെ ആട് നിരീക്ഷണത്തിൽപ്പെട്ടതു മാതിരി താനും ആരുടെയൊക്കെയോ കാഴ്ചാപരിധിക്കുള്ളിലാണ്. തന്നെ ആരൊക്കെയോ എപ്പോഴും നോക്കിക്കൊണ്ടിരിക്കുന്നു. ഈ മുറി നിറയെ കണ്ണുകളുണ്ട്. ആളുകളുടെ മുഖത്തു നിന്നിളകിവന്നവ വായുവിൽ ചുറ്റിക്കറങ്ങിക്കൊണ്ടിരിക്കുന്നു. അവ പലകോണുകളിൽനിന്നും പ്ലാന്റർ ഇട്ടിച്ചനെ നോക്കുന്നു. അയാളുടെ ഓരോ ചലനങ്ങളും ഒപ്പിയെടുക്കുന്നു. തനിക്ക് വഴങ്ങാതിരുന്ന മാങ്കുളത്തെ ഫോറസ്റ്റാപ്പീസറുമാരുടേതാണോ കണ്ണ്? ഇട്ടിച്ചാര് കൊക്കയിലേക്ക് എടുത്തെറിഞ്ഞ തൊഴിലാളികൾ അയാളുടെ പൊല്ലാക്കാലം കാണാനെത്തിയതാണോ? കണ്ണുകളുടെ ശല്യം സഹിക്കവയ്യാതാകുമ്പോൾ അയാൾക്ക് കലിയിളകും. തന്നെ മാങ്കുളത്ത് കൊണ്ടുവിടാൻ അയാൾ റോസൂട്ടനോട് ഒച്ചയെടുക്കും.

"എന്നതാ കണ്ണുകളോ? എവിടുന്നാ കണ്ണ്? അതൊക്കെ അച്ചാച്ചന്റെ തോന്നലാണ്."

എപ്പൊഴും റോസൂട്ടന്റെ കൈയിൽ അയാളുടെ പരാതിക്ക് ഒറ്റ മറുപടി മാത്രമായിരുന്നു ഉണ്ടായിരുന്നത്.

നേരം വെളുത്തു. ഇനിയിപ്പോൾ ആ പെണ്ണ് ചായയുമായി വരും. അവളുടെ മണം അന്നു തിന്ന പുലിയെ ഓർമ്മിപ്പിച്ചു. പുലിയിറച്ചിയുടെ ഗന്ധം. അതു ദഹിച്ച് ചോരയായി വിയർപ്പിലൂടെ വന്നപ്പോഴത്തെ ദുർഗ്ഗന്ധം. കുറെ ദിവസങ്ങളായി മൂക്കു നിറഞ്ഞ് ആ നാറ്റമയാളെ അലട്ടാൻ തുടങ്ങിയിട്ട്. അതേ മുശിടാണവൾക്ക്. അവളെ മാത്രമല്ല. പുറത്തിറങ്ങിയാൽ കാണുന്നതെല്ലാം മൃഗങ്ങളെയാണ്. ആ ഗേറ്റിലൊരുവനുണ്ട്. കരിങ്കരടിയെന്ന് ഒരു നോട്ടത്തിൽ തന്നെയറിയാം. അവനൊരിക്കലും തന്നെ പുറത്തേക്കിറങ്ങാൻ സമ്മതിക്കത്തില്ല. ഈ ഗേറ്റുകടന്നാൽ കാർന്നോർക്ക് വഴിതെറ്റുമെന്നാണ് അവൻ പറയുന്നത്. നിന്റെ അപ്പന്റെ അമ്മേടെ കെട്ടിയോനാണ് വഴി പെണങ്ങുക. അതുകേൾക്കെ ഇട്ടിച്ചാര് പിറുപിറുക്കും. മാങ്കുളം കാടിറങ്ങി വന്നവനാണ് താനെന്ന കാര്യം ആ കാട്ടുപന്നിക്കറിയാതെ പോയി. എസ്റ്റേറ്റിലെ മുറിയിലിരിക്കുന്ന ആ തോക്കൊന്നു കൈയിൽ കിട്ടിയാൽ നിന്റെ കൊണദോഷിക്കൽ താൻ നിർത്തുമെന്ന് ഇട്ടിച്ചാര് മനസ്സിനെ സമാധാനിപ്പിക്കും. അങ്ങനെയാണ് ഈ പട്ടണത്തിൽ തനിക്ക് ജീവിക്കാൻ ഒരു തോക്ക് കൂടിയേ തീരു എന്ന

ചിന്ത അയാളിൽ ആദ്യമായി മുളയിട്ടത്.

കാവൽ നില്ക്കുന്നവൻ പറയുന്നതിലും ഇമ്മിണി കാര്യമുണ്ട്. ഇതുമൊരു കാടാണ്. കെട്ടിടങ്ങളുടെ കാട്. മൃഗങ്ങളല്ല. പലജാതിയിലും തരത്തിലുമുള്ള മനുഷ്യന്മാർ നുളയ്ക്കുന്ന കാടാണിത്. പന്നിമുഖമുള്ളവർ, മദഗജങ്ങൾ. ചവിട്ടിക്കുതിക്കുന്ന ഒറ്റയാന്മാർ. തൊട്ടാലും പിടിച്ചാലും കാര്യമില്ലാതെ ചീറുന്നവന്മാർ. അവന്മാരാണിവിടത്തെ ഭരണക്കാർ. കൊച്ചിയിൽ കാടും പടർപ്പുമില്ല. മരങ്ങളും പൊന്തകളുമില്ല. അരുവികളുമില്ല. പിടിച്ചാൽ പിടിതരാത്ത മരങ്ങളെപ്പോലെ കെട്ടിടങ്ങൾ മാത്രമങ്ങ് പന്തലിച്ചു നിന്നു. അതിനിടയിലൂടെ മനുഷ്യമൃഗങ്ങൾ നുരച്ചു. അപ്പന്റെ കൈയും പിടിച്ച് കിഴക്കൻ മലകയറിയപ്പോൾ കൗതുകമായിരുന്നു. അതിപ്പോൾ മലയിറങ്ങി പുതിയ നാട്ടിലെത്തിയപ്പോളില്ല. ഈ നഗരത്തിലെ കാടും മേടും കണ്ടിട്ടും വിചിത്ര ജാതികളായ മനുഷ്യമൃഗങ്ങളെ കേട്ടിട്ടും മനസ്സ് ചത്തതുപോലെ. തലച്ചോർ ക്ഷീണിച്ചു മയങ്ങിപ്പോയിരിക്കുന്നു.

ആ പെണ്ണിനെ എങ്ങനെയിവൻ ഒരു പുലിയാക്കി? അക്കാര്യം ഇട്ടിച്ചാരുടെ പ്രജ്ഞയെ നിരന്തരം കുലുക്കിക്കൊണ്ടിരുന്നു. പള്ളിക്കാരുടെയും പട്ടക്കാരുടെയും മുമ്പീവച്ചു മിന്നുകെട്ടി കാനഡയ്ക്ക് കൊണ്ടുപോയ പെണ്ണല്ല ഇപ്പോഴീ ഫ്ളാറ്റു ഭരിക്കുന്ന ഇവൾ. കുറച്ചു ദിവസങ്ങൾ മാങ്കുളത്ത് തങ്ങിയ കാലത്ത് അവളൊരു മാനിനെപ്പോലായിരുന്നു. ഇവളെങ്ങനെ പുലിയായി? ഇതിനി വേറെ പെണ്ണെങ്ങാനുമാണോ? ദോഷം പറയാൻ പാടില്ല. അവനങ്ങനത്തവനല്ല. റോസൂട്ടൻ അത്ല്ല. ഒന്നും പറയത്തില്ല. പണ്ടും അവനങ്ങനായിരുന്നു. മിണ്ടലും പറച്ചിലുമെല്ലാം ശോശന്നവുമായിട്ടായിരുന്നു. താനൊരുമാതിരി മദിച്ചു നടക്കുവല്ലായിരുന്നോ. തന്നെ പിടിച്ചാലും കിട്ടത്തില്ലായിരുന്നു. അവൾ പോയതിൽപ്പിന്നെ അവനും കാടു മടുത്തിരിക്കണം. അവിടെന്നു രക്ഷപ്പെടാൻ തക്കം നോക്കിയിരുന്നിരിക്കണം. ഇപ്പോഴീ കൊച്ചീക്കാട്ടിൽ നിന്നുമോടിപ്പോകാൻ തക്കംനോക്കിയിരിക്കുന്ന തന്നെപ്പോലെ. അവനുമവിടെ മാങ്കുളത്തു ശ്വാസം മുട്ടിയാവണം കഴിഞ്ഞിരുന്നത്.

റോസൂട്ടനില്ലാത്തപ്പോ ഇവക്ക് ചില ചുറ്റിക്കളികളൊക്കെയുണ്ട്. അവളുടെ മുറിയിൽ മറ്റാരോ തങ്ങുന്നുണ്ടോ? അങ്ങനെയും ഇട്ടിച്ചാർക്ക് തോന്നാതിരുന്നില്ല. തന്നെ നോക്കുന്ന കണ്ണുകൾ. അതുപോലെ അവൾക്കടെ എടപാടുകളറിയാൻ കണ്ണുകളെ മുഖത്തുനിന്നും ഇളക്കിവിടാൻ കഴിഞ്ഞെങ്കിൽ! തന്നെ നോക്കാൻ എവിടെ നിന്നോ പറന്നുവരുന്ന ആ കണ്ണുകളെ മാതിരി തന്റെയീ കണ്ണുകൾ ഒന്നനങ്ങിയെങ്കിൽ! അടുത്ത മുറിയിൽപ്പോയി നോക്കി വാടാന്ന് പറഞ്ഞവരെ വിടാമായിരുന്നു. ആകാംക്ഷയോടെ അയാൾ കണ്ണുകളെ വെറുതെ തലോടി.

അല്ല. താനെങ്ങനെ തോട്ടത്തിൽ നിന്നും ഇവിടെ വന്നെത്തി? ബോധത്തോടെയാവില്ല തന്നെയവർ ഇവിടെ എത്തിച്ചത്. അതെങ്ങനെ സംഭവിച്ചുവെന്ന കാര്യം ആരുമയാളെ ബോദ്ധ്യപ്പെടുത്തിയില്ല. സുബോധത്തോടെയല്ല. ബോധമുണ്ടായിരുന്നേൽ താനാ തോക്ക് എടുക്കത്തില്ലാ

യിരുന്നോ? ഒരുകാലത്ത് വീട്ടിനു പൊറത്തെറങ്ങണേൽ തനിക്കത് കൈയേൽ വേണമായിരുന്നു. ആ കള്ളത്തോക്കില്ലാത്തത് വലിയ കുഴപ്പമായി. അതുണ്ടായിരുന്നേൽ ഒരുത്തനും തന്നെയിവിടെ വീഴിക്കത്തില്ല. എതിരുവന്ന എത്രയെണ്ണത്തിനെയാണ് ഒറ്റക്കാഞ്ചിവലിയിൽ... ബന്ധക്കാരും സ്വന്തക്കാരുല്ലൊം കടലു കടന്നിട്ടും എസ്റ്റേറ്റും കെട്ടിപ്പിടിച്ചുനിന്ന പാണ്ടൻസായിപ്പിനെ... ആവതു പറഞ്ഞുനോക്കിയതാ. ഈ തോട്ടമെനിക്ക് തന്നോ സായിപ്പേന്ന്. ഞാൻ ന്യായമായ വെല തരാം. ഒടുവിൽ കൊതിപ്പിച്ച എസ്റ്റേറ്റിന് ഒരുണ്ടയുടെ ചെലവുമാത്രമായി ചുരുങ്ങി. ആ അഫാമിക്സ് തോക്ക് അയാൾ സൂക്ഷിച്ചു. സായിപ്പിനെ തിന്ന ആ തോക്കിനെ അയാൾ മാറ്റിവച്ചു. മറ്റാരും തൊടാത്തിടത്ത്.

പാണ്ടൻ സായിപ്പിനെ പുലിവലിച്ചോണ്ട് കൊക്കയിൽച്ചാടി. ഇട്ടിച്ചാരുടെ വാക്കുകൾക്ക് ഹൈറേഞ്ചിൽ അത്രയ്ക്ക് വിലയായിരുന്നു. അതിനെതിരായി മറിച്ചൊരു മൂളലുയർന്നില്ല. കൊക്കയിലേക്ക് പൊലീസുപോലും സായിപ്പിനെ തെരയാനിറങ്ങിയില്ല. അതാണീ ഇട്ടിച്ചാരും അയാടെ ചരിത്രവും. ഇട്ടിച്ചാർ ആരാന്നീ കൊച്ചീക്കാട്ടിൽ ഏതവനറിയാം?

നമ്മുടെ പുലിപ്പെണ്ണിനൊരു ചെക്കനുണ്ട്. അവൻ റോസൂട്ടന്റെ ആണെന്നു തോന്നുന്നില്ല. ആ കൊച്ചന്റെ മട്ടും രീതികളുമൊക്കെ അങ്ങനാണ്. അവൻ ഇടയ്ക്കിടെ വിരൽ പൊക്കി ഉന്നം പിടിക്കണതു കാണണം. അപ്പോഴാണ് ചെറിയ സമാധാനം ഇട്ടിച്ചാർക്കുണ്ടാകുന്നത്. ഇവൻ നമ്മടെ പരമ്പര തന്നെ. അല്ലാണ്ട് വെടിക്കൊതി ചോരയിൽ കലരത്തില്ലല്ലോ. തന്നെ നോക്കാൻ പാറിവരുന്നത് അവന്റെ കണ്ണുകളാണോ?

എന്നാത്തിനാ മകനെ അപ്പാപ്പനെയിങ്ങനെ തുറിച്ചുനോക്കുന്നേ? തറപ്പിച്ചു മുഖത്തുനോക്കിയാൽ അവനു കലിവരും. പിന്നെ നിക്കത്തില്ല. ഓടിക്കളയും.

അപ്പച്ചനിച്ചരെ കാറ്റുകൊണ്ടോയെന്നു പറഞ്ഞ് റോസൂട്ടൻ ഒരുദിവസം ഇട്ടിച്ചാരെ ഇടപ്പള്ളി പാർക്കിൽ കൊണ്ടിരുത്തി. നേരം നീങ്ങിയപ്പോൾ അവിടെ ആൾത്തിരക്ക് വല്ലാതെ കൂടി. കൂടുതലും വയസ്സന്മാർ. പ്രായമായവന്മാരായാലെന്നാ? മനുഷ്യപ്പന്നികൾ മുന്നിൽ വന്നു കൊമ്പു കുലുക്കുന്നതുകണ്ട് അയാൾക്ക് മടുത്തു. പീറപ്പന്നികൾ. മാങ്കുളത്ത് മദയാനകൾ പോലും ഇട്ടിച്ചാരുടെ മുന്നിൽ വരത്തില്ലായിരുന്നു. തോക്കില്ലാത്തതിന്റെ കുറവ് അയാളപ്പോൾ ശരിക്കുമറിഞ്ഞു. റോസൂട്ടന്റ കൊച്ചൻ വിരൽ പിടിച്ചു കളിക്കുന്ന മാതിരി ഇട്ടിച്ചാർ ചിലർക്കു നേരെ ഉന്നം പിടിച്ചു. അതേറ്റു.

തന്തപ്രാന്ത്. കുറുനരിയായും കാട്ടിയായും എന്തിന് മുയലായും തോന്നിച്ച ആൾക്കാരൊക്കെ തോക്കുപിടിച്ചു നില്ക്കുന്ന അയാളുടെ ചുറ്റുവട്ടത്തു നിന്നും വെടികൊള്ളാതിരിക്കാൻ പാഞ്ഞുകളഞ്ഞു. ചിലർ പൊന്തകളിൽനിന്നും എത്തിനോക്കുന്ന മട്ടിൽ പേടിച്ച് പെരുമാറി. ഇട്ടിച്ചാർക്ക് ഉത്സാഹമായി. അയാൾ പൊന്തയിളക്കിയും ഉന്നം പിടിച്ചും നേരം കളഞ്ഞു. ഈ കൊച്ചീൽ വന്നതിനുശേഷം അയാളെ നന്നായി രസിപ്പിച്ച

സംഭവമായിരുന്നത്. കാഴ്ചക്കാർക്കും നേരമ്പോക്കിനു വകയായി. ആളുമങ്ങ് കൂടി.

"അപ്പനെന്നാത്തിനാ തോക്ക്?"

റോസൂട്ടൻ എതിരു പറയുമെന്നയാൾക്ക് ഉറപ്പായിരുന്നു. ഇടപ്പള്ളി പാർക്കിലെ സംഭവം അവനു നാണക്കേടുണ്ടാക്കിയിരുന്നു.

"ഇതിയാനിനി അതിന്റെ കൊറവുകൂടേയുള്ളു. നമുക്കിട്ടെങ്ങാനും പൊട്ടിക്കാനാന്നോ?"

ആ പെണ്ണങ്ങനെ പറഞ്ഞത് ഇട്ടിച്ചാരും കേട്ടു. അയാൾക്ക് വാശി കേറി. "നീയെന്നതാടി കണ്ടത്? മാങ്കുളത്തെ ഇട്ടിച്ചാരെ നീ അറിയത്തില്ല. നീ ഈ ഇട്ടിച്ചാരെ നേരെ ചൊവ്വേ കണ്ടിട്ടില്ല. അതാ നീയിങ്ങനെ നെഗളിക്കുന്നേ! തോക്കെന്നു ഇട്ടി മനസ്സേൽ ചിന്തിച്ചാൽ കൈയേൽ തോക്ക് വന്നിരിക്കും." അയാൾ പിറുപിറുത്തു. അതയാൾ ഒരിക്കലും അവളോട് നേരിട്ടു പറഞ്ഞില്ല. ഇനിയാ പെണ്ണിനെ മുഷിപ്പിച്ചിട്ടെന്നാ കിട്ടാനാ? അതുമീ കാലത്ത്. താനിപ്പോഴൊരു തൊലിഞ്ഞ കോലത്തിലുമാണ്.

അവളില്ലാത്ത നേരത്ത് ആ മുറിയിലേക്ക് അയാൾ വടികുത്തിച്ചെന്നു കയറി. ചുവരിലൊരു വലിയ ടിവിയിരുപ്പുണ്ട്. അതിലെന്നതാ പരിപാടിയെന്നറിയാൻ ഏറെനേരം നോക്കിനിന്നു. അതിന്റെയൊരു കോണിൽ അയാളുടെ മുറി കാണാം. കട്ടിൽ. അതിന്നടിയിലെ മുഷിഞ്ഞ തുണികൾ. ടി വിയുടെ മറ്റൊരു കോണിൽ അടുക്കള. അതിൽ വേലക്കാരത്തിയും പുലിപ്പെണ്ണും പെരുമാറുന്നു. തന്നെയാരോ എപ്പോഴും നോക്കിയിരുന്നു. അതു വെറും തോന്നലായിരുന്നില്ല. നൂറ്റൊന്നു ശരിയായിരുന്നെന്നു ഇട്ടിച്ചാർക്കു ബോദ്ധ്യമായി. അതൊരു സി സി ടി വി മോണിട്ടറാണെന്ന് ആരുമയാൾക്ക് പറഞ്ഞുകൊടുത്തില്ലെങ്കിലും സംഗതി എന്തോ കുഴപ്പം പിടിച്ചതാണെന്നയാൾക്ക് തീർച്ചയായി.

താൻ കെണിയിൽപ്പെട്ട ആടും പുലിയുമല്ല. കാടിറങ്ങിപ്പോന്നെങ്കിലും നല്ല ഉശിരുള്ള വേട്ടക്കാരനാണ്. ഇനിയും മടിച്ചിരിക്കാൻ പാടില്ല. എത്രയും വേഗത്തിൽ തോക്ക് സംഘടിപ്പിക്കണം. അല്ലേൽ സംഗതികളെല്ലാം തകിടംമറിയും. ഇട്ടിച്ചാര് ഉറച്ച തീരുമാനത്തിലെത്തി.

"അച്ചായന് ഇവിടെ വെടിവച്ചു തള്ളാൻ കൃഷി മെതിക്കാനെത്തിയ മദയാനയില്ല. എല്ലാം കുത്തിയിളക്കുന്ന പന്നിക്കൂട്ടവുമില്ല. പിന്നെന്നാത്തിനാ തോക്ക്? തോട്ടം ചവിട്ടാൻ വരുന്ന ഒരു മൃഗത്തിനെയും ഇക്കാലത്ത് വെടിവയ്ക്കാൻ പാടില്ല. കാട്ടുപന്നിയെ കണ്ടാലും നമ്മള് വഴിമാറിപ്പോണം. പഴയകാലമൊക്കെപ്പോയി. ഇപ്പളിതാണ് നിയമം. കാലം മാറിയില്ലേ ഇച്ചായ. പിന്നെയിത് നമ്മടെ കാടല്ല. ടൗണാണ്. ഇവിടെ തോക്കു മേടിച്ചേച്ച് ഇച്ചായന് എന്നാ കാണിക്കാനാ? അതിനു ലൈസൻസ് എടുക്കാനുള്ള വകയിലൊക്കെ കൈക്കൂലിക്കാശു കൊറെ വാരിക്കളയാമെന്നു മാത്രം."

ജോസു വക്കീലിന്റെ വാക്കുകളിലെ പരിഹാസം അയാൾ ക്ഷമിച്ചു. മാങ്കുളത്തെ ടിങ്കാടിങ്കൻ ജോസിന്റെ കൊച്ചുമോനാണീ ഹൈക്കോടതി

ജോസു വക്കീൽ. അവനെ ഏറെ കഷ്ടപ്പെട്ടാണ് ഫ്ളാറ്റിലേക്ക് വരുത്തിയത്. ഒരു തോക്ക് വാങ്ങണം. കള്ളത്തോക്ക് വേണ്ട. പരിചയമില്ലാത്ത നാടല്ലേ? പഴയ മാതിരിയൊന്നും വയ്യ. വയ്യാവേലിയിൽ ചെന്നു ചാടണ്ട. ലൈസൻസ് എടുത്തേക്കാം. ഇരിക്കട്ടെ ഗമയ്ക്കൊരു ലൈസൻസുള്ള തോക്ക്. അപ്പോഴീ എരിപൊരിച്ചിലൊക്കെ മാറിക്കിട്ടും. ഒന്നു സമാധാനമാകും. അതിനാണ് അയാൾ വക്കീലിനെ ഫ്ളാറ്റിലേക്ക് വിളിപ്പിച്ചത്.

ഇനിയൊരിക്കലും തനിക്കൊരു തോക്ക് വാങ്ങാൻ കഴിയില്ലെന്ന് വക്കീലിന്റ വാക്കുകൾ കേട്ടപ്പോൾ ഇട്ടിച്ചാർക്ക് തോന്നി.

“എന്നാപ്പിന്നെ നീയൊരു ജീപ്പ് വിളിച്ചു താടാ. ഞാൻ മാങ്കുളത്തിനുപോയി എന്റയാ പഴയ തോക്കെടുത്തു വരാം. നിന്റപ്പനും അതിന്റെ ശീലഗുണം നന്നായിട്ടറിയാം.” അയാൾ വക്കീലിനു മുന്നിൽ സ്വരൂപം കാണിച്ചു. അതേറ്റു.

“എന്നാപ്പിന്നെ പണ്ട് തോട്ടത്തിലായിരുന്ന കാലത്ത് അച്ചായനോട് കലിപ്പുണ്ടായിരുന്ന ചില മാവോയിസ്റ്റുകൾ പട്ടണത്തിലെത്തിയെന്നും അവരൊക്കെ ഇച്ചായനോടുള്ള പഴയ പകതീർക്കാൻ കാത്തിരിക്കുന്നതായും കാണിച്ച് ഒരപേക്ഷ, കാച്ചിക്കളയാം. സ്വയരക്ഷയ്ക്ക് അതനുവദിക്കാതിരിക്കാനാവില്ല.”

തന്ത എന്തായാലും തോക്ക് സംഘടിപ്പിക്കും. തനിക്ക് കുറച്ചു പണമിരിക്കട്ടെ! ഫീസിനത്തിൽ ഇട്ടിച്ചാരിൽ നിന്നും വലിയയൊരു സംഖ്യ കിട്ടുമെന്നുറപ്പായപ്പോൾ വക്കീൽ കുരുട്ടു ബുദ്ധിയെടുത്തു.

ഈ പുത്തി അതവൻ മനപ്പൂർവ്വം ആദ്യമേ പറയാത്തതാണ്. തനിക്ക് മനുഷ്യന്മാരുടെ ഒരുമാതിരി കള്ളത്തരങ്ങളെല്ലാം ഇപ്പോഴും തിരിച്ചറിയാൻ കഴിയുന്നുണ്ട്. ആ പുലിപ്പെണ്ണിന്റെ നോട്ടത്തിന്റെ രഹസ്യം പിടിച്ചില്ലേ! ഏതാണ്ടൊരു രണ്ടു മണിക്കൂർ തുണിയുടുക്കാതെ തള്ളിച്ച് നടപ്പോൾ തന്റെ പണ്ടം കാണാൻ വയ്യാതെ അവൾതന്നെ വന്നു ക്യാമറ ഊരിക്കോണ്ട് പോയി. തന്റെ ബുദ്ധിയിലും അയാൾക്ക് അഭിമാനം തോന്നി.

വക്കീൽ പറഞ്ഞിടത്തൊക്കെ ഇട്ടിച്ചാര് ഒപ്പുവരച്ചു. തന്റെ പഴ്സ് ആ പന്നീടെ മോൻ തൊറന്ന് കൊറെ എടുത്തു. അവന്റപ്പനും അതുമാതിരി തന്നെ. ഊളൻ സ്വഭാവം. കഞ്ചാവിടാൻ ഉൾക്കാട്ടിൽപോയ കാലത്ത് രണ്ടുതവണ ഒപ്പം നിർത്തിയാരുന്നു. നന്നാവത്തില്ലെന്നു കണ്ടാണ് ഒഴിവാക്കിയത്. അതേ ആക്രാന്തമായിരുന്നു കൊച്ചുമോനിപ്പോൾ കാണിച്ചത്. വക്കീല് അപ്പന്റെ മോൻ തന്നെ. അയാളുടെ വായ നിറയെ പഴയ കാലത്തിന്റെ കയ്പു നിറഞ്ഞു.

ഇതു കാടിറക്കത്തിന്റെ കാലമാണ്. മാങ്കുളത്തെ പാപ്പിയും ഷോളയാർ തോട്ടത്തിലെ സക്കറിയയും ഇവിടെ പട്ടണത്തിൽ തന്നെയുണ്ട്. ആ വിവരം ഒരു ദിവസം റോസൂട്ടന്റെ വായിൽനിന്നു വീണതാണ്. അവന്മാരൊക്കെ കാടുമടുത്തിട്ടാണ് മക്കളുടെ ഒപ്പം താമസിക്കാനിവിടെ എത്തിയേ. ഈ പട്ടണത്തിലെ തിരക്കിൽ നിന്നും ഒരു ദിവസം താനവരെ തെരഞ്ഞു കണ്ടുപിടിക്കും. പിന്നെ കാടിളക്കിയൊരു ശിക്കാറ്. പണ്ട്

കാടു വാണതു മാതിരി തങ്ങളീ പട്ടണം ഇളക്കിമറിക്കും. തോക്കു വരട്ടെ. ഈ പെണ്ണിനിട്ടു തന്നെ ആദ്യവെടി പൊട്ടിക്കണം. അവൾടെ പുലിച്ചൂരും ചീറ്റലും. കാട്ടിലായിരുന്നേൽ എവളെ ഞാനെന്നേ.... മോന്റെ പെണ്ണാണെന്നൊന്നും നോക്കത്തില്ലായിരുന്നു. എപ്പഴേ അവളെ കൊടികൊത്തി കൊല്ലിയിൽ...

ആ ചെറുക്കനിട്ടും വെടിയൊന്നു പറ്റിക്കണം. അതുവേണോ? അവൻ കൊച്ചനല്ലേ? കാട്ടിലങ്ങനെയൊരു നിയമമില്ല. ചെറുതും വലുതുമൊക്കെ അവിടെ തോക്കിനു മുന്നിൽ സമമാണ്. കൊടുക്കാമവനുമൊരെണ്ണം. അതിൽ തെറ്റില്ല. അയാൾ ഊറിച്ചിരിച്ചു. തനിക്ക് തോക്കു കിട്ടിയാൽ ചെയ്യാനുള്ള സംഗതികൾ അയാൾ തിരിച്ചും മറിച്ചും ആലോചിച്ചിരുന്നു.

ഒടുവിൽ ആ ദിവസമായി. ഇട്ടിച്ചാർക്ക് തോക്കു കിട്ടി. ആദ്യം വന്നത് ലൈസൻസായിരുന്നു. പിന്നെയായിരുന്നു തോക്ക്. അതിനെ ഓമനിച്ചു തീരുംമുമ്പ് ആ ചെറുക്കൻ വന്നെടുത്തു. അവന്റെ പിടുത്തത്തിന് നല്ല ഊറ്റമായിരുന്നു. മാങ്കുളത്തുവച്ച് കള്ളത്തോക്കുകാരൻ അയ്യാക്കുട്ടി പണിയിച്ചു കൊണ്ടുവന്ന അപ്പന്റെ തോക്കെടുക്കാൻ താനാദ്യമായി ചെന്നതും അപ്പൻ ചീറിയതും അയാൾക്ക് ഓർമ്മവന്നു. അപ്പന്റെ മുഖത്തിന് എന്തൊരു ക്രൗര്യമായിരുന്നന്ന്.

ഇവനിട്ട് രണ്ടു തൊഴി കൊടുത്താലോ? പിടിവിട്ടേക്കും. ഇട്ടിച്ചാര് ഒന്നറച്ചു. ചെറുക്കനതിൽ തൊട്ടോട്ടെ. അവൻ തന്റെ ചോരയല്ലേ. അയാൾ തോക്കിൽനിന്നും പിടിവിട്ടു. അവൻ തെറിച്ചുപോയി. ചെന്നു നിലത്തടിച്ചു വീണു.

യ്യോ. വേണ്ടായിരുന്നു. താനിതെന്നതാ കാണിച്ചേ!

വിചാരിച്ചു കഴിയും മുമ്പേ തന്നെ ചെറുക്കന്റെ കൈയിൽ നിന്നും വെടിപൊട്ടി.

കുഴഞ്ഞുവീഴുമ്പോൾ അകത്തുനിന്നും ഓടിവന്നത് ആ പുലിപ്പെണ്ണല്ല. തന്റെ അമ്മയാണെന്ന് ഇട്ടിച്ചാർക്ക് തോന്നി. കല്ലറയിലെ പതിറ്റാണ്ടുകൾ നീണ്ട മടുപ്പും പൂപ്പലും പായലും ആ മുഖത്തിനെ വല്ലാതെ മുഷിപ്പിച്ചിരുന്നു. അതാണ് ഇട്ടിച്ചാരുടെ കണ്ണുകളിൽ ഉറച്ചുപോയ അവസാനത്തെ കാഴ്ച.

ലിജിൻ ശബ്ദതാരാവലി

"ശബ്ദതാരാവലിപോലൊരു വലിയ പുസ്തകം ഇന്റർനെറ്റിൽ അടിച്ചു കയറ്റുക എന്നു പറഞ്ഞാൽ അതൊരു സാഹസം തന്നെയാണു സാർ. അതും ഇത്രയധികം പേജുകളുടെ ഡിജിറ്റലൈസേഷൻ പണി ഒറ്റയ്ക്ക് ചെയ്യുമ്പോൾ."

പത്രപ്രവർത്തകയായ പെൺകുട്ടി അങ്ങനെ പറഞ്ഞുകൊണ്ടാണ് വിഷയത്തിലേക്ക് വന്നത്.

"ആണോ?"

ലിജിൻ തിരിച്ചു ചോദിച്ചത് അവളെ നന്നായി പരിഭ്രമിപ്പിക്കണം എന്ന ഉദ്ദേശ്യത്തോടെ തന്നെയായിരുന്നു. അയാളുടെ ഒച്ചയും തലയെടുത്തു പിടിച്ചുള്ള നില്പുമെല്ലാം അതിനു പാകത്തിലുള്ളതായിരുന്നു. തുടക്കത്തിൽ തന്നെയൊന്നു വിരട്ടിയില്ലെങ്കിൽ ഇന്റർവ്യൂ എന്നൊക്കെ പറഞ്ഞുവന്ന പെണ്ണ് തോളിൽ കയറുമെന്ന് അയാൾക്ക് തോന്നിപ്പോയി. എന്തായാലും അതേറ്റു. അവളൊരു നിമിഷത്തേക്ക് അസ്തപ്രജ്ഞയായിപ്പോയി.

"ശബ്ദതാരാവലിയിൽ സഹകരണം എന്നൊരു വാക്കുണ്ട്. നിനക്കറിയാമോ? സഹകാരം എന്ന വാക്കിന് തേന്മാവ് എന്നുകൂടി അർത്ഥമുണ്ട്. അതായത് സ്ത്രീപുരുഷന്മാരെ കൂട്ടിച്ചേർക്കുന്നത് സഹകാരം. ശബ്ദതാരാവലി നീയ് കണ്ടിട്ടുണ്ടോ? വല്ലപ്പോഴുമൊക്കെ ആ മഹത്തായ പുസ്തകമെടുത്ത് ഒന്നു നോക്കണം. അതെങ്ങനെ പുതിയ തലമുറയ്ക്ക് നമ്മുടെ ഭാഷയുടെ കരുത്ത് അറിയില്ലല്ലോ."

ആവേശം ലിജിനെ വിട്ടൊഴിഞ്ഞില്ല.

അയാൾ മനപ്പൂർവ്വമാണ് അങ്ങനെ പറഞ്ഞതെന്നവൾക്ക് തോന്നി. പുതിയ തലമുറയിൽപ്പെടുന്ന ഒരു വിവരമില്ലാത്ത പത്രപ്രവർത്തകയാണ്. ശബ്ദതാരാവലി കാണാത്ത ന്യൂജൻകാരി. തന്നെക്കുറിച്ച് അങ്ങനെയൊരു

സൂചന നല്കണം. അതായിരുന്നു അയാളുടെ മനസ്സിലിരിപ്പ്. പഴമക്കാർക്ക് അങ്ങനൊരു ശീലം വല്ലാതെയുണ്ട്. അത് മനുഷ്യനുണ്ടായ കാലം മുതൽ തുടരുന്നതാവണം. മിക്കവാറും എല്ലാ മുതിർന്ന പത്രക്കാരും അത്തരത്തിലാണ് ആപ്പീസിൽ പെരുമാറിയിട്ടുള്ളത്. അതോയിനി..? അയാളൊന്നു നീട്ടിയെറിഞ്ഞതാണോ? അവളും ബുദ്ധിമതിയായിരുന്നു. ചിന്തകളെ ഇരട്ടിപ്പിച്ചു നോക്കി കല്ലും പതിരും ചികയുന്നത് അവളുടെ ശീലമായിരുന്നു.

അമ്പതു കഴിഞ്ഞ അയാള് ഇത്രയും കാലം ഏതോ വാല്മീകത്തിൽ ഒളിച്ചിരുന്നതായിട്ടാണ് തോന്നുന്നതെടീ. ഇന്റർവ്യൂവിനിറങ്ങിയ അവൾക്ക് ഒരു സഹപ്രവർത്തകൻ ചില സൂചന നല്കിയിരുന്നു. അയാൾ നിന്നെ പൊക്കാൻ സാദ്ധ്യതയുണ്ട്. ആ വാക്കുകളിൽ ചില അടച്ചു പറച്ചിലുകളുണ്ടായിരുന്നതായി അവൾക്ക് തെളിഞ്ഞു. മുമ്പയാൾ നടത്തിയ ഭാഷാപ്രവർത്തനങ്ങളൊന്നും അങ്ങനെ ശ്രദ്ധയിൽ വന്നിട്ടില്ല. പെട്ടെന്നൊരു ദിവസം ശബ്ദതാരാവലിയുമായി പത്രവാർത്തകളിൽ കയറി വന്നതാണ്. നീ തടിയൊന്നു നോക്കുന്നത് നന്നായിരിക്കും. അവൻ പറഞ്ഞത് അവളുടെ മനസ്സിൽ വീണ്ടും മൂളിപ്പറന്നു.

അതു ശരിയെന്ന് അവൾക്കപ്പോൾ തോന്നാതിരുന്നില്ല. എന്നാൽ ഈ ലിജിന് അമ്പതു വയസ്സായി എന്നുപറഞ്ഞത് അവനൊന്നു കൂട്ടിപ്പറഞ്ഞതല്ലേ? അയാളുടെ ഉടയാത്ത ദേഹവും കറുത്ത താടിയും മുടിയും കണ്ട് അവൾക്ക് സംശയമായി. അല്ല. ഇക്കാലത്ത് ആരുടെ പ്രായമാണ് സർട്ടിഫിക്കറ്റിൽ നോക്കാതെ അറിയാൻ കഴിയുന്നത്? ചായം പൂശുന്ന ഓൾഡ് ജന്നിന് പ്രായമേറാത്ത കാലം.

"സാറെങ്ങനെ സർക്കാർ സ്കൂളിലെ തിരക്കുപിടിച്ച ജോലിക്കിടയിൽ ഈയൊരുദ്യമം പൂർത്തീകരിച്ചു? അതുമൊറ്റയ്ക്ക്? അതൊന്നു വിശദമാക്കാമോ? ശബ്ദതാരാവലി വലിയൊരു പുസ്തകമാണല്ലോ! അതിനെ ഒറ്റയ്ക്ക് ടൈപ്പ് ചെയ്ത് നെറ്റിൽ എത്തിക്കുക എന്നു പറയുന്നത് സാഹസം തന്നെയല്ലേ!"

അവൾ വിനീതയായി വിശദമായി ചോദിച്ചു.

"വെക്കേഷന് രണ്ടുമാസം കൊണ്ട് പണി തീർന്നില്ലെങ്കിലോ എന്നു കരുതി ഞാൻ കഴിഞ്ഞ മാർച്ചു മാസത്തിൽ മുഴുവനും ലീവെടുത്തു. പള്ളിക്കൂടത്തിൽ മാർച്ചിലങ്ങനെ വലിയ പണികളൊന്നുമില്ല. പരീക്ഷകൾ മാത്രമല്ലേയുള്ളു. ടൈപ്പിങ് ജൂണിലേക്കും കുറച്ചു ദിവസം നീണ്ടു. അങ്ങനെ കൃത്യം മൂന്നുമൂന്നര മാസംകൊണ്ട് ആയിരത്തി അറുന്നൂറ്റി അമ്പതിൽപ്പരം പേജുകളുടെ ടൈപ്പിങ് പൂർത്തിയാക്കി. രാവും പകലും കമ്പ്യൂട്ടറിൽ കൊട്ടി. വിരലുകൾ കോച്ചിവലിച്ചിട്ടും ഞാൻ വിട്ടില്ല.

തുടങ്ങൊല്ല. തുടങ്ങൊല്ല. തുടങ്ങിയാലൊന്നും മുടങ്ങൊല്ല. എന്നതാണ് എന്റെ പ്രമാണം. ഒരുപക്ഷേ, അന്നേതന്നെ ഗിന്നസുകാരെ സമീപിച്ചിരുന്നെങ്കിൽ ഇത്ര വേഗത്തിൽ വലിയൊരു പുസ്തകം ഒറ്റയ്ക്ക് ചുരുങ്ങിയ കാലത്തിൽ ടൈപ്പു ചെയ്തതിന് എനിക്ക് വേൾഡ് റേക്കോഡ്

കിട്ടുമായിരുന്നു. വിശേഷിച്ചും മലയാളം പോലെ കറങ്ങിയും തിരിഞ്ഞും കിടക്കുന്ന ചുഴിപിടിച്ച ഒരു ഭാഷയിൽ കൊട്ടുനടത്തിയതിന്."

അയാൾക്ക് ഗർവ്വ് കൂടിയതായി അവൾക്ക് തോന്നി.

"നിനക്കറിയാമോ ഈ ശബ്ദതാരാവലി അച്ചടിക്കാനുള്ള പ്രയാസങ്ങൾ കാരണം അത് ആദ്യമായി പുറത്തിറക്കിയത് ഖണ്ഡശ്ശകളായിട്ടാണ്. അതായത് മൾട്ടിവോള്യമായി. ഏറെ നാളുകൾ കഴിഞ്ഞാണ് അത് ഒറ്റപ്പുസ്തകമാകുന്നത്. പോസ്റ്റാഫീസിൽ നിന്നും പാഴ്സലെടുത്ത് സൈക്കിളിൽ വച്ചുകെട്ടി ആ വലിയ പുസ്തകവുമായി അച്ഛൻ വീട്ടിലെത്തിയത് എനിക്കിപ്പോഴും ഓർമ്മയുണ്ട്."

"അങ്ങനെയോ?"

അവൾ അതിശം കൂറി നിന്നു. ആ ഭാവം വിചാരിച്ചതുപോലെ അയാളെ പ്രോത്സാഹിപ്പിച്ചതായി അവൾ ഉറപ്പിച്ചു.

"ഡിജിറ്റലൈസേഷന് ശബ്ദതാരാവലി തിരഞ്ഞെടുക്കാൻ അങ്ങയെ പ്രേരിപ്പിച്ച ചേതോവികാരം എന്താണ്?"

അതിനുത്തരമായി ലിജിൻ വിശദമായി സംസാരിച്ചു. പത്തിരുപത്തിയഞ്ചു വർഷങ്ങളുടെ വ്യത്യാസമുണ്ടെങ്കിലും പറയുന്നതെല്ലാം അവൾ ഉൾക്കൊള്ളുന്നുണ്ട്. കൊള്ളാം. അവളൊരു പൊട്ടിപ്പെണ്ണല്ല. എന്ന തോന്നൽ ഇതിനോടകം അയാൾക്കുമുണ്ടായി.

"അച്ഛനുമമ്മയും അടികൂടിപ്പിരിയുന്ന കാലത്താണ് ശബ്ദതാരാവലി എന്ന വാക്ക് എന്റെ മനസ്സിൽ പതിഞ്ഞുപോയത്. എന്താണീ ശബ്ദതാരാവലി? അതെനിക്ക് ആദ്യമൊന്നും മനസ്സിലായില്ല. ശബ്ദതാരാവലി എന്നത് വീട്ടിൽനിന്നും കാണാതെ പോയ ആ തടിയൻ പുസ്തകമാണെന്നു പിന്നെയാണ് മനസ്സിലായത്. അത് വീട്ടിലെത്തിയിട്ട് അന്നേരത്ത് ചുരുക്കം ദിവസങ്ങൾ മാത്രമേ കഴിഞ്ഞിട്ടുണ്ടായിരുന്നുള്ളു."

അയാളൊരുനിമിഷം മൗനം കൊണ്ടു.

"എവിടെടീ എന്റെ ശബ്ദതാരാവലി എന്നു ചോദിച്ചുകൊണ്ടാണ് അമ്മയുടെ മുടിക്ക് അച്ഛൻകുത്തിപ്പിടിച്ചത്. ശബ്ദതാരാവലി ഒരു മഹാസംഗതിയാണെന്ന ധാരണ അങ്ങനെ കുട്ടിക്കാലത്തുതന്നെ എന്റെയുള്ളിൽ കയറിപ്പോയി. ഇപ്പോൾ നോക്കുമ്പോഴും അതൊരു മഹത്തായ സംഭവമല്ലേ? എല്ലാ വീടുകളിലും അച്ഛനുമമ്മയും തമ്മിൽ വഴക്കും വക്കാണവുമുണ്ടായിട്ടുണ്ടാവും. വീട്ടുവഴക്കുകളുടെ ഭാഗമായി ഒരു നിഘണ്ടു കടന്നുവന്നത് അത്യപൂർവ്വ സംഭവമാണ്. എന്തായാലും അതെന്നെ അനിതര സാധാരണമായ ഒരു സാംസ്കാരിക അന്തരീക്ഷത്തിലേക്കായിരുന്നു തള്ളിയിട്ടത്. പിണങ്ങിപ്പോകാൻ തയ്യാറെടുത്ത അച്ഛൻ കൂടെ എടുത്തു കൊണ്ടുപോകാതിരിക്കാൻ അമ്മ ശബ്ദതാരാവലിയെ മാറ്റി വച്ചതാണ്. അത് എനിക്കു വേണ്ടിയായിരുന്നു."

ആ വിവരണത്തിലവൾ തരിച്ചുപോയി. വായിക്കപ്പെടുന്നതിലപ്പുറം ഒരു പുസ്തകം ഇങ്ങനെ ഒരാളുടെ ജീവിതവുമായി കുഴഞ്ഞു കിടക്കുന്നത് ആദ്യമായി അവൾ തൊട്ടെടുക്കുകയായിരുന്നു. അതൊരു നവ്യാനു

ഭവമായി അവൾക്ക് തോന്നി. വികാരം ചോർന്നുപോകാതെ അയാളുടെ മനസ്സുമായി ഐക്യപ്പെടാൻ അവൾക്ക് വ്യഗ്രതയായി. അയാൾ പറഞ്ഞതു മുഴുവനും തന്റെ മൊബൈലിലെ ശബ്ദശീതീകരണി പിടിച്ചെടുത്തിട്ടുണ്ടാവുമോ? വെറുതെയാരു ആശങ്ക അവൾക്കുണ്ടാകാതിരുന്നില്ല.

"ശബ്ദതാരാവലിയെ അമ്മ എവിടെയാണ് ഒളിപ്പിച്ചു വച്ചത്? അതീ നാല്പത്തിയെട്ടാം വയസ്സിലും എനിക്ക് കണ്ടെത്താൻ കഴിഞ്ഞിട്ടില്ല."

അയാൾ കുറച്ചുനേരം മിണ്ടാതിരുന്നു.

"മരിക്കുന്നതിനുമുമ്പ് അമ്മയോട് ചോദിച്ചൊരു നിശ്ചയം വരുത്താൻ കഴിഞ്ഞില്ല. അതു ശരിയായില്ല എന്നിപ്പോൾ തോന്നുന്നു. അല്ല ഞങ്ങൾക്ക് അത്തരം കടുത്ത രുചിയുള്ള വീട്ടുകാര്യങ്ങൾ ഓർമ്മിക്കുന്നതുതന്നെ വലിയ സങ്കടമായിരുന്നു. അതിനാൽ വീട്ടിലൊരിക്കലും പഴയ കാര്യങ്ങൾ ചർച്ച ചെയ്യാറേയില്ലായിരുന്നു. ഭൂതുകാലമില്ലാത്ത ഒരു ഭവനംപോലെയായിരുന്നു ഞങ്ങളുടെ വീട്."

പിന്നെയും അയാൾ കുറച്ചുനേരം കുനിഞ്ഞിരുന്നു.

"ഞാനിങ്ങനെയൊക്കെ ആയിത്തീരുമെന്ന് ആരാനുമറിഞ്ഞോ? ശബ്ദതാരാവലിയെ ഒളിപ്പിച്ച ഇടം എവിടെയാണ്? ഞങ്ങളുടെ പഴയ വീട് പൊളിച്ചുകളയുന്ന നേരത്ത് ഞാൻ അവസാനമായി ഒന്നുകൂടി തെരഞ്ഞു. മേല്ക്കൂരയും ഓടുകളും എടുത്തു മാറ്റിയതു കാരണം അന്നേരത്ത് അതിനുള്ളിൽ നിറയെ വെളിച്ചം വീണിരുന്നു. ഏതു മൂലയിലാണ് അമ്മയതിനെ പാത്തുവച്ചത്? എന്തായാലും എനിക്കുവേണ്ടി ഇതിലും വലിയൊരു പൈതൃക സ്വത്ത് അമ്മയ്ക്ക് സൂക്ഷിക്കാൻ കഴിയുമോ? പ്രകാശം മാത്രം വീണുകിടക്കുന്ന ആ ചുവരുകൾക്കിടയിൽ ഞാൻ പിന്നെയും പിന്നെയും എന്റെ ബാല്യകാലത്തെ തെരഞ്ഞു.

ആ ശബ്ദതാരാവലിയാണ് ഈ ലോകത്ത് മകനുവേണ്ടി ഒരമ്മ സൂക്ഷിച്ച ഏറ്റവും വലിയ സ്വത്ത് എന്നു ഞാൻ പറയും.

സ്ത്രീകൾക്ക് പലതും ഒളിപ്പിക്കാനുള്ള അപാരമായ ശേഷിയുണ്ടെന്ന് ഞാൻ മനസ്സിലാക്കിയിരുന്നു.

ഒളി–ഒളിമങ്ക–ഒളിപുരുഷൻ. ജാരൻ, ഒളിപ്പിടം എന്നീ വാക്കുകൾ ഒന്നിൽനിന്നും മറ്റൊന്നുപോലെ ചങ്ങലപോലെ ചെറിയ പ്രായത്തിൽ തന്നെ ശബ്ദതാരാവലി നോക്കി ഞാൻ മനസ്സിലുറപ്പിച്ചു."

അയാൾക്ക് വീണ്ടും ഉത്സാഹം കയറി.

"ശബ്ദതാരാവലി മാത്രമല്ല. ശബ്ദങ്ങൾ, താരങ്ങൾ എന്നൊക്കെ കേട്ടാലും എനിക്കോർമ്മ വരുന്നത് ശ്രീകണ്ഠേശ്വരത്തിന്റെ ആ മഹത്തായ പുസ്തകമല്ല. മറിച്ച് അച്ഛനുമമ്മയും നടത്തിയ അടികലശലുകളാണ്. ഇപ്പോഴും അങ്ങനെ തന്നെ. അതുകേട്ടുണർന്ന് കണ്ണീരൊലിപ്പിച്ച രാവുകളെ കുറിച്ചായിരുന്നു ഞാനീ നിമിഷത്തിലും ചിന്തിക്കുന്നത്. അല്ലാതെ മലയാള ഭാഷയ്ക്കുവേണ്ടി ഞാനൊരു വലിയ കാര്യം ചെയ്തു എന്ന തോന്നലൊന്നും എനിക്കില്ല കൊച്ചേ! എന്റെ ശബ്ദതാരാവലിയിൽ ഇങ്ങനെ ഒരു ജീവിതമാണുള്ളത്."

അയാളുടെ നീണ്ടുനിന്ന പ്രഭാഷണം മാതിരിയുള്ള വാക്കുകൾ കേട്ട അവൾ ചിരിക്കണോ, കരയണോ എന്നു പകച്ചുപോയി.

"സർ. നമ്മുടെ ശ്രീകണ്ഠേശ്വരം പത്മനാഭപിള്ള സുഖം എന്ന വാക്ക് നിഘണ്ടുവിൽ ചേർത്തതല്ലാതെ അതനുഭവിച്ച് അറിഞ്ഞിട്ടില്ല എന്നു കേട്ടിട്ടുണ്ട്. ഇതിപ്പോൾ അങ്ങീ പറഞ്ഞ കാര്യങ്ങളും ഏതാണ്ട് അതുമാതിരി തന്നെയാണ്."

താൻ വെറുമൊരു ന്യൂജനറേഷനല്ല. ചിലതൊക്കെ വായിച്ചും പഠിച്ചിട്ടുമുണ്ടെന്ന് അയാളുമറിഞ്ഞോട്ടെ, എന്നതിനുപരിയായി അയാളുടെ മനസ്സിനോട് ചേർന്നുനില്ക്കാൻ വേണ്ടി തന്നെയാണ് അവളങ്ങനെ പറഞ്ഞത്. അവളുടെ മനസ്സ് അപ്പോഴേക്കും ഒരുമാതിരി അലിഞ്ഞിരുന്നു. ലിജിനിനോട് തുടക്കത്തിലുണ്ടായിരുന്ന ദേഷ്യമൊക്കെ മാറി. ഒരു പാവപ്പെട്ട മനുഷ്യനാണ് അയാൾക്ക് പാകമാകാത്ത പച്ചനിറമുള്ള ഷെർവാണിയിലും കുർത്തയിലും നില്ക്കുന്നതെന്നവൾക്ക് തോന്നി.

അവളുടെ കണ്ണുകൾ നനഞ്ഞുവോ? തോന്നലിൽ കൂടുതൽ ആർദ്രനാവാതിരിക്കാൻ അയാൾ മൗനമൂടികൊണ്ട് വായ അടച്ചുപിടിച്ച് ഇങ്ങനെ ചിന്തിച്ചു നിന്നു.

എന്തുകൊണ്ടാണ് അമ്മയെനിക്ക് ലിജിനെന്ന പേര് നല്കിയത്? കമ്പോടുകമ്പ് നിത്യവും ശബ്ദതാരാവലി വായിക്കുന്ന അമ്മയെന്തിനാണ് മകനുവേണ്ടി അർത്ഥശൂന്യമായ പേര് കണ്ടെത്തിയത്? ചിലപ്പോൾ അമ്മയ്ക്ക് അതൊരു നിർബ്ബന്ധമായിരുന്നിരിക്കണം. ശബ്ദതാരാവലിയിലെ വാക്കുകൾക്കപ്പുറത്തുള്ള ഒരു ജീവിതത്തിൽ ഈ മകനെത്തിച്ചേരണമെന്നത്.

അതയാൾക്ക് അന്നേരത്ത് തോന്നിയ ഒരു ആശയമായിരുന്നില്ല. ഒരു ജീവിതകാലം മുഴുവനും കൊണ്ടുനടന്ന ഉത്തരമായിരുന്നു.

ടി ടി സി ക്ക് പഠിക്കുന്ന കാലത്താണ് പേരിന്റെ നിരർത്ഥകത ബോദ്ധ്യമായത്. ക്ലാസിലെ ഓരോ അദ്ധ്യാപക വിദ്യാർത്ഥിയും തങ്ങളുടെ പേരിന്റെ അർത്ഥം വിശദമാക്കിയപ്പോളായിരുന്നു തനിക്കുള്ളത് അഴിച്ചെടുക്കാൻ സാധിക്കാത്ത ഒന്നാണെന്ന് ലിജിൻ തീർത്തും മനസ്സിലാക്കിയത്. തന്റെ പേര് എല്ലാ പുസ്തകങ്ങൾക്കും പുറത്താണ്. ശബ്ദതാരാവലിക്ക് പുറത്തൊരു ജീവിതം കരുപ്പിടിപ്പിക്കാൻ സാധിക്കുമോ എന്ന ആശയം അങ്ങനെയാണ് മനസ്സിൽ വീണത്.

അതു ചിന്തിച്ചു പൂർത്തിയാക്കാൻ സമ്മതിക്കാതെ അയാളെ അടുത്ത ചോദ്യത്തിലേക്ക് അവൾ വലിച്ചിട്ടു.

"സർ. ശബ്ദതാരാവലിക്കുമുമ്പ് അങ്ങു നടത്തിയ ഭാഷാപ്രവർത്തനങ്ങൾ എന്തൊക്കെയായിരുന്നു. അതൊന്നു വിശദീകരിക്കാമോ?"

അങ്ങനെ തന്നെയവൾ ചോദിക്കുമെന്ന് കഴിഞ്ഞദിവസം അയാൾ തീർച്ചപ്പെടുത്തിയിരുന്നു. അതിനാൽ ഒരു കുക്ക്ഡ് ആൻസറും അയാളവൾക്ക് നല്കി.

"ഞാനിങ്ങനെ വീട്, കുടുംബം എന്നിവയിൽ നിന്നൊക്കെ ഒഴിഞ്ഞ്

ജീവിക്കുന്നതുതന്നെ കഴിവതും സാമ്പ്രദായിക ജീവിതത്തിന് പുറത്തൊരു നിലനില്പ് സാദ്ധ്യമാകുമോ എന്ന അന്വേഷണത്തിന്റെ ഭാഗമായാണ്."

ആ പറഞ്ഞതിലവൾക്ക് കള്ളം കയ്ച്ചു. അതിനെക്കുറിച്ച് വീണ്ടും ചോദിച്ച് വ്യക്തത വരുത്തണം. മറക്കാതിരിക്കാൻ വിരൽ മടക്കി അവൾ അടയാളം വച്ചു. സംഭാഷണങ്ങൾക്കിടയിലെ അവ്യക്തതകളും സംശയങ്ങളും മറന്നുപോകാതിരിക്കാൻ വിരൽ മടക്കി വയ്ക്കുന്നത് അവളുടെ ശീലമായിരുന്നു.

ഒരുപക്ഷേ, ഈ ജില്ലയിൽ തന്നെ ആദ്യമായൊരു ഇന്റർനെറ്റ് കണക്ഷനെടുക്കുന്നത് ഞാനായിരിക്കും. ഇന്റർനെറ്റിനെക്കുറിച്ച് എവിടെ നിന്നോ വായിച്ചറിഞ്ഞ് മദ്രാസിലെ ഫോണാപ്പീസിൽ വിളിച്ചു ചോദിച്ചാണ് ഞാനന്നൊരു കണക്ഷൻ ശരിയാക്കിയത്. ഇത് തൊണ്ണൂറുകളുടെ മദ്ധ്യത്തിലെ കാര്യമാണ്. ഇന്നത്തെപ്പോലെ ആൻഡ്രോയിഡ് ആപ്പുകളൊന്നുമില്ലാത്ത കാലം. തുടക്കത്തിൽ മെയിലുകൾ, ഡിസ്കഷൻ ഗ്രൂപ്പുകൾ എന്നിങ്ങനെ നാമമാത്ര സേവനങ്ങളായിരുന്നു നെറ്റിലുണ്ടായിരുന്നത്. അന്നൊക്കെയീ മഹാവലയ്ക്കുള്ളിൽ നമ്മുടെ ഭാഷയ്ക്ക് ഒരു സ്ഥാനവുമുണ്ടായിരുന്നില്ല. ഇംഗ്ലീഷിലായിരുന്നു ആശയ വിനിമയം. മലയാളത്തിൽ മിണ്ടാനും പറയാനുമാവാത്ത കാലം. നമ്മുടെ ഭാഷ പിറന്നിട്ടില്ലെന്ന് എനിക്കപ്പോൾ തോന്നിയിരുന്നു. ഇന്ന് പിള്ളേരൊക്കെ ഫെയ്സ്ബുക്കിൽ മലയാളത്തിൽ നിർബ്ബാധം തട്ടിക്കളിക്കുന്നില്ലേ! നിങ്ങളൊന്നും വിശ്വസിക്കുമെന്നു തോന്നുന്നില്ല. അങ്ങനെയൊരു കാലം വരുമെന്ന് ഞാൻ അന്നുതന്നെ സ്വപ്നം കണ്ടിരുന്നു. അത് പലരോടും സൂചിപ്പിച്ചപ്പോൾ ഓ ഇനി മലയാളത്തിൽ ടൈപ്പടി സൂത്രം കണ്ടുപിടിക്കാൻ സായിപ്പിന് വേറെ പണിയൊന്നുമില്ല. എന്നെന്നെ എല്ലാരും കളിയാക്കുകയാണ് ചെയ്തത്.

"അമ്മ തന്ന ശബ്ദതാരാവലിയെ ഞാൻ മറന്നില്ല."

ലിജിൻ വിഷയത്തിലേക്ക് തിരിച്ചെത്തി.

"ശബ്ദതാരാവലിയെ ഞാൻ പലവിധത്തിൽ ഞങ്ങളുടെ കുട്ടികൾക്ക് പരിചയപ്പെടുത്തിക്കൊണ്ടിരുന്നു. ഞാനതുപയോഗിച്ച് എല്ലാ വർഷവും പലതരത്തിലുള്ള വർക്കുകൾ കുട്ടികളെക്കൊണ്ട് ചെയ്യിച്ചിരുന്നു. ശ്രീകണ്ഠേശ്വരത്തിന്റെ എല്ലാ ജന്മദിനങ്ങളും ഞങ്ങളുടെ സ്കൂളിൽ ശബ്ദതാരാവലിദിനമായി കൊണ്ടാടി. അതുമൊരു റെക്കോഡാണ്. ഞാൻ ടീച്ചറായി സ്കൂളിൽ കയറിയ തൊണ്ണൂറ്റി രണ്ടുമുതൽ ഈ ഭാഷാ പ്രവർത്തനം ഞങ്ങളുടെ സ്കൂളിൽ നടത്തുന്നുണ്ട്. അന്നൊന്നും ഇങ്ങനെ ദിവസന്തോറും ദിനാചരണങ്ങളില്ല കേട്ടോ. ശബ്ദതാരാവലിയിൽ ഉൾപ്പെടാതെപോയ നാട്ടുപദങ്ങൾ കണ്ടെത്തുക. അറബിയും സംസ്കൃതവും ഭാഷകൾ പഠിക്കുന്ന കുട്ടികൾക്ക് മലയാള നിഘണ്ടുവിലെ അറബി, സംസ്കൃതം വാക്കുകൾ പരിചയപ്പെടുത്തി കൊടുക്കുക. അങ്ങനെയങ്ങനെ.... കുട്ടികൾക്കും അതൊക്കെ രസകരമായി തോന്നി. നോക്കൂ. മലയാളത്തിലെ വലിയൊരു പുസ്തകത്തെ അഴിച്ചെടുക്കാൻ കുട്ടികൾ

ഇതിലൂടെ ശീലിക്കുകയായിരുന്നു.

നമ്മുടെ നാട്ടിൽ ശ്രീകണ്ഠേശ്വരത്തിന് ഒരു സ്മാരകവും ഉണ്ടായിട്ടില്ല. ആരോരും ഏറ്റെടുക്കാനില്ലാത്ത അദ്ദേഹത്തിനുവേണ്ടി തിരൂർ മലയാളം സർവ്വകലാശാലയിൽ ഒരു ചെയർ തുടങ്ങണമെന്ന് ഞങ്ങൾ ഒരു പ്രമേയവും പാസാക്കിയിട്ടുണ്ട്. രണ്ടുവർഷങ്ങൾക്കു മുമ്പ് ഞങ്ങളുടെ സ്കൂളിലെ എല്ലാ കുട്ടികളും ഈ ആവശ്യം ഉയർത്തിക്കൊണ്ട് നമ്മുടെ പത്രങ്ങൾക്ക് കത്തെഴുതിയിരുന്നു. നീ നിന്റെ പരട്ട പത്രാധിപരോട് ചോദിക്ക് ആ വിഷയത്തിലേക്ക് ശ്രദ്ധ തിരിക്കണമെന്നാവശ്യപ്പെട്ട് ഒരു നാന്നൂറ്റിയമ്പത് കാർഡുകൾ ഒരുദിവസം തന്നെ നിങ്ങളുടെ ആപ്പീസിൽ എത്തിയില്ലേയെന്ന്. എല്ലാ കുട്ടികളും കാർഡെഴുതുന്ന പണിയൊന്നും നിങ്ങൾ പത്രക്കാരുടെ ശ്രദ്ധയിൽ വരാതെ പോകുക എന്നു പറഞ്ഞാൽ?

ഈയിടെ ഒരു വിദ്വാൻ ഫെയ്സ്ബുക്കിൽ പോസ്റ്റിട്ടിരിക്കുന്നു. എനിക്ക് വേറെ പണിയൊന്നുമില്ലേന്ന്? ഞാനെന്തിനാണ് സാധാരണക്കാർക്ക് ഒരുപയോഗവുമില്ലാത്ത ഈ ഡിക്ഷണറിയെ നെറ്റിൽ കയറ്റുന്ന കൂലിയില്ലാ വേല ചെയ്യുന്നതെന്ന്? അന്നേരത്തിന് അഞ്ചാറ് വാഴവയ്ക്കാൻ പാടില്ലേന്ന്? അവനുള്ള മറുപടി ഞാൻ വേറെ കൊടുത്തോളാം."

അയാളുടെ മുഖം ചുവന്നു.

ഇന്റർവ്യൂ സംബന്ധിയായ പ്രധാന ഭാഗങ്ങൾ പറഞ്ഞും കേട്ടും തീർന്നതായി ഇരുവർക്കുമപ്പോൾ തോന്നി. ഇനിയിത് അവസാനിപ്പിക്കാറായി എന്ന തോന്നലിൽ അവളെത്തി.

"നമുക്ക് കോഹാബിറ്റേഷൻ എന്ന വാക്ക് ഒരുമിച്ച് അടിച്ചു ചേർത്താലോ?" കേട്ടെങ്കിൽ കളി ഇല്ലെങ്കിൽ കാര്യം എന്ന മട്ടിൽ ലിജിൻ പിറുപിറുത്തു.

അവൾക്ക് പ്രതികരിക്കാൻ വേണ്ടത്ര സമയംപോലും കൊടുക്കാതെ അയാൾ എഴുന്നേറ്റുപോയി. ഇനിയും ഉത്തരംതേടാനുള്ള ചോദ്യങ്ങളെ സൂക്ഷിച്ചിരുന്ന വിരൽമടക്കുകൾ അവൾ സാവധാനമായി നിവർത്തിയെടുത്തു.

"നമുക്ക് ഒരുമിച്ച് ഒരു വീട്ടിൽ വച്ചുണ്ട് താമസിച്ചാലോ?"

അതു ചോദിക്കാൻവേണ്ടി അന്നുരാത്രി അയാൾ അവളെ ഫോണിൽ വിളിച്ചു.

അങ്ങനെയൊരു ഉദ്ദേശ്യത്തോടെ ലിജിൻ ഫോണിൽ വിളിക്കുമെന്ന് ഏതാണ്ട് അവളും ഉറപ്പിച്ചിരുന്നു. അതിനാൽ സന്ധ്യ കഴിഞ്ഞതോടെ അവൾ ഫോൺ സ്വിച്ച് ഓഫ് ചെയ്തുവച്ചു. അയാളുടെ കോഹാബിറ്റേഷൻ എന്ന വാക്കും അതിന്റെ ഡിജിറ്റലൈസേഷൻ നടത്താനുള്ള വ്യഗ്രതയും ഇന്റർവ്യൂ വേളയിൽ അവൾക്ക് വല്ലാതെ അരോചകമായി തോന്നിയിരുന്നു.

സ്വിച്ച്ഡ് ഓഫ് എന്നറിഞ്ഞിട്ടും അവളുടെ നമ്പരിലേക്ക് അയാൾ ആവേശത്തോടെ ഫോൺ ചെയ്തുകൊണ്ടിരുന്നു. അയാളുടെ ആവർത്തിച്ചുള്ള കാളുകൾ ഗതികിട്ടാതെ ആകാശത്തിൽ ചുറ്റിത്തിരിയുന്ന നേരത്ത്

അവൾ അഭിമുഖ സംഭാഷണത്തിന്റെ അസ്സൽ പകർപ്പിനുള്ള ആമുഖം എഴുതി ഉണ്ടാക്കുകയായിരുന്നു.

അതിങ്ങനെയായിരുന്നു.

ലിജിൻ ജോൺ.

കുരോപ്പട സെന്റ് സെബാസ്റ്റ്യൻസ് ഹയർ സെക്കന്ററി എച്ച് എസ് എസിലെ എൽ പി വിഭാഗം അദ്ധ്യാപകനായി ജോലി ചെയ്യുന്നു. തൊണ്ണൂറുകളുടെ തുടക്കത്തിൽ ഗൾഫിൽ കോപ്പിറൈറ്ററായിരുന്നു. ശബ്ദതാരാവലിയുടെ ഡിജിറ്റൽ പതിപ്പ് ഒറ്റയ്ക്ക് തയ്യാറാക്കിയതിലൂടെ ഈയിടെ വാർത്തകളിൽ ലിജിൻ നിറഞ്ഞു. ജീവിതത്തിൽ പല പരീക്ഷണങ്ങളും നടത്തിയ ഇയാൾ പതിനഞ്ചു വർഷമായി ഒപ്പം താമസിക്കുന്ന ഭാര്യയോട് സംസാരിച്ചിട്ടില്ലെന്നും അവകാശപ്പെടുന്നു.

മിത്രലോഭം

വർഷങ്ങളായി അവളൊറ്റയ്ക്കാണ്.

മിണ്ടാനും പറയാനും ഒരു മിത്രത്തെ കണ്ടെത്താൻ എത്രയോ കാലമായി അനന്യ ശ്രമിക്കുന്നു. പ്രേതലോകത്തിൽ കൂട്ടുകൂടാൻ പറ്റുന്ന തരത്തിലുള്ള ആരെയും അവൾക്ക് കിട്ടിയതേയില്ല. മെഡിക്കൽ കോളേജിൽ അവളെന്നും ചെന്നുനോക്കും. മോർച്ചറിക്കുള്ളിൽ തലങ്ങും വിലങ്ങും നടക്കും. കൂലങ്കഷമായി ജീവനറ്റ ഓരോരുത്തരെയും പരിശോധിക്കും. അവരിൽനിന്നും തരത്തിലൊരു കുട്ട്. ഇല്ലേയില്ല.

അവിടെയും ഇവിടെയും കുറച്ചുനേരം ചുറ്റിത്തിരിഞ്ഞ് അനന്യ പ്രേതലോകത്തിലേക്ക് തിരിച്ചു കയറും. തനിക്ക് ചേരുന്ന തരത്തിലുള്ള ആരെയും അവൾ കണ്ടില്ല. സ്ത്രീധന പീഡനമരണം, പ്രണയ നൈരാശ്യം അങ്ങനെയങ്ങനെ പ്രശ്നങ്ങളുടെ ചുമടുകളുമായിട്ടാണ് അവളുടെ പ്രായത്തിലുള്ളവർ മരിച്ചവരുടെ ലോകത്തിലെത്തുന്നത്. അവൾക്ക് അവരെയാരെയും പിടിച്ചില്ല. ഭൂമിയിലെ സങ്കടങ്ങളുടെ ചുമടുമായി വരുന്നവർ. അവർ പരലോകത്തും തീർച്ചയായും പരാതിപരിഭവങ്ങൾ പിന്തുടരും. ഉല്ലാസലോകത്തിൽ അവർ അങ്ങനെ തനിക്ക് ബാദ്ധ്യതയായി മാറുന്നതാണ്.

പണ്ട് എഞ്ചിനീയറിങ് പഠിച്ചിരുന്ന കാലത്തെപ്പോലെ പ്രേതലോകത്തിലും ആടിപ്പാടി നടക്കണം. അനന്യയുടെ താല്പര്യം അതായിരുന്നു. അതിനൊത്ത കമ്പനിക്കുവേണ്ടി അവൾ കാത്തിരുന്നു.

യുവാക്കളുടെ ബൈക്കു തട്ടി. അല്ലെങ്കിൽ കോളേജിലെ ആഘോഷങ്ങൾക്കിടയിൽ ചിരിച്ചുല്ലസിച്ച് നില്ക്കുമ്പോൾ ഒരു പ്രാരബ്ധവുമില്ലാതെ മനസ്സ് ഇളകിയാടി സന്തോഷിച്ചു വരവേ പ്രാണൻ കൂടുവിട്ടുപോയ ഒരുവളെ അവൾ കാത്തിരുന്നു. വെള്ളത്തിൽ വീണു വെപ്രാളപ്പെട്ടതും

ആശുപത്രിക്കിടക്കയിൽ മരുന്നുകളുടെ പിടിവലിയിൽ സ്വസ്ഥത പോയതുമായ ഒരുവൾക്ക് ഒരിക്കലും തന്റെ സ്നേഹിതയാവാനാവില്ലെന്നവൾ ഉറച്ചു വിശ്വസിച്ചു. പിന്നെ വയസ്സത്തികളെ ആർക്കുവേണം?

കോളേജാണ് അവളുടെ മറ്റൊരു അഭയ കേന്ദ്രം. പ്രതീക്ഷയോടെ അവൾ ദിവസവും പലതവണ അവിടെ ചുറ്റിത്തിരിഞ്ഞു. പ്രാരബ്ധവും പരിവട്ടവുമില്ലാത്ത വീട്ടിലെ കുട്ടികൾ പഠിക്കുന്ന വിദ്യാലയമാണത്. അവിടെനിന്നും തനിക്കൊരു മിത്രത്തിനെ തീർച്ചയായും ലഭിക്കുമെന്നവൾ ഉറച്ചു വിശ്വസിച്ചു. കഴിഞ്ഞ കുറെ വർഷങ്ങളായി അവളുടെ കണ്ണുകളെപ്പോഴും ആ കലാലയത്തിനു മുകളിലാണ്. മുമ്പവളും അവിടെ പഠിച്ചിരുന്നു. അന്നൊക്കെ എപ്പോൾ വേണമെങ്കിലും ആരെ വേണമെങ്കിലും ജീവിതത്തിൽനിന്നും വലിച്ചടർത്താൻ പാകത്തിൽ വണ്ടികൾ ക്യാമ്പസിനുള്ളിൽ ചീറി നടന്നിരുന്നു. അവളുടെ തന്നെ മരണത്തോടെയാണ് അതിന് നിയന്ത്രണമായത്. ഗേറ്റ് എപ്പോഴും അടഞ്ഞു കിടക്കും. വാഹനങ്ങളെല്ലാം പുറത്ത്! അങ്ങനെ അനന്യയുടെ കാത്തിരിപ്പ് നീണ്ടു.

ഇത്തവണ ഓണാഘോഷത്തിന് തീർച്ചയായും എന്തെങ്കിലും സംഭവിച്ചിരിക്കും. തന്റെയുള്ളിലെ ഒരു തിരക്കഥാകൃത്ത് അങ്ങനെ പറയുന്നതായി അനന്യക്ക് തോന്നി.

കാവല്ക്കാരന്റെ കണ്ണുവെട്ടിച്ച് വേഗത്തിൽ പായുന്ന ഒരു ബൈക്ക് അല്ലെങ്കിലയാൾക്ക് ലഭിച്ച കുപ്പിയുടെ ബലത്തിൽ ഗേറ്റു കടന്ന ഒരു ജീപ്പ്. അന്നത്തെ ദിവസം എന്തെങ്കിലും ഉറപ്പ്. അവൾ ക്യാമ്പസ് മുറ്റത്ത് കണ്ണുനട്ട് കാത്തുനിന്നു. ബാക്കി എപ്പിസോഡുകളെല്ലാം അവളുടെ ചിന്തകൾക്ക് അനുസരണമായി നീങ്ങിക്കൊണ്ടിരുന്നു.

അങ്ങനെയൊരു പെൺകുട്ടിയെ ഒപ്പം കൂട്ടാൻ കിട്ടുന്ന സുദിനം അടുത്തുവരുന്നതായി അവൾക്ക് തോന്നി. പുതുസ്നേഹിതയെ മിത്ര എന്നു വിളിക്കാനായിരുന്നു അവൾ തീരുമാനിച്ചിരുന്നത്. മിത്രയെത്തിയിട്ടു വേണം ഇത്രയുംകാലം തനിക്ക് പറയാനുണ്ടായിരുന്ന നൂറായിരം കാര്യങ്ങൾ വിസ്തരിക്കാൻ. മനുഷ്യലോകം വിട്ടുവന്നിട്ട് ഇതുവരെയും ആരോടും നന്നായി സംസാരിച്ചിട്ടില്ല. പഴയ സംഭവങ്ങളെല്ലാം ഒന്നൊന്നായി ഓർത്തെടുക്കണം. വാതോരാതെ കഥ പറയുന്ന പ്രേതമായി മാറണം. സീരിയലുകളിൽ കാണുന്നതുപോലെ തന്നെ. സത്യത്തിലവൾക്ക് ഇത്രയും പരസ്യമായി ഒരു ക്യാമ്പസിൽ അലയാൻ ധൈര്യം കൊടുത്തത് ഈ സീരിയലുകളാണ്.

അനന്യ ആ പഴയ ജീവിതം ഓർത്തു.

വീട്ടിൽ താനും ചേട്ടനും അച്ഛനുമമ്മയുമായിരുന്നു ഉണ്ടായിരുന്നത്. ഒരു ശരാശരി കുടുംബവും ജീവിതവും. വീട്ടിനുള്ളിൽ എപ്പോഴും ശാന്തത നിറഞ്ഞു കിടന്നിരുന്നു. വീട്ടിലെ പൂച്ചകൾ പോലും എന്തു പതുക്കെയാണ് കരഞ്ഞിരുന്നത്. അവൾ നിശ്വസിച്ചു.

ഒരു പാവത്താനാണ് ചേട്ടൻ. അവളൊരിക്കലും ചേട്ടന്റെ ഭാഗത്തുനിന്നും അങ്ങനെയൊരു നീക്കം പ്രതീക്ഷിച്ചതേയുണ്ടായിരുന്നില്ല. അന്നാ

യിരുന്നു അയാൾക്കിഷ്ടപ്പെട്ട പെണ്ണിനെ വിളിച്ചുകൊണ്ടുവരാൻ തീരുമാനിച്ച വിവരം ചേട്ടൻ അവളോട് പറഞ്ഞത്. അതിനെക്കുറിച്ച് അവൾക്കു മാത്രമേ വ്യക്തമായ ധാരണയുണ്ടായിരുന്നുള്ളു. ചേട്ടൻ കല്യാണത്തിന് തയ്യാറായ വിവരം മറ്റാർക്കുമറിയില്ല. വീട്ടിലറിഞ്ഞാൽ ബന്ധുക്കൾ പുകിലുണ്ടാക്കുമെന്ന കാര്യം തീർച്ചയാണ്. എല്ലാപേരും കല്ല്യാണം കഴിയാത്ത അനിയത്തിയെ ചൂണ്ടിയാവും ചേട്ടനെ പുകയ്ക്കുന്നത്. അതിനാലാണ് ചേട്ടൻ അവളോടാദ്യം കുമ്പസരിച്ചത്.

"അച്ഛനുമമ്മയും എടങ്ങേറുണ്ടാക്കും. നീയ് വേണം ഞങ്ങൾക്കൊരു താങ്ങിന്."

അവളോട് കൃത്യമായ വിവരങ്ങൾ ചേട്ടൻ മുൻകൂട്ടി നല്കി. തങ്ങളെത്തുമ്പോൾ അച്ഛനമ്മമാരുടെ ഭാഗത്തുനിന്നും സഹകരണത്തിനുള്ള നീക്കങ്ങൾ നടത്താനാവശ്യമായ സഹായം അവളോട് അഭ്യർത്ഥിക്കുകയും ചെയ്തു. മൗനം കൂടുകെട്ടിയ വീട്ടിൽ മറ്റൊരതിഥി കൂടിയെത്തിയാൽ! അതിന്റെ ആവേശത്തോടെയായിരുന്നു അവൾ അന്നത്തെ ദിവസം കോളേജിൽ ചെന്നു കയറിയത്.

അന്ന് ലൗജിഹാദ് എന്ന വാക്ക് പിറന്നിരുന്നില്ല. ജാതി, മത രഹിത വിവാഹങ്ങളോട് ഒരാവേശവുമുണ്ടായിരുന്നു. അക്കാര്യം അനന്യ പ്രത്യേകം ഓർത്തു.

അവളുടെ സന്തോഷം എങ്ങനെയാണ് അവനിലേക്ക് ആവേശിച്ചത്. അന്നത്തെ ആ അവസാന സെമസ്റ്റർകാരനെ അവൾ മുമ്പങ്ങനെ കണ്ടതായി ഓർക്കുന്നുപോലുമുണ്ടായിരുന്നില്ല. എന്തായാലും അവൻ കോളേജ് മുറ്റത്ത് ആ മോട്ടോർ സൈക്കിളിൽ വലിയ ആവേശത്തോടെയായിരുന്നു ചുറ്റിക്കറങ്ങിക്കൊണ്ടിരുന്നത്. എന്തുകൊണ്ടായിരുന്നു അവനങ്ങനെ തിമിർപ്പിലാണ്ടു പോയത്? ആ കൂട്ടത്തിൽ അവനിഷ്ടപ്പെടുന്ന ആരെങ്കിലും തീർച്ചയായുമുണ്ടായിരുന്നിരിക്കണം. ഒരുപക്ഷേ, തന്റെ ചേട്ടന്റെ മാതിരി അവനും ഇന്നൊരു ഇഷ്ടക്കാരിയെ ബൈക്കിലിരുത്തി വീട്ടിലേക്ക് ആനയിക്കാൻ തയ്യാറെടുത്തിട്ടുണ്ടാവും.

ജീവൻ വിട്ടുപോകുന്ന അവസാന തുടിപ്പിലും അവളേറെ ഉല്ലാസവതിയായിരുന്നു. അപകടം മനസ്സിലാക്കാനുള്ള ഏറ്റവും കുറഞ്ഞ നേരം പോലും തരാതെ അവന്റെ ബൈക്ക് അനന്യയുടെ ജീവനെടുത്തു. ഒടുവിലത്തെ കാഴ്ചയിലും കണ്ണിൽ കയറിയത് വേദനയും ചോരയുമായിരുന്നില്ല. അവന്റെ പരിഭ്രമിച്ച മുഖമായിരുന്നു. അതിപ്പോഴും അവളുടെ കണ്ണുകളിലുണ്ട്. അതിനെക്കുറിച്ചു തന്നെയാവണം താൻ വൈകാതെ ലഭിക്കാൻ പോകുന്ന കൂട്ടുകാരി മിത്രയോട് ആദ്യമായി സംസാരിക്കുന്നത്.

അന്നു താൻ വീട്ടിൽനിന്നും ചേട്ടന്റെ വാക്കുകളുമായി സന്തോഷം നിറഞ്ഞ മനസ്സുമായി വന്നതുപോലെയാണ് ഉച്ചയുണ്ടു കഴിഞ്ഞ് മിത്ര ഹോസ്റ്റലിൽ നിന്നിറങ്ങിയത്. ഹോസ്റ്റൽ കവാടം കടന്നതു മുതൽ അനന്യ മിത്രയെ നന്നായി ശ്രദ്ധിക്കാൻ തുടങ്ങി. മിത്രയുടെ മനസ്സിലും

ചേട്ടനായിരുന്നു. അവളുടെ ചേട്ടന്റെ ഇടപാട് മറ്റൊരു ആണുമായിട്ടാണ്. അവരുടെ വീട്ടുകാർ ഇതൊന്നുമറിഞ്ഞിട്ടില്ല. മിത്രയ്ക്ക് അതൊക്കെ മനസ്സിലാക്കാനുള്ള പാകത വന്നിരിക്കുന്നതായി അവളുടെ ചേട്ടൻ മനസ്സിലാക്കിയതിനാലാവും അയാൾ മനസ്സ് അവളുടെ മുന്നിൽ തുറന്നത്. ആദ്യമൊക്കെ എതിർത്തുവെങ്കിലും ഒടുവിൽ മിത്ര ചേട്ടനൊപ്പം നില്ക്കാമെന്നു സമ്മതിച്ചു. ഇപ്പോൾ മുറിയിൽനിന്നും ഇറങ്ങുന്നതിനു തൊട്ടു മുമ്പുപോലും പുതിയ ജീവിതത്തെക്കുറിച്ച് അവളുടെ ചേട്ടൻ മൊബൈലിൽ സംസാരിച്ചിരുന്നു.

മിത്രയ്ക്ക് ഇക്കാര്യത്തിലെ നിലപാട് രൂപീകരിക്കുന്നതിൽ അവളുടെയൊരു കൂട്ടുകാരിയുടെ ഭാഗത്തുനിന്നുള്ള ഇടപെടലുകളുണ്ടായിരുന്നു. അവളുടെ കൂട്ടുകാരി മൂന്നാം ലിംഗകാർക്കിടയിൽ സാമൂഹ്യസേവനം നടത്തുന്ന ദമ്പതികളുടെ മകളായിരുന്നു. അവളുമായി ഈ വിവരങ്ങൾ ചർച്ചചെയ്തില്ലായിരുന്നെങ്കിൽ മിത്രയ്ക്ക് ഇത്രയും മനോബലം വരില്ലായിരുന്നു. അത്തരത്തിലൊരു ബന്ധത്തിനെ അനുകൂലിക്കാൻ സാധിക്കുകയില്ലായിരുന്നു. ചേട്ടൻ കാണിക്കുന്നത് തോന്ന്യാസമാണെന്ന് അവളും കരഞ്ഞുവിളിച്ചു നടക്കുമായിരുന്നു.

താനന്ന് അനുഭവിച്ചതുമാതിരി തന്നെ. കുറച്ചു ഭയമുണ്ടെങ്കിലും മിത്രയുടെ മനസ്സിൽ വല്ലാതെ സന്തോഷം തുടിക്കുന്നത് അനന്യ മനസ്സിലാക്കിയിരുന്നു. ചേട്ടൻ മറ്റൊരു ആൺകുട്ടിയെയാണ് ഇണയാക്കുന്നത് എന്നറിഞ്ഞിട്ടും ഇവൾക്കെന്താണിത്ര സന്തോഷം. അത് അനന്യക്ക് തീർത്തും മനസ്സിലായില്ല. താൻ ഭൂമി വിട്ടതിനുശേഷം ലോകത്തിനു വന്ന മാറ്റമായിരിക്കുമത്. അനന്യ അങ്ങനെ വിലയിരുത്തി.

ഇന്നത്തോടെ തന്റെ സുദീർഘമായ ഏകാന്ത ജീവിതം അവസാനിക്കുന്നു. അതിനുള്ള തുടക്കങ്ങളായി. മുന്നോടിയായി അതാ ചെകുത്താൻ എന്നു പേരിട്ട ജീപ്പ് കോളേജ് ഗേറ്റിലെത്തി. അതിനെ അവിടെവച്ചു തടയാൻ സെക്യൂരിറ്റി ശ്രമിക്കുന്നു. ഇപ്പോൾ അയാൾ ആ ജീപ്പിലുള്ളവരോട് തിരിച്ചുപോകാൻ ആവശ്യപ്പെടുകയാണ്. ജീപ്പിനുള്ളിൽനിന്നും ഒരു ചെകുത്താൻ കുട്ടി ആദ്യം പുറത്തിറങ്ങി. അവൻ സെക്യൂരിറ്റിക്കാരനെ ഭീഷണിപ്പെടുത്തിത്തുടങ്ങി. അയാൾ വഴങ്ങില്ല. അവിടെയുണ്ടായിരുന്ന മറ്റൊരു സെക്യൂരിറ്റിക്കാരനെ മറ്റൊരു ചെകുത്താൻ കുട്ടി ഗേറ്റിലെ വാച്ച്മാൻ മുറിയുടെ പുറകിലേക്ക് കൊണ്ടുപോയി. അവിടെ നടക്കുന്നത് എന്താണെന്ന് അനന്യക്ക് വ്യക്തമായില്ല. പ്രശ്നത്തിന് എന്തോ പരിഹാരം അവർ കണ്ടെത്തിയിരിക്കണം. ആരവത്തോടെ അവരെല്ലാം ജീപ്പിനുള്ളിൽ കയറി.

ഇപ്പോൾ ജീപ്പിന്റെ ബോണറ്റിനു മുകളിലും കുട്ടികൾ ഇരിപ്പുണ്ട്.

തിരക്കഥയിലെ മാതിരി സംഭവങ്ങൾ അനന്യ വിലയിരുത്തി. ജീപ്പിലെ കുട്ടി ഡ്രൈവർക്ക് റോഡ് പോലും നന്നായി കാണാൻ കഴിയുന്നില്ല. സംഗതികളെല്ലാം തീർത്തും ഭദ്രം. എല്ലാം വിചാരിച്ച വഴിക്കുതന്നെ നീങ്ങുന്നു. അനന്യ ഈയടുത്ത നാളിലൊന്നും ഇത്രയും ഉത്സാഹവതി

യായിട്ടില്ല.

ഇനിയുള്ളത് ഒരിറക്കമൊണ്. മിത്ര നടന്നുവരുന്ന പാത ഈ വഴിയിലാണ് ചെന്നു മുട്ടുന്നത്. ഇപ്പോൾ മിത്ര പതുക്കെയാണ് നടന്നു കൊണ്ടിരിക്കുന്നത്. പരിപാടികളുടെ ടൈമിങ്ങിൽ ലേശം പിഴവു വരാൻ പോകുന്നതായി അനന്യ കണ്ടു. ഈ വേഗത്തിലാണ് മിത്ര നടക്കുന്നതെങ്കിൽ! ചെകുത്താൻ എന്നുപേരുള്ള ജീപ്പ് അവളെ തട്ടിയിടാതെ കടന്നുപോകും. ക്യാമ്പസിൽ ഓണാഘോഷം തകർക്കും. താനിത്രയുംകാലം കാത്തിരുന്നത് വെറുതെയാകും. അവൾ മിത്രയുടെ കാലിന്റെ വേഗം ഒരല്പം കൂട്ടിവച്ചു. ജീപ്പിൽ നിന്നുള്ള ആരവത്തിലൂടെയാണ് അതിനുപ്രേരണ കലർത്തിയത്. എന്താണ് ബഹളം? എന്നറിയാൻ മിത്രയ്ക്ക് സ്വാഭാവികമായ ആകാംക്ഷ ഉണ്ടാവുമല്ലോ.

ഇങ്ങനെയൊക്കെ പെരുമാറുമ്പോഴും അനന്യക്ക് മനസ്സിൽ ചളിപ്പു നിറഞ്ഞിരുന്നു.

ഇതാ ഇരയും വേട്ടക്കാരനും ഒരേ പോയിന്റിൽ.

അവളുടെ ശ്രദ്ധ മുറ്റത്തെ തിരക്കിലേക്ക് വീണ്ടും വന്നു. തനിക്ക് തെല്ലും പിഴയ്ക്കാൻ പാടില്ല. ഇപ്പോഴാണ് വെടിപൊട്ടിക്കേണ്ടത്.

അന്നേരത്ത് അനന്യ ഒരല്പം പതറിപ്പോയി. മുമ്പ് അവളുടെ ദേഹത്ത് ഒരബദ്ധത്തിൽ ബൈക്ക് മുട്ടിച്ച ചേട്ടനെ അവളോർത്തുപോയി. തന്റെ ജീവൻ പാറിയെന്നുറപ്പായപ്പോഴുള്ള അവന്റെ മുഖം. അതിതാ ഇപ്പോഴും തൊട്ടുമുന്നിലുണ്ട്. തുടർന്നവൻ അഭയത്തിനായി നടത്തിയ പരക്കംപാച്ചിലുകൾ. കോടതി മുറികൾ. കേസും വഴക്കുമൊക്കെ ഇനിയും തീർന്നിട്ടില്ല.

പിന്നെയവന്റെ പില്ക്കാല ജീവിതം എത്രമാത്രം ഭീകരമായിരുന്നു. അതു സ്വസ്ഥതയില്ലാത്തായി മാറി. തന്റെ മാതിരി ഒരനിയത്തി അവനുമുണ്ടായിരുന്നു. അപകടത്തിനുശേഷം അവനെ എല്ലാപേരും ഉപേക്ഷിച്ചു. ആ കുടുംബംപോലും മറ്റൊരു ദിക്കിലേക്ക് താമസം മാറിപ്പോയി. അവനാണെങ്കിൽ പരീക്ഷകൾ എഴുതാതെ ഒരിടത്തുമെത്താതെ...

ഒരു തരത്തിൽപ്പറഞ്ഞാൽ താനാണ് അവന്റെ ജാതകം തിരുത്താൻ കാരണക്കാരിയായത്. ഇരച്ചുവന്ന ബൈക്കിൽനിന്നുള്ള അപകടത്തെ താനും മുൻകൂട്ടി കാണണമായിരുന്നു. അവന്റെ ബ്രേക്കിന് ഒരല്പം പിഴവ് പ്രതീക്ഷിക്കണമായിരുന്നു. ഒന്നു മാറണമായിരുന്നു. ചേട്ടത്തി വരുന്നതിൽ അത്രമാത്രം സന്തോഷിക്കാൻ പാടില്ലായിരുന്നു.

തനിക്കിപ്പോഴൊരു മിത്രത്തെ കിട്ടുമായിരിക്കും. പക്ഷേ, ഈ ചെകുത്താൻ ജീപ്പോടിക്കുന്നവൻ. അവനിതാ തന്റെ മിത്രയുടെ തൊട്ടടുത്ത് എത്തിക്കഴിഞ്ഞിരിക്കുന്നു. അനന്യയുടെ മനസ്സിൽ പണ്ടവളെ ഈ ഭൂമിയിൽനിന്നും പറഞ്ഞുവിട്ട ചേട്ടന്റെ ദുരിത മുഖം ഒരിക്കൽക്കൂടി നിറഞ്ഞു. വായുവിലൂടെ പുകയായി നീന്തിച്ചെന്ന് അവന്റെ സ്റ്റീയറിങ് പിടിച്ച കൈയിൽ ആഞ്ഞൊരു തട്ടുകൊടുത്തു. സിനിമകളിലും സീരിയലുകളിലെയും പോലെ. വഴിയിൽനിന്നും തെന്നിമാറിയ ജീപ്പ് മിത്രയെ തൊടാതെ

ലേഡീസ് ഹോസ്റ്റലിനു മുന്നിലെ കുഴിയിലേക്ക് ഒന്നു ചാടി തലകുത്തനെ മറിഞ്ഞു.

ജീപ്പ് മിറഞ്ഞിട്ടും അവന്മാർ പരിപാടികൾ മാറ്റിവച്ചില്ല. പരിക്കേറ്റ വരെ ആശുപത്രിയിലാക്കാൻ കുറച്ചുപേർ കുതിച്ചു. പിന്നെല്ലാം പതിവുപോലെ. കോളേജിന് പുറത്തുണ്ടായിരുന്ന ഫയറെഞ്ചിൻ ക്യാമ്പസിൽ കയറി. ഉന്മാദത്തിലാറാടിയ കുട്ടികളുടെ പുറത്തത് വെള്ളം ചീറ്റി. അവരതിൽ കുളിച്ചു മറിഞ്ഞു. പെൺകുട്ടികൾ ട്രാക്ടറിനു പുറത്തു കയറി. പത്രങ്ങൾക്ക് നിറയെ ചിത്രങ്ങൾ അടിക്കാൻ കഴിഞ്ഞു. അങ്ങനെയങ്ങനെ... തുടർന്ന് ഫയർ ഫോഴ്സിനെ അപലപിക്കുന്നതു സംബന്ധിച്ച വാർത്തകൾ വന്നു. ചാനൽ ചർച്ചകൾ നടന്നു. മന്ത്രി ഇടപെട്ടതിനെ തുടർന്ന് സസ്പെൻഷനിലായ മൂന്ന് ഫയൽഫോഴ്സുകാർക്ക് മാത്രം ഓണം കിട്ടിയില്ല. അതൊക്കെ മാത്രമായിരുന്നു ജീപ്പ് ഡ്രൈവറുടെ കൈയിൽ പ്രേതം തൊട്ടതിലൂടെ സംഭവിച്ചത്.

യുക്തിവാദികൾക്ക് ഇതൊന്നും വിശ്വാസം വരില്ലായിരിക്കും. തെളിവുണ്ട്. ആ ജീപ്പ് അതിപ്പോഴും ലേഡീസ് ഹോസ്റ്റലിലേക്കുള്ള വഴിയിൽ വീലുകൾ മുകളിലേക്ക് കവച്ചുവച്ച് അവിടെത്തന്നെ കിടപ്പുണ്ട്. പ്രേതം പറയുന്നതിൽ വിശ്വാസമില്ലാത്തവർക്ക് ചെകുത്താനെന്ന പേരെഴുതിയ ജീപ്പിനെയവിടെ കാണാം. ആ കോളേജിൽ ചെന്നുനോക്കുകയേ വേണ്ടു.

തമാശ അതൊന്നുമായിരുന്നില്ല. അനന്യ മിത്രമാക്കാൻ ഉദ്ദേശിച്ചിരുന്ന മിത്രയാണ് കാലൊടിഞ്ഞ് ആശുപത്രിയിൽ കിടന്ന ജീപ്പോടിച്ച പഹയന് എന്നും ഉച്ചയ്ക്ക് ക്ലാസ് കട്ട് ചെയ്ത് ബിരിയാണി വാങ്ങിക്കൊടുത്തിരുന്നത്. അവളുടെ ആശുപത്രിയിലേക്കുള്ള പോക്കു കാണണം. അവന്റെ വേദന താനാണ് തിന്നുന്നത് എന്നൊരു ഭാവം.

അത്തരം പ്രവൃത്തികളിലൂടെയാണ് പണ്ടൊരു അപകടത്തിന് കാരണക്കാരനായി തന്റെ ജീവിതം തുലച്ച ഒരുവനോടുള്ള സഹാനുഭൂതി അനന്യ പ്രകടിപ്പിച്ചത്.

കൈവെഷം

പെട്ടെന്നൊരുദിവസംമുതൽ അവളുടെ ചേട്ടൻ ആപ്പീസിൽ പോകാതെയായി. ഒരുവിധമവർ നന്നായി ജീവിച്ചു വരികയായിരുന്നു.

അച്ഛന്റെ മാതിരിയാവുമോ ചേട്ടന്റെ രീതികളും പെരുമാറ്റവും? കല്യാണം കഴിഞ്ഞ ദിവസങ്ങളിൽ അവൾക്ക് വല്ലാത്ത പേടിയുണ്ടായിരുന്നു. ചേട്ടൻ ആപ്പീസിൽ പോകുന്ന നേരത്ത് ഒറ്റയ്ക്കിരിക്കുമ്പോൾ അവളതുതന്നെ ചിന്തിച്ചു നേരംകളഞ്ഞു. അതൊക്കെ വെറും തോന്നലുകളായിരുന്നു. ക്രമേണ അവളുടെ പേടീം മാറിവന്നു. എന്നാൽ പെട്ടെന്നെല്ലാം തകിടം മറിഞ്ഞു.

ആപ്പീസിൽ പണിക്കുപോകാതെ വീട്ടിൽ മൊബൈലും നോക്കിയിരുന്നു നേരംകളയലാണ് ഇപ്പോൾ ചേട്ടന്റെ പണി. മൊബൈലിൽ വെറുതെ പടം കണ്ടിരിക്കും.

ഫേസ്ബുക്ക് നോക്കണമെന്നാണ് അവളോട് പറഞ്ഞിരിക്കുന്നത്.

എന്തരായാലും കൊള്ളാം. അതിനൊക്കെയിങ്ങനെ വീട്ടിൽ തന്നെയിരിക്കണോ? അതാണവൾക്കു മനസ്സിലാകാത്തത്. ആപ്പീസിൽ വച്ചു നേരം കിട്ടുമ്പോൾ മൊബൈലിൽ ഫേസ്ബുക്ക് നോക്കിയാപ്പോരെ! ആരെല്ലാം പേപ്പറുകള് വായിക്കണ്. അതും ആപ്പീസിലിരുന്ന്. ഈ ലോകത്തിൽ പേപ്പറുവായിക്കാൻവേണ്ടി വേലകളഞ്ഞവരാരെങ്കിലുമുണ്ടോ? അക്കാര്യം ചേട്ടനോടു ചോദിക്കാൻ പലതവണ അവളാഞ്ഞതായിരുന്നു.

ചേട്ടൻ ഒരു ഫോട്ടോ ഫേസ്ബുക്കിലിട്ടാലുടനെ ആളുകൾ അതു ചറപറാന്നു ലൈക്കു ചെയ്യുമത്രേ! അവരൊക്കെ അത്രയ്ക്ക് മോശക്കാരൊന്നുമല്ല. എല്ലാമെല്ലാം വലിയവലിയ ആളുകളാണ്. എത്ര വലിയവരെന്നു പറഞ്ഞാലും അവൾക്കതിൽ പ്രത്യേകിച്ചൊന്നും തോന്നിയില്ല.

ഈ മൊബൈലിൽ ഇങ്ങനെ രാപ്പകൽ നോക്കിയിരിക്കാൻ കുറെ പടങ്ങളല്ലാതെ വേറെ എന്തരാണുള്ളത്? വന്നുവന്നിതൊരു ഫാഷനാ

യി. വണ്ടികളിൽക്കേറി നോക്കണം. വയറുകളും കാതിക്കുത്തിക്കേറ്റി മൊബൈലും പിടിച്ച് ആണുംപെണ്ണും മിഴിച്ചിരിക്കണതു കാണാം. വല്ലാത്ത കാലം.

അതൊക്കെ ചേട്ടന്റടുത്തെങ്ങനെ പറയും? വേലയെടുത്ത് കൊണ്ടുവരണ ആളാണ്. ആമ്പെറന്നോന്റടുത്ത് മറിച്ചു പറയണത് ശരിയാണോ? അങ്ങനെ സംശയിച്ചാണവളടങ്ങിയത്. പിന്നെ ആണുങ്ങളെ അടുത്ത് തറുതല പറയാതിരിക്കണതാണ് നല്ലത്. അമ്മച്ചീടെ മുക്കാംമണ്ടയ്ക്കിട്ട് അച്ഛൻ കൊടുത്ത ഇടികൾ ഇത്രേംകാലം കഴിഞ്ഞിട്ടും ഓർമ്മിക്കുന്നതിനുമുമ്പെ തന്നെ അവളെ ഞെട്ടിപ്പിക്കും.

ഒരുദിവസം രാത്രിയിൽ ചൂടുതപ്പി കൈനീട്ടിയപ്പോൾ കിടക്കപ്പായയിൽ ആളില്ല.

ഞെട്ടിയുണർന്ന അവൾ അടുത്ത മുറിയിലെ തിളക്കംകണ്ടു പേടിച്ചുപോയി. മൊബൈലിൽനിന്നും ചിതറിവരുന്ന വെട്ടമാണതെന്നറിഞ്ഞ അവൾ പമ്മിച്ചെന്നു നോക്കി. കക്ഷിക്കാരൻ ഉറങ്ങാതെ മൊബൈലിൽ നോക്കിയിരുപ്പാണ്. അതിൽ നോക്കി ചിരിക്കണുമുണ്ട്. പാതിരാനേരത്തെ ഈ ഇരിപ്പും ചിറികോട്ടലും അവൾക്കത്ര പന്തിയായി തോന്നിയില്ല.

ആള് വീട്ടിൽ തന്നെയുണ്ടല്ലോ.

ഒന്നു ദീർഘം ശ്വസിച്ച് സമാധാനം വരുത്തിയവൾ തിരിച്ചുവന്നു കിടന്നു.

ഇത്തറയൊക്കെ കൊഴപ്പങ്ങളല്ലേ ഇവിടയൊള്ളു. അപ്രത്തെ കുടുംബശ്രീയിൽപ്പോണ സരോയിനിയുടെ ചേട്ടന്റെ മാതിരി നാലുകാലിലൊന്നുമല്ലല്ലോ വന്നുകേറണത്. പാതിരായ്ക്ക് എത്തിയാപ്പിന്നെ കൊറെ നേരത്തിന് കാറിത്തുപ്പലും ചവിട്ടിത്തേപ്പും പള്ളുവിളികളുമായി ആ ചേട്ടൻ അയലോക്കക്കാരെ മാത്രമല്ല ലോകംതന്നെ കിടുക്കിക്കളയും. നാണക്കേട്. നമക്ക് ഒറങ്ങാനും പറ്റൂല്ല. ഇതിപ്പം അതുമാതിരിയൊന്നുമില്ലല്ല്. മൊബൈലിൽ നോക്കി മടുക്കുമ്പം ആ സൂക്കേട് തനിയെ മാറിക്കോളും.

പിന്നെ ചേട്ടൻ ആപ്പീസിൽ പോവാത്തത്! ഒരു സമാധാനത്തിനു പുറകെ മറ്റൊരു ചിന്തവന്നവളുടെ ഉറക്കം ഞെട്ടിച്ചു കളഞ്ഞു.

ഈ ആപ്പീസുകളെന്നൊക്കെ പറഞ്ഞാ... അതെന്നുമെന്നും അങ്ങനെ കിറുകൃത്യമായി പോവാനുള്ള എടമല്ല. രണ്ടുമൂന്നു ദെവസങ്ങള് ചെന്നില്ലെങ്കിലും...

ആശ്വാസത്തിന്റെ പഴുതവൾ തോണ്ടിയെടുത്തു.

അച്ഛൻ അങ്ങനെയായിരുന്നു. ആപ്പീസിൽ വേലയ്ക്ക് പോവാതെ എത്തറ ദെവസങ്ങളാണ് നെർത്താതെ കുടിച്ച് കുടിച്ചിരുന്നു കളഞ്ഞത്. അച്ഛനെ ആപ്പീസിലാരും വഴക്കുപറഞ്ഞതായി അറിഞ്ഞൂടാ. ചേട്ടന്റാപ്പീസും അങ്ങനത്തെ ഒരെടമായിരിക്കും. ആരും ആരേം വഴക്കുപറയാത്ത ഒരെടം. അവിടെ വല്ലപ്പഴുംപോയാ മതിയായിരിക്കും. അങ്ങനെ ചിന്തിച്ചതും ആ പാതിരാത്രിയിൽ അവൾക്ക് ആശ്വാസമായി.

എന്തരായാലും ഒന്നാം തീയതിക്കപ്പുറം ചേട്ടനെ വീട്ടിലിരിക്കാൻ

ഞാൻ സമ്മതിക്കൂല്ല. അതുവരെയ്ക്കുമുള്ള അരീംവെഞ്ജനോം മാത്രമേ അടുക്കളയിലിനിയൊള്ളു.

പിന്നവൾ ഉറങ്ങിയില്ല. കണ്ണുകളടച്ചു പിടിച്ചിട്ടും അവൾക്ക് ഉറക്കം വന്നില്ല.

എന്തരായാലും എപ്പഴുമിങ്ങനെ മൊബൈലിൽ നോക്കിയുള്ള ഈ പന്തികെട്ട ഇരിപ്പ്... വേവലാതി അവളെ ഇരുട്ടിലും തുറിച്ചുനോക്കി.

ആണുങ്ങക്ക് കോഴിയെറച്ചീലും ചാരായത്തിലുമാണ് കൈവെഷം കൊടുക്കുന്നതെന്നവൾക്കറിയാം. ഈ ചേട്ടനെയങ്ങനെ മയക്കാൻ എന്ത രാണൊള്ളത്? വലിയ സുന്ദരനൊന്നുമല്ല. പിന്നെ കഞ്ഞികുടിച്ചു കെടക്കാൻ ചെറുതാണെങ്കിലും സ്ഥിരമായി ഒരു സർക്കാർ വേലയൊ ണ്ടെന്നു മാത്രം.

അവൾക്കങ്ങനെയൊരു ബന്ധം കിട്ടിയതിൽ അയലോക്കക്കാർ ക്കൊക്കെ വലിയ അസൂയയായിരുന്നു. എന്നാലും ഫോണിലൂടെ കൈ വെഷം കൊടുക്കാൻ പറ്റ്വോ? ഇന്നത്തെ കാലമല്ലേ! അതും അതിലപ്പുറോം നടക്കും. മനുഷ്യന് സൂക്കേടു വരുത്തണ വൈറസുകൾ മൊബൈലിൽ കയറുമെന്നവൾക്കറിയാം. ഒരുദിവസം എന്റെ മൊബൈലിൽ വൈറസ് കേറീടീ എന്നുപറഞ്ഞ് ചേട്ടൻ തല കുമ്പിട്ടിരിക്കുന്നത് അവൾ കണ്ട താണ്. അന്നു വൈകുന്നതിനു മുമ്പ് എവിടന്നൊക്കെയോ കടം വാങ്ങിച്ച് പുതിയ മൊബൈലും സംഘടിപ്പിച്ചു. അതിനൊക്കെ വലിയ ഉൽസാ ഹമുണ്ട്. പണവും കിട്ടും. നമ്മള് വീട്ടുകാര്യങ്ങള് വല്ലോം പറയണം. അപ്പഴ് കാണാം. വൈറസിനു കേറാൻ പറ്റുമെങ്കിൽ മൊബൈലു വഴി കൈവെ ഷോം കിട്ടും.

അച്ഛന് ചാരായത്തിലൂടെയാണ് കിട്ടിയത്. ചോദിച്ചറിയാൻ കൊണ്ടു പോയെടങ്ങളിലെ ജോത്സ്യന്മാരെല്ലാം പറഞ്ഞത് ഒരേ കാര്യമായിരുന്നു. കൈവെഷമെറക്കാൻ എത്ര മന്ത്രവാദികളുടെ അടുത്താണ് കൊണ്ടു പോയത്. കൊറെ പൈസ കളഞ്ഞതും ഛർദ്ദിപ്പിച്ചതുമൊക്കെ മിച്ചമായി. ഉള്ളീന്ന് ചെയ്‌വെന പോയില്ല. അത് ചങ്കിലൊറഞ്ഞേപ്പിന്നെ ഒടുക്കത്തെ കുടിയായി. വീട്ടുകാര്യങ്ങളിലൊന്നും ശ്രദ്ധയില്ലാതെയായി. വീട്ടിലാ ണെങ്കി മൂത്തയണ്ണൻ വേഷായിട്ട് പഠിക്കുമായിരുന്നു. അച്ഛന്റെ കുടികാരണം അണ്ണന്റെ കോളേജു പഠിത്തം നിന്നു. അണ്ണൻ കൊത്തവേ ലയ്ക്ക് എറങ്ങിയോണ്ട് വീടു പട്ടിണിയായില്ല.

കുടിച്ചുചത്ത അച്ഛന്റെ വേല അണ്ണനു കിട്ടിയോണ്ട് നമ്മള് രക്ഷ പ്പെട്ടു. ഉടപ്പിറവികളെ ഓരോന്നിനെ ഒരുവിധം കരയ്ക്കടുപ്പിച്ചത് അണ്ണ നായിരുന്നു. അണ്ണൻ നല്ല കാര്യശേഷിയുള്ള കൂട്ടത്തിലാണ്.

ഈ കല്യാണാലോചന വന്നകാലത്ത് ചേട്ടനെക്കുറിച്ച് അണ്ണൻ പല വിധത്തിൽ അന്വേഷിച്ചതാണ്. ചെറുക്കൻ തുള്ളികുടിക്കൂല്ലെന്ന് എല്ലാരും പറഞ്ഞത് ഒരേ വായോടെയായിരുന്നു.

ചേട്ടൻ ആപ്പീസിൽ പോവാതായിട്ട് ആഴ്ച രണ്ടായി.

"എന്തെടീ നിന്റെ നായര് പൊറത്തെങ്ങുമെറങ്ങാത്തത്?"

അയലോക്കത്തെ സരോയനീയും കോമതിയക്കനും ഉൾപ്പെടെ ചില രൊക്ക പൂച്ചംപൂച്ചം ചോദിച്ചപ്പോൾ അവൾക്ക് മിണ്ടാതിരിക്കാനായില്ല.

“ചേട്ടനു നല്ല സുഖമില്ല.” അവൾ കള്ളം പറഞ്ഞു.

“എന്തെരടീ അവനു സൂക്കേട്? കല്യാണം കഴിഞ്ഞാ പെണ്ണുങ്ങ ക്കാണ് ഏനക്കേടുകള് വരണത്.”

അങ്ങനെയൊക്കെ പിന്നേം ചോദ്യങ്ങൾ വന്നതോടെ അവൾ അയൽക്കൂട്ടത്തിനും അയലോക്കത്തും പോവാതെയായി.

അച്ചീംനായരും എപ്പഴും മുറിയടച്ചിരിക്കും. പരാതി പിന്നങ്ങനെയായി. അതവൾ കേട്ടില്ലെന്നു നടിച്ചു.

ഇടയ്ക്കൊരു ദിവസം അവൾ മൊബൈൽ എടുത്ത് ഒളിപ്പിച്ചു. അപ്പ ഴല്ലേ.. പാവം പോലെയിരിക്കണ ചേട്ടന്റെ തനിക്കൊണം വെളിയിൽ വന്നു കണ്ടത്. പണ്ടമ്മച്ചി ചാരായക്കുപ്പി എറിഞ്ഞു പൊട്ടിച്ചപ്പം അച്ഛൻ ചീറി വന്നതു മാതിരി തന്നെയായിരുന്നു ചേട്ടനും.

പൊല്ലാപ്പുകൾ വേണ്ട. വേണ്ട. അന്നേരത്തു തന്നെയവൾ മൊബൈൽ എടുത്തു മുമ്പിവച്ചുകൊടുത്തു. അതിൽ ഞെക്കീം തടവീം ചേട്ടൻ പരവേശമടക്കി. അതുകണ്ടതും അവൾക്കും സുഖം വന്നതു പോലെ. പാവം ചേട്ടൻ. അവൾക്കപ്പോൾ അങ്ങനെയാണു തോന്നിയത്.

ആ ഇരുട്ടിൽ കിടന്നവൾ രണ്ടുദിവസങ്ങൾക്കുമുമ്പു നടന്ന സംഭവ ങ്ങൾ ഓർമ്മിച്ചു.

അയൽക്കൂട്ടച്ചിട്ടിക്ക് കൊടുക്കാൻ വച്ചിരുന്ന പണം ചേട്ടൻ മണ ത്തെടുത്തു. അതുമായി പോയി രാവിലെ തന്നെ കൂപ്പൺ മേടിച്ചു. കുത്തീം തടവീം ചിരിച്ചു വൈയുന്നേരമായപ്പോ മൊബൈലിലെ പൈസ തീർന്നു. ആക്രാന്തം മൂത്ത് അവളുടെ കൈപ്പെട്ടി ചവിട്ടിപ്പൊളിച്ച് അതിലെ തുട്ടു കളും വാരിക്കോണ്ടു പോയി.

അച്ഛനെപ്പോലെ തന്നെ ചേട്ടനും. അമ്മച്ചീടെ കെട്ടുതാലി ഒറ്റവലി ക്കല്ലേ അച്ഛൻ പിടിച്ചു പൊട്ടിച്ചത്.

അമ്മയുടെയും തന്റെയും ജീവിതം ഒരേമാതിരി തന്നെ. അമ്മയ്ക്ക് താങ്ങായി അണ്ണനുണ്ടായിരുന്നു. തനിക്കാരാണുള്ളത്?

അച്ഛൻ കരളുവെന്തു മരിച്ചു. കണ്ണുകൾ വെന്തായിരിക്കുമോ ചേട്ടൻ ചാവാൻ പോണത്..? ചേട്ടന്റെ വേല..

ഒന്നു നിശ്വസിക്കുന്നതിനിടെ ഉറക്കത്തിന്റെ കൂറ്റൻ തിര വന്നവളെ മൂടിയുറക്കി.

പാതിമുറിച്ച വീട്

ഡിവോഴ്സികളുടെ ഗ്രാമത്തിന്റെ അതിര് എന്റേത്, അല്ല ഞങ്ങളുടെ വീടായിരിക്കണമെന്ന് ഞാനും സനജയും പണ്ട് ഒരുമിച്ച് താമസിക്കാൻ ഇവിടെ എത്തിയ കാലത്ത് തന്നെ ഉറച്ച തീരുമാനമെടുത്തിരുന്നു. വേർപിരിഞ്ഞവരുടെ ഗ്രാമമിനിയും വ്യാപിക്കാതെ മതിൽക്കെട്ടായി ഞങ്ങളുണ്ടാവും. ഡിവോഴ്സികളുടെ കോളനിയുടെ വളർച്ച ഇവിടെത്തീരും. ഇതിനപ്പുറത്തെ ലോകത്തിൽ ഇണപിരിഞ്ഞ ദമ്പതികളുണ്ടാകാൻ പാടില്ല. നാണക്കേടുകളും ദുരവസ്ഥകളും ഇവിടെ തീരണം. അങ്ങനൊരു തീരുമാനം പരസ്പരം പറയാതെതന്നെ ഞങ്ങളിൽ മുളയെടുത്തിരുന്നു.

ഈ പ്രദേശത്തുവന്ന് ആരുമങ്ങനെ ഭൂമി വാങ്ങാറില്ല. അതിനു കാരണം മറ്റൊന്നുമല്ല. ഈ ദിക്കിൽ വീടുകെട്ടിയാൽ ഭാര്യക്കും ഭർത്താവിനും അതിനുള്ളിൽ ഒരുമിച്ച് കഴിയാൻ പറ്റില്ല എന്നൊരു വിശ്വാസം പ്രബലമായതിനാലാണ്.

ഇവിടെ ദമ്പതികൾ വാഴില്ലത്രേ. വലതുകാൽ വച്ച് ഒരുമിച്ച് കയറുന്നവർ വൈകാതെ കോടതിപ്പടിയിൽ വച്ച് പിരിയുകയാണ് പതിവ്. പുരുഷന്മാർ മാത്രമുള്ള വീടുകൾ. അല്ലെങ്കിൽ ബന്ധം വേർപെടുത്തിയ ഭാര്യ കുട്ടികൾക്കൊപ്പംതാമസിക്കുന്ന ഭവനം. ഇവിടെയുള്ള വീടുകൾ അത്തരത്തിൽപെടുന്നവയാണ്. അതീ നാട്ടുചരിത്രത്തിൽ തന്നെ കാണാം. അക്കിക്കാവുകാരുടെ ഭൂമി ആദ്യം വാങ്ങിയത് തെക്കന്മാരായിരുന്നു. അവരുടെ കുടുംബങ്ങൾ വൈകാതെ അടിച്ചു പിരിഞ്ഞു. പിന്നെ ആരൊക്കെ ഇവിടെ താമസത്തിനെത്തിയോ? അവർക്കും സംഭവിച്ചത് അതൊക്കെ തന്നെയായിരുന്നു. ഈ വിവരങ്ങളൊക്കെ അറിഞ്ഞുകൊണ്ടു തന്നെയാണ് ഞങ്ങളിവിടെയെത്തിയത്. പണമായിരുന്നു ഞങ്ങളുടെ പ്രശ്നം. കുറച്ചുമാത്രം പണം കൈയിലുള്ളവർ നിരന്തരം വളരുന്ന ഈ നഗര

ത്തിൽ കിടപ്പാടമുണ്ടാക്കാൻ മറ്റെവിടെപ്പോകും? ബാക്കിയൊക്കെ വരുന്നതുപോലെയാവട്ടെ! ചിലതൊക്കെ പരിഹരിക്കാനാവുമെന്ന ആത്മവിശ്വാസം എനിക്കും സനജയ്ക്കുമുണ്ടായിരുന്നു. അങ്ങനെ ഇൻഫോപാർക്കിനടുത്ത് ചുരുങ്ങിയ വിലയിൽ വീടുകെട്ടാനുള്ള സ്ഥലം ഞങ്ങൾക്ക് ലഭിച്ചു. ചില ദുഃസ്ഥിതികൾ, അന്ധവിശ്വാസങ്ങൾ എന്നിവയൊക്കെ മറ്റുള്ളവർക്ക് ചിലപ്പോൾ ഗുണകരമായി മാറാറുണ്ട്. ഞങ്ങളങ്ങനെ ആശ്വസിച്ചു.

പിന്നെപ്പിന്നെ ഞങ്ങൾ താമസിക്കുന്ന ദിക്കിനെക്കുറിച്ച് കണ്ടറിഞ്ഞതും കേട്ടറിഞ്ഞതുമെല്ലാം വച്ചുനോക്കുമ്പോൾ കാര്യങ്ങൾ വളരെ ശരിയാണ്. അതൊക്കെ ഗാഢമായി ആലോചിച്ചാൽ ഉറക്കം മുറിയും. മനസ്സ് വല്ലാതാകാൻ അതുതന്നെ ധാരാളം. ചെറിയ രീതിയിലുള്ള കലമ്പലുകൾക്ക് അത്രമതി.

പ്രധാന വഴികടന്നുൾഭാഗത്തുമുള്ള ചിലരുമായി ഞങ്ങൾ പരിചയത്തിലായി. ഒന്നുകിൽ കുടുംബനാഥൻ മാത്രം അവിടെ വസിച്ചു. ചില വീടുകൾക്ക് ഇനിയൊരു എഴുന്നേറ്റമില്ല. ഒറ്റനോട്ടത്തിന്റെ ഒരു തെളിച്ചവുമില്ലാത്തവ. അതൊക്കെ ആൺതുണയില്ലാത്തവയായിരുന്നു. സ്ത്രീകളാണ് ജീവിത നുകവുമായി അവിടെ മുന്നോട്ട് നീങ്ങിയത്. മൂകം പിടിച്ച കുട്ടികളെയാണ് ഞങ്ങളവിടെ കണ്ടത്. നിതാന്തമായ ദുഃഖത്തിൽ വീണവരെന്നു ചുരുക്കം.

ആൾത്താമസമില്ലാത്ത ചില ഭവനങ്ങളുണ്ടായിരുന്നു. ദാമ്പത്യം മുറിയുമോ? ഭീതിയേറി ദിക്കുവിട്ട് പോയവരുടെ വീടുകൾ ഇടയ്ക്ക് അടഞ്ഞു കിടന്നിരുന്നു. അവയൊക്കെ നമുക്കു പകരുന്ന പ്രതീക്ഷകൾ ഏതുതരത്തിലാണ്? ഞാനും സനജയും അതിനെക്കുറിച്ച് തർക്കിച്ചിട്ടുണ്ട്.

ഈ അവസ്ഥയെക്കുറിച്ച് ഞാൻ കമ്പനിയിൽ ചില സ്നേഹിതന്മാരോടു പറഞ്ഞു. നമ്മുടെ അനിലില്ലേ? അവനിപ്പോൾ ചാനലിൽ വർക്കു ചെയ്യുകയാണ്. അവനെ ഞാനയക്കട്ടെ. നമുക്ക് നല്ലൊരു പരിപാടിയാക്കിയിതിനെ മാറ്റാം. നിന്റെയും ഒരു ബൈറ്റ് എടുപ്പിക്കാം. എല്ലാവരുടെയും അഭിപ്രായങ്ങളാവഴിക്കായിരുന്നു. അന്യന്റെ ദുഃഖം വിറ്റുകാശാക്കുന്നതിനോട് യോജിപ്പില്ലാത്തതിനാൽ അത്തരം ആലോചനകളെ ഞാൻ പോഷിപ്പിച്ചതേയില്ല.

ഇടയ്ക്കിടെ ഞാനും സനജയും കോളനിയുടെ പലവഴികളിലൂടെ നടക്കാൻ പോയി. ആണും പെണ്ണും ഒരുമിച്ച് പോകുന്നതുകണ്ടാൽ അവിടെയുള്ള കുട്ടികൾ അകത്തേക്ക് വലിയും. മറഞ്ഞിരുന്ന് കൊതിയോടെ അവർ ഞങ്ങളെ നോക്കിയിരിക്കുന്നത് സനജയാണ് കണ്ടുപിടിച്ചത്. അതുമുതലാണ് ഞാനും കുട്ടികളെ ശ്രദ്ധിക്കാൻ തുടങ്ങിയത്. കൈകാട്ടി പുറത്തേക്ക് വിളിച്ചാൽ അപൂർവ്വമായി അവരടുത്തു വന്നു. പൂർണ്ണമായി അവരൊരിക്കലും ഇണങ്ങിയതേയില്ല.

തങ്ങളുടെ അച്ഛനമ്മമാർ ഇങ്ങനെ മുട്ടിയുരുമ്മി ഒരുമിച്ച് പോകുന്നത് അവർ ഭാവനയിൽ കണ്ട് കൊതിക്കുന്നുണ്ടാവും. കോളനി മുഴുവനും

ചുറ്റിപ്പോകുന്ന വഴിയിലൂടെ കറങ്ങി ഏറ്റവും ഒടുവിൽ കനാലും കണ്ട് മടങ്ങുമ്പോൾ വല്ലാത്ത മൂകതയാണ് ഈ സ്ഥലത്തിനെന്നു തോന്നിയിരുന്നു. ഈ പരിസരത്തിൽനിന്നും ഒരു സന്തോഷവും എനിക്കും സനജയ്ക്കും കിട്ടിയിരുന്നില്ല. തിരിച്ചെത്തുമ്പോൾ മനസ്സിന് കനം വന്നു.

"നോക്കു. ഒരു വീടിനു മുന്നിലും പൂച്ചെടികൾ നമ്മൾ കണ്ടില്ല. കിളിക്കൊഞ്ചൽ ഒരിടത്തുമില്ല. കുട്ടികളുടെ ബഹളം അങ്ങനെയൊരു സംഭവം ഇവിടെ പ്രതീക്ഷിക്കാനില്ല. എന്തൊരു ലോകമാണിതപ്പാ."

ഒരിക്കൽ സനജ അങ്ങനെ പറഞ്ഞത് ഇപ്പോഴുമെനിക്ക് ഓർമ്മയുണ്ട്.

തൊട്ടയൽപക്കം ഞങ്ങളൊരിക്കലും കണ്ടിട്ടില്ലാത്ത അമേരിക്കൻ ദമ്പതികളുടേതായിരുന്നു. അവരുടെ വീടിന്റെ പേര് നൈസ് എന്നാണ്. അതിന്റെ ഉടമസ്ഥർ വലിയ ഡോക്ടർമാരാണത്രേ. വൈറ്റ്ഹൗസുമായി ചില ബന്ധങ്ങൾ അവർക്ക് ലഭ്യമായത് അവരുടെ ബൗദ്ധിക മികവിന്റെ അടിസ്ഥാനത്തിലാണ്. ഇതൊക്കെയാണ് അടഞ്ഞുകിടന്ന അയൽവാസി ഭവനത്തെക്കുറിച്ച് ഞങ്ങൾക്ക് കിട്ടിയ കുറഞ്ഞ വിവരങ്ങൾ. ഡിവോഴ്സികളുടെ ഭാഗത്തുനിന്നും അതൊരു കോട്ടപോലെ ഞങ്ങളെ കാത്തുകൊള്ളും. അമേരിക്കക്കാരുടെ വീടുകഴിഞ്ഞ് കാലക്കേട് ഒരിക്കലും ഞങ്ങളുടെ അടുത്തേക്ക് വരില്ല. ഞാനങ്ങനെയും കരുതി.

ഞങ്ങളവിടെ താമസമാക്കിയതിന്റെ അടുത്ത വെക്കേഷൻ കാലം. ഒരു പാതിരാവിൽ അവിടെ വെളിച്ചം തെളിഞ്ഞു. അവരെത്തിയിരിക്കുന്നു. പിറ്റേന്നുതന്നെ ഞാനദ്ദേഹത്തെ കാണാൻ കയറിച്ചെന്നു. ഏതൊക്കെയോ പ്രോജക്ടുകളുമായി സനജ അന്നത്തെ ദിവസം വലിയ ധൃതിയിലായിരുന്നു. അയൽക്കാരനുമായുള്ള എന്റെ ആദ്യകൂടിക്കാഴ്ചയായിരുന്നത്. അമേരിക്കയിൽ ഇലക്ഷനൊക്കെ വരികയല്ലേ! വൈറ്റുഹൗസുമായി ബന്ധമുള്ള ഒരാളിൽനിന്നും തെരഞ്ഞെടുപ്പു വിശേഷങ്ങൾ കേൾക്കാൻ അവസരം കിട്ടുകയൊരു ഭാഗ്യമായി ഞാൻ കരുതി. വല്ലാത്ത ഉത്സാഹത്തോടയൊണ് ഞാൻ ഡോർബെല്ലടിച്ചത്.

ഏറെ കാത്തിരുന്നിട്ടും ഡോക്ടറുടെ കുടുംബം വെളിപ്പെട്ടില്ല. ഒടുവിൽ മടിച്ചാണ് ഞാനതിനെക്കുറിച്ച് ചോദിച്ചത്.

ഞങ്ങൾ വേർപിരിഞ്ഞു.

ഒറ്റവാക്കിൽ അമേരിക്കയിൽനിന്നും ഭാര്യയെയും കുട്ടികളെയും കൂട്ടാതെയുള്ള വരവിനെക്കുറിച്ച് ഡോക്ടർ പ്രതികരിച്ചു. ഇത്രയും പ്രഗത്ഭരായിരുന്നിട്ടും ഉയർന്ന ബൗദ്ധിക നിലവാരമുണ്ടായിട്ടും അവർക്ക് പിരിയേണ്ടി വന്നല്ലോ! അതെന്നെ വല്ലാതെ നിരാശപ്പെടുത്തി. സങ്കടത്തിന്റെ ഒരു മല എന്റെ തലയ്ക്കു മുകളിൽ ഇടിഞ്ഞു വീണതായി തോന്നിപ്പോയി. അതിനുശേഷം വല്ലാത്ത ഭയവും ഒരുതരം പ്രതീക്ഷയില്ലായ്മയും എന്നെ പിടികൂടി. എന്തോ ആപത്തുടനെന്ന തോന്നൽ വിട്ടുമാറിയതേയില്ല.

കൂടുതലൊന്നും അറിയണമെന്ന ആഗ്രഹം എനിക്ക് തെല്ലുമുണ്ടായില്ല. അതിനുശേഷം അമേരിക്കൻ അയൽവാസിയെക്കുറിച്ച് ആരോടും കൂടുതൽ തിരക്കാൻ പോയില്ല. തമാശ അതല്ല. ആ കുടിക്കാഴ്ചയെക്കു

റിച്ച് സനജ എന്നോടൊന്നും ചോദിച്ചില്ല. അത് അതിശയകരമായിരുന്നു. വല്ലാതെ മനസ്സ് തുടിച്ചുനിന്നതിനാൽ ഞാനുമതിനെക്കുറിച്ച് അവളോട് മിണ്ടാൻ മടിച്ചു. ഒരുതരം ഭയം വരുന്നതുപോലെ.

അതുമുതലാണ് ഞാൻ ശരിക്കും പേടിച്ചു തുടങ്ങിയത്. ആൾക്കാർ ഈ നാടിനെ കുറിച്ചു പറയുന്നതിൽ എന്തെങ്കിലും കഴമ്പുണ്ടോ? ഡിവോഴ്സികളുടെ ഗ്രാമത്തിന്റെ അതിര് ഇതാ ഞങ്ങളുടെ അടുത്തെത്തിയിരിക്കുന്നു. ഇനിയതിന് തുടരാക്രമണം എപ്പോൾ വേണമെങ്കിലും നടത്താവുന്നതാണ്. അതിനെക്കുറിച്ച് വിചാരിക്കുമ്പോൾത്തന്നെ ഒരു വിറ എനിക്കുണ്ടാകാറുണ്ടായിരുന്നു. അടുത്ത ഇര? അങ്ങനെ സംഭവിക്കാതിരിക്കട്ടെ!

ഞാൻ വളരെ കരുതലോടെയാണ് തുടർന്നു ജീവിതം നീക്കിയത്. വനിതാമാസികകൾ മൂന്നെണ്ണം വായിച്ചു തുടങ്ങി. ആരോഗ്യമുള്ള മനസ്സ് ഉണ്ടാക്കിയെടുക്കണം. എന്റെ ഭാഗത്തുനിന്നും വീഴ്ചകളൊന്നും വരരുത്! ചിലപ്പോഴൊക്കെ സനജയോട് എനിക്ക് വല്ലാതെ ദേഷ്യം വന്നു. അവളൊരുമാതിരി പെശകാകുന്നുണ്ടോ? ഞാനുടനെ മനസ്സു വിഴുങ്ങി. അതൊക്കെ എന്റെ തന്നെ ചെറിയ കുശുമ്പുകൾ, തെറ്റിദ്ധാരണകൾ മാത്രമാണ്. ഇന്നു രാവിലത്തെ അവളുടെ സ്ലിപ്പായ പെരുമാറ്റം. ഞാനതിനോട് ഈർഷ്യ കാണിക്കാൻ പാടില്ലായിരുന്നു. തെറ്റായിപ്പോയി. ചെറിയ കാര്യം, ക്ഷമിക്കാമായിരുന്നു.

എല്ലാദിവസവും ഉറങ്ങുന്നതിനുമുമ്പ് എത്ര ചെറിയ കാര്യമാണെങ്കിലും അന്നു നടന്ന സംഭവങ്ങളെ ഒന്നുകൂടി ഓർമ്മിക്കുക അതിനെ വിലയിരുത്തുക. അതൊക്കെ ആവർത്തിക്കാതിരിക്കാനുള്ള മുൻകരുതലുകൾ എടുക്കുക. അങ്ങനെയൊരു പുതിയ ശീലം തുടങ്ങിയത് സനജയുമായി ഒരു തരത്തിലുമുള്ള അലോഹ്യവും വളരരുത് എന്ന ഉദ്ദേശ്യത്തോടെയായിരുന്നു.

എന്റെ സഹനത്തെ സനജ മുതലെടുക്കുന്നുണ്ടോ? ചിലപ്പൊഴൊക്കെ ഞാൻ സംശയിച്ചു.

ഓ. എനിക്കത് തോന്നിയതാണ്. ഞാനങ്ങനെ കരുതാനേ പാടില്ല. ഞാനെപ്പോഴും സമാധാനിച്ചു.

ഞങ്ങളുടെ വീടിനെക്കുറിച്ച് പറഞ്ഞില്ലല്ലോ. അതിനൊരു വലിയ ഹാളുണ്ട്. പടിഞ്ഞാറുഭാഗത്താണ് അടുക്കള. ഹാളിനിരുവശത്തുമായി രണ്ട് ബെഡ്റൂമുകൾ. അങ്ങനെ ഞങ്ങളൊരു ബൈലാറ്ററൽ സിമട്രിക്കൽ വീടാണു പണിഞ്ഞത്. നമ്മുടെ ശരീരംപോലെ. ഇരുവശത്തും കൃത്യമായ പാകത്തിൽ രണ്ടു ചെവിക്കുടകൾ. ഇടതു കണ്ണിനു പൂരകമായി വലതു കണ്ണ്. വലതു കൈക്ക് തുല്യം ഇടതൻകരം. പിന്നെ ചരണങ്ങൾ. കാഴ്ചയിൽ അതു തുല്യതയുടെ ചന്തമുണ്ടാക്കുന്ന ഒരു ബൈലാറ്ററൽ സിമട്രിക്കൽ വീട് തന്നെയാണ്. ഈ ഡിവോഴ്സികളുടെ നാട്ടിൽ ഞങ്ങളുടെ വീടൊരു പ്രത്യേക തരത്തിലുള്ളതായിക്കോട്ടെ എന്ന ചിന്തയുമായാണ് ഞങ്ങൾ പ്ലാൻവരപ്പിക്കാൻ പോയത്. ഇരുമെയ്യുകൾ പരസ്പര

വിശ്വാസത്തോടെ തങ്ങളുടെ വ്യക്തിത്വത്തെ ബലികഴിക്കാതെ കഴിയുന്നത് ആർക്കെങ്കിലും കാണണമെന്നുണ്ടെങ്കിൽ എന്റെ വീട്ടിലേക്ക് വരൂ! അന്നൊക്കെ ഞാനങ്ങനെ അഹങ്കരിച്ചിരുന്നു.

ഉന്മാദംപൂണ്ട രാത്രികളിൽ ഞങ്ങൾ പൊതുഹാളിൽ കിടക്കവിരിച്ചു.

ആഹാരമുണ്ടാക്കാനുള്ള നേരമെത്തുമ്പോൾ എത്ര മൃദുവായി ഞാൻ കാലുവച്ചാലും സനജ അതറിയും. അവളുടെ പാദസരത്തരി അനങ്ങിയാൽ എനിക്കും ഇരിക്കപ്പൊറുതിയില്ല. ഞങ്ങളൊരുമിച്ച് പാത്രങ്ങൾ കൈകാര്യം ചെയ്തു. സ്റ്റൗവിനു മുകളിലെ ചൂടടപ്പുയർത്തി വിഭവങ്ങളുടെ ആവി മണത്തു.

അങ്ങനെ ഞങ്ങൾ ഒരുമിച്ച് കാലംനീക്കി. അല്ലല്ല. കാലം ഞങ്ങൾക്കിടയിലൂടെ വഴുതി മാറിക്കൊണ്ടിരുന്നു.

അർദ്ധനാരീശ്വരം എന്നാണ് ഞങ്ങൾ വീടിന് പേരുവച്ചത്. വീട്ടുപേര് മാർബിളിൽ കൊത്തിവച്ചതു വായിച്ച് വഴിപോക്കർ കൗതുകത്തോടും അതിശയത്തോടും നില്ക്കുന്നത് ഞാൻ കണ്ടിട്ടുണ്ട്. ചിലരുടെ മുഖത്ത് തെല്ലു ഭയവും തെളിയാതിരുന്നില്ല. അങ്ങനൊരു പേര് വീടിന് പാടില്ലായിരുന്നു. എനിക്ക് ഏറെ കഴിഞ്ഞായിരുന്നു അതു തോന്നിത്തുടങ്ങിയത്. സമ്പൂർണ്ണമായും പരാജയത്തിന്റെ പഴുതുകളില്ലാതെ കാര്യങ്ങളൊക്കെ നിർവ്വഹിക്കാൻ ഈ ലോകത്തിലാർക്കു കഴിയും? അങ്ങനെയൊക്കെ ഞാൻ സമാധാനിച്ചു. ഇത്തരത്തിലുള്ള വികാരവിചാരങ്ങളൊന്നും ഞാനവളുമായി പങ്കിടാൻ പോയില്ല. സമാനരീതിയിലുള്ള അസമാധാനം അവളെ തൊടുന്നതായിപ്പോലും എനിക്കനുഭവപ്പെട്ടില്ല. അതുണ്ടാകാതിരിക്കട്ടെ!

ക്രമേണ ഞങ്ങളുടെ കമ്പനികളിലെ പ്രോജക്ടുകളുടെ വേരുകൾ വലുതായിത്തുടങ്ങി. അവ ഏതൊക്കെ ദിശകളിലേക്ക് വളരുന്നു എന്ന വിവരം ഇരുവരും പുറത്തുപറഞ്ഞില്ല. ഇരു കമ്പനികളിലായി ജോലിയെടുക്കുന്ന എനിക്കും സനജയക്കും അക്കാര്യത്തിൽ പരാതിയില്ല. വർക്കിന്റെ കാര്യത്തിൽ ഈഗോ പാടില്ല. ഞാൻ ആദ്യമേ തന്നെ അവളോട് വ്യക്തമാക്കിയിരുന്നു. അവളും അതംഗീകരിച്ചിരുന്നു.

അടുത്തൊരു എഞ്ചിനീയറിങ് കോളേജുണ്ട്. അവിടത്തെ കുട്ടികൾ അവരുടെ പ്രോജക്ട് സംബന്ധിയായ ചില സംശയങ്ങൾ തീർക്കാനൊരു ദിവസം വീട്ടിൽവന്നു. സനജയെയായിരുന്നു അവർ സമീപിച്ചത്. ആ കുട്ടികളെ അവളെനിക്ക് വിട്ടുതരികയാണ് വേണ്ടിയിരുന്നത്. കാരണം റോബോട്ടിക്സിൽ എനിക്കെത്ര പ്രിയമാണെന്ന കാര്യം അവൾക്കും അറിവുള്ളതാണ്. കുട്ടികൾ സനജയിൽനിന്നും കേട്ടതെല്ലാം എന്റെ ബെഡ്റൂമിൽ കിടന്നു ഞാനുമറിഞ്ഞു. അവളുടെ വാക്കുകൾക്ക് ഞാൻ കാതോർത്തു കിടക്കുകയായിരുന്നു. എനിക്ക് ധാരണയില്ലാത്ത ഒരു പോയിന്റ് മാത്രമാണ് അവൾക്ക് അവരോട് കൂടുതലായി പറയാനുണ്ടായിരുന്നത്. എന്നാൽ അവരെന്റെ അടുത്താണ് എത്തിയതെങ്കിലോ? സനജ പറഞ്ഞതിന്റെ എത്രയിരട്ടിയാണ് എനിക്കവരോട് പങ്കിടാനുണ്ടായി

രുന്നത്. അന്നത്തെ ദിവസം ഞാൻ സനജയോട് മിണ്ടിയില്ല. അവളുടെ മുഖത്തും ഗർവ്വു കണ്ടതായി എനിക്ക് തോന്നി.

“ഈഗോയോ? എന്തീഗോ? നിങ്ങൾക്ക് എന്റെ പണിയിൽ അസൂയ വരാതിരുന്നാൽ മാത്രം മതി. എന്നോടാരും അസൂയപ്പെടുന്നത് ഞാൻ സഹിക്കില്ല.”

സനജയെക്കൊണ്ടത് പറയിപ്പിക്കേണ്ടിയിരുന്നില്ല. അവളുടെ മുഖം അത്രയ്ക്ക് അന്നേരത്ത് മാറിപ്പോയിരുന്നു. അത്തരത്തിലൊരു ഭാവം ആദ്യമായി കാണുകയായിരുന്നു. സനജയ്ക്ക് ഈ മുഖമുണ്ടോ? അതിത്രയും കാലം എന്നിൽ നിന്നവൾ മറയ്ക്കുകയായിരുന്നോ? ഉറങ്ങുന്നതിനു മുമ്പുള്ള വിചിന്തന വേളയിൽ ഏറെനേരം ഞാൻ ഇരുട്ടിൽ മിഴിച്ചു കിടന്നു. അതുമുതൽ കുറച്ചു നാളത്തേക്ക് ഞങ്ങൾക്ക് ഹാളിൽ പായ വിരിക്കാൻ കഴിയാതെ വന്നു.

ആ വാക്കുകൾ എന്റെ മനസ്സിൽ കൊണ്ടതായി ഞാൻ കണക്കാക്കിയതേയില്ല. പലപ്പോഴും അതു പൂരിപ്പിച്ച് പൂർണ്ണമാക്കാൻ പോലും തയ്യാറായില്ല. ഞങ്ങൾ തമ്മിലുള്ള ബന്ധത്തിന് ഒരു വിള്ളലും വരരുത്. അതിനുപരി എന്റെ മനസ്സ് അലങ്കോലമാകാൻ ഞാനിഷ്ടപ്പെട്ടില്ല. മനസ്സ് താറുമാറായാൽ ജീവിതത്തിനു വല്ലാത്ത കല്ലിപ്പാണുണ്ടാകുക.

പിന്നെപ്പിന്നെ തിരക്കുകൾ കാരണം ഞങ്ങൾക്ക് ഒരുമിച്ച് അടുക്കളയിൽ കയറാൻ കഴിയാതെ വന്നു. ആരാണോ ആദ്യം ഹൗസിങ് ഏരിയയിൽ എത്തുന്നത്. അവർ ടേക്ക് എവേയിൽ നിന്നും രണ്ടു പാഴ്സലുകൾ വാങ്ങി. പണികളൊക്കെ കഴിച്ച് രാത്രിയിൽ ഏറെവൈകി ഞങ്ങളത് പങ്കിട്ടു. ചൂടുപോയ അത്താഴം. ഇങ്ങനെയൊന്നുമായിരുന്നില്ല. നമ്മൾ സ്വപ്നംകണ്ട ജീവിതം. അതിനെക്കുറിച്ച് ഞങ്ങളിരുവരും ഒരഭിപ്രായവും പറയാറില്ല. സനജയുടെ മനസ്സിലും അതൊക്കെ കാണുമെന്നു ഞാൻ കരുതി.

ഭക്ഷണം പൊതിഞ്ഞുകൊണ്ടുവന്ന കവറുകളും മറ്റു വെയ്സ്റ്റുകളും പുറത്തേക്ക് എറിയുമ്പോൾ എനിക്കെന്തോ വല്ലായ്മ തോന്നിയിരുന്നു. ഞങ്ങൾ മുഷിയുകയായിരുന്നു. സത്യം എന്നെ വല്ലാതെ നോവിക്കുന്നുണ്ടായിരുന്നു.

ഒടുവിൽ കോർട്ട് ഓർഡറിൻപ്രകാരം ഞങ്ങൾക്ക് വസ്തുവകകളെല്ലാം പകുത്തെടുക്കാൻ അനുവാദം കിട്ടി. സനജ ഏർപ്പാടാക്കിയ വലിയ ലോറി വന്നു. അർദ്ധനാരീശ്വരത്തിൽ അവളുടെ വകയായി ഉണ്ടായിരുന്ന സോഫ, കട്ടിൽ, മേശ, അലമാര എന്നിവയൊക്കെ അതിൽക്കയറിപ്പോയി. ഇനിയൊരിക്കലും നമ്മൾ കാണില്ല. ഇന്നലെവരെ ഞാനിരുന്നിരുന്നതും കിടന്നിരുന്നതുമായ ആ ഉപകരണങ്ങൾ മന്ത്രിക്കുന്നത് എനിക്ക് കേൾക്കാതിരിക്കാനായില്ല.

അടുക്കള സാധനങ്ങൾ ഏതാണ്ടെല്ലാം എന്റേതായിരുന്നതിനാൽ അതിലവൾ കണ്ണുവച്ചില്ല.

അന്നത്തെ രാത്രിയിൽ എന്തുകൊണ്ടോ ഞാൻ സുഖമായി ഉറങ്ങി.

ഉറങ്ങാൻ പറ്റില്ലെന്നു കരുതിയതാണ്. അതൊരു അപൂർവ്വ സംഭവമാണ്. ഈയിടെ മനസല്പമെങ്കിലും ചഞ്ചലപ്പെട്ടാൽ ഉറക്കം വഴിക്കിറങ്ങി കടന്നുകളയുകയാണ് പതിവ്.

ഒക്കെയും ശാന്തമായി എന്ന ചിന്തയുമായി പിറ്റേന്നു ഞാനുണർന്നു. ഞാൻ പതിയെ അടുക്കളയിലേക്ക് ചെന്നു. എത്ര നാളുകളായി ഈ അടുക്കളയിൽ ഒരു കട്ടൻചായ പോലുമുണ്ടാക്കിയിട്ട്. ഇനി വേണമെങ്കിൽ മറ്റൊരു തുടക്കമൊക്കെ ആവാമെന്നു തോന്നുന്നു. തകർന്നുപോകാൻ പാടില്ല. പരാജിതന്റെ ഭാവം തെല്ലുമെന്നിലുണ്ടായിരുന്നില്ല.

എന്റെ ഇടതുഭാഗത്ത് ഒരു മരവിപ്പ്. പാത്രമെടുക്കാൻ കുനിയുമ്പോഴാണ് ഞാനത് തിരിച്ചറിയുന്നത്. ആരോ ഇടതു കൈകാലുകൾ എടുത്തുമാറ്റിയതുപോലെ. എനിക്ക് എന്റെ വാമഭാഗത്തിനെ നഷ്ടമായിരിക്കുന്നു. തമാശയ്ക്കാണ് ഞാനങ്ങനെ ആലോചിച്ചത്. എന്നാലതു ശരിയായതുപോലെയായി. പാതി ദേഹം തെല്ലും വഴങ്ങുന്നില്ല. ഞാൻ തരിച്ചിരുന്നു. ഒന്നും ചെയ്യാതെ സമയം കടന്നുപോകുന്നത് ഞാനറിയുന്നുണ്ടായിരുന്നു.

കട്ടറും മെഷീനുമായി പുറത്തു നില്ക്കുന്നവരാണ് ഒടുവിലെന്നെ ഉണർത്തിയത്. അവരെന്തിനു വന്നുവെന്നു പറയാതെതന്നെ മനസ്സിലായി. കോടതി ഉത്തരവിൻ പ്രകാരം ഞങ്ങൾക്ക് പൊതുസ്വത്തുക്കൾ തുല്യമായി വീതിക്കേണ്ടതുണ്ട്. സിമട്രിക്കലായ ഞങ്ങളുടെ വീടിന്റെ ഒരു ഭാഗം പൊളിക്കാൻ പണിക്കാർ എത്തിയതാണ്. വീടിന്റെ പകുതി സനജയ്ക്കുള്ളതാണല്ലോ.

എന്റെ മനസ്സിൽ നിന്നും ഒരല്പവും ചോര വന്നതേയില്ല. വല്ലാത്ത മരവിപ്പുമായി ചങ്കുള്ളിലിരിക്കുന്നത് ഞാനറിയുന്നു. അതിൽനിന്നും തെല്ലും രക്തം കിനിഞ്ഞിരുന്നില്ല. അതെന്നേ പാതി മുറിച്ചു പോയിരുന്നു.

അങ്ങനെ ഡിവോഴ്സികളുടെ കോളനിയിൽ പാതിമുറിഞ്ഞ വീടു കൂടിയുണ്ടായി.

സക്കറിയ

ആയിരത്തിതൊള്ളായിരത്തി എൺപത്തിയഞ്ചിലാണ് ഞാനാദ്യമായി ഡൽഹിയിലേക്ക് തീവണ്ടി കയറുന്നത്. കെ കെ അതായത് കേരള കർണ്ണാടക എക്സ്പ്രസിൽ. തിരുവനന്തപുരത്തുനിന്നും മംഗലാപുരത്തും നിന്നുംവന്ന രണ്ടു മുറിവണ്ടികൾ ഷൊർണ്ണൂരിൽവച്ച് ഒന്നായി ഡീസൽപ്പുക തുപ്പി വടക്കിനു കിതച്ചത് എന്റെ ജീവിതത്തിലെ മറക്കാനാവാത്ത കാഴ്ചകളിലൊന്നായിരുന്നു. ഡൽഹിയിൽ ഒരിന്റർവ്യൂവിന് പങ്കെടുക്കുകയായിരുന്നു യാത്രോദ്ദേശ്യം. ഇരുപത്തിമൂന്ന് വയസ്സിന്റെ പരിഭ്രമം എന്റെയെല്ലാ ചലനങ്ങളിലും ചങ്ങലയിട്ടു. ചില സഹയാത്രക്കാർ എന്റെ പ്രായവും മാനസികാവസ്ഥയും തിരിച്ചറിഞ്ഞ് എല്ലാവിധ സൗകര്യങ്ങളും ഒരുക്കിത്തന്നു. അവരെന്നെ ഡൽഹിയിലേക്ക് കുടിയേറുന്ന മലയാളിപ്പയ്യനായി തന്നെ പരിഗണിച്ചു. പരിമിതമായ ജീവിത സാഹചര്യങ്ങൾ നിഴലിക്കുന്ന അവരുടെ നരച്ച മുഖങ്ങൾ എനിക്കിപ്പോഴും ഓർമ്മയുണ്ട്. വരയ്ക്കാൻ കെല്പുണ്ടായിരുന്നെങ്കിൽ ആ സുമനസ്സുകളെ ഞാൻ കടലാസിൽ പകർത്തിക്കാട്ടുമായിരുന്നു.

കെ കെ നിന്ന പ്ലാറ്റുഫോമിൽ മണിയണ്ണനെത്തി. അദ്ദേഹം ഞങ്ങളുടെ നാട്ടുകാരനായിരുന്നു. കത്തുവഴി ഞാൻ തലസ്ഥാനത്ത് എത്തുന്ന വിവരം മുന്നേതന്നെ അണ്ണനെ അറിയിച്ചിരുന്നു. അദ്ദേഹമെന്നെ ഒപ്പമുണ്ടായിരുന്ന ആൾക്ക് കൈമാറി ഓഫീസിലേക്ക് തിരിച്ചോടി. അയാളെന്നെ ഒരു മണിക്കൂറിനുള്ളിൽ കല്യാൺപൂരിയിലെ മണിയണ്ണന്റെ അതീവ കുഞ്ഞുവസതിയിലെത്തിച്ചു മറഞ്ഞു. മഹാനഗരിയുടെ ഭയാനകതയുടെ വിസർജ്ജ്യമായ ഒരുതരം പേടി... ഒറ്റയ്ക്കായപ്പോൾ അലോസരത്തിരക്കിന്റെ മൂളലായി അതെന്നെ വളഞ്ഞു. ബഹളങ്ങൾക്കിടയിലെ ഏകാന്തത ഞാനറിഞ്ഞു. അന്നു ഡൽഹിയിൽ മിനിറ്റിനു മിനിറ്റിന് വെടി പൊട്ടുന്നുണ്ടായിരുന്നു. ഓരോ നൂറുവാരയിലും കലനിഷ്കോവുമായി

പട്ടാളം യമനെയാട്ടാൻ കാവൽ നിന്നിരുന്നു. കൊടും തണുപ്പിൽ എപ്പോൾ വേണമെങ്കിലും ആരും പൊട്ടിത്തെറിച്ചുപോകുമായിരുന്ന എൺപതുകളുടെ മദ്ധ്യകാലമായിരുന്നത്.

അന്നു വൈകുന്നേരം മണിയണ്ണനോടൊപ്പം വിരുന്നുകാരനായി ആ വീട്ടിൽ സക്കറിയ എത്തി. ഏകദേശം എന്റെ പ്രായം മാത്രമേ അവനുണ്ടായിരുന്നുള്ളു. ആ ചുറുചുറുക്ക് എന്നെ നന്നായി ആകർഷിച്ചു. ഞാൻ വെറും നാട്ടിമ്പുറത്തുകാരൻ. ഇന്റർവ്യൂ പ്രമാണിച്ചാണ് മുണ്ടു മാറ്റി പാന്റ്സ് ഇട്ടതുതന്നെ. തണുപ്പിനോട് പടവെട്ടാൻ ഞാൻ കൊണ്ടുവന്നിരുന്നത് മറ്റൊരു അയൽക്കാരൻ പട്ടാളക്കാരന്റെ സ്വെറ്റർ ആയിരുന്നു. അതിട്ടുകൊണ്ട് ഞാൻ കൈയുയർത്താൻ മടിച്ചു. കക്ഷത്താണ് ആ കീറൽ. കൈ താഴ്ത്തിയിട്ടാൽ ആരും കാണില്ല. അതായിരുന്നു മനസ്സമാധാനം. ഞാൻ എന്റെ വേഷവിധാനങ്ങൾ ഒന്നു മനസ്സാൽ കണ്ണോടിച്ചു. നല്ലൊരു സ്വെറ്റർ വാങ്ങണമെന്ന് ഞാനന്നേ കരുതിയതാണ്.

സക്കറിയയുടെ ആ ചുവന്ന ഭംഗിയുള്ള സ്വെറ്റർ അതിപ്പോഴും ഓർമ്മയുണ്ട്. ആ തണുത്ത മധുരതരമായ കാലാവസ്ഥപോലെ സക്കറിയയും എനിക്ക് അതീവാകർഷണീയനായി.

അവൻ കല്യാണം കഴിച്ചിരിക്കാം. ഭരണങ്ങാനത്തുന്നോ, കുറവിലങ്ങാട്ടുന്നോ വണ്ടികയറിയ ഒരു നഴ്സ്. ഇപ്പോൾ സാമാന്യം നന്നായി ജീവിക്കാൻ പാകത്തിൽ സംവിധാനങ്ങളുമായി ഡൽഹിയിൽ തന്നെയുണ്ടാവും. മക്കൾ വലിയ കമ്പനി ഉദ്യോഗസ്ഥന്മാരായി അല്ലെങ്കിൽ ഗൾഫിൽ ഉയർന്ന നിലയിൽ. ഒരു സാധാരണ മറുനാടൻ മലയാളി ജീവിതമായിരിക്കും സക്കറിയയ്ക്ക് ലഭിച്ചിരിക്കുക.

വർഷങ്ങൾക്കുശേഷം ഇന്നു കേരള എക്സ്പ്രസിൽ ഡൽഹിയിലേക്ക് വീണ്ടും കയറുമ്പോഴാണ് ഞാൻ സക്കറിയയെ ഓർത്തത്. ഓ, ഞാനതു പറഞ്ഞില്ല. എനിക്കന്നാ ജോലി കിട്ടിയില്ല. നാട്ടിൽ ഒരുവിധത്തിൽ പച്ചപിടിച്ചു. അതുനന്നായി. അവിടെക്കിടന്ന് ശ്വാസം മുട്ടിയിട്ടെന്തു കാര്യം? സ്വെറ്ററും ധരിച്ച് പത്രാസിൽ നടക്കുന്നതിനെക്കുറിച്ച് എത്രയോ കാലം കഴിഞ്ഞാണിന്ന് ഞാൻ വീണ്ടും ഓർത്തത്. ഞാൻ സഞ്ചരിക്കുന്ന ഈ വണ്ടിയെ നാഗ്പ്പൂർ കഴിഞ്ഞാലുടനെ തണുപ്പങ്ങ് ഏറ്റെടുക്കും. എ സി ബോഗി എന്നു പറഞ്ഞിട്ട് കാര്യമില്ല. ഇത്തവണ വെതറല്പം അലോസരമുണ്ടാക്കുന്ന തരത്തിലാണ്. ഞാനപ്പോൾ പെട്ടിയിലെ പുതുപുത്തൻ സ്വെറ്റർ എടുത്തണിയും. എന്റെ വിലയും നിലയും അതു പറയും.

സെക്കന്റ് ക്ലാസ് ബോഗിയിലെ സീറ്റ് പിടിക്കാനുള്ള വെപ്രാളവുമായിട്ടാണ് അയാൾ കയറി വന്നത്. ഇവിടെ തിക്കിനും തിരക്കിനും ഒരു സ്ഥാനവുമില്ല. എന്നാലും മനുഷ്യനെന്നും അടിസ്ഥാന സ്വഭാവങ്ങൾ കാണിച്ചുകൊണ്ടേയിരിക്കുന്നു. ഞാനത് ജീവിത നിരീക്ഷണത്തിലൂടെ സമ്പാദിച്ച അറിവാണ്. കോട്ടയത്തുനിന്നും കയറിയതു മുതൽ ഞാനയാളെ പഠിക്കുകയായിരുന്നു.

അയാളുടെ എല്ലാ ചലനങ്ങളും കോങ്കണ്ണിട്ടുനോക്കിയിരുന്നു. എന്റെ പ്രായം തന്നെയാണ് ലോവർ ബർത്തിന് അവകാശിയായ അയാൾക്കും. വന്നപാടേ ബഹളങ്ങൾ കാട്ടി പെട്ടിപ്രമാണങ്ങൾ സീറ്റിന്നടിയിൽ തള്ളിക്കയറ്റി ആരുടെ കിടക്കയെന്നുപോലും പരിഗണിക്കാതെ അപ്പർ ബർത്തിലേക്ക് ദേഹമുന്തിക്കയറ്റി ഒറ്റയുറക്കം. എനിക്കതല്പം അനിഷ്ടമുണ്ടാക്കി. രണ്ടുദിവസം ഇനിയെന്തൊക്കെ കാണാനുണ്ടാവും?

വണ്ടി അനക്കമില്ലാതെയോടിക്കൊണ്ടിരിക്കുന്നു. അതു പായുന്നതിന്റെ ലക്ഷണം ചെറിയ മൂളൽ മാത്രമായിരുന്നു. രാത്രിയിൽ ഞങ്ങളുടെ ആറു കിടക്കകൾ അട്ടിവച്ച അറയൊരു മോർച്ചറിപോലെ തോന്നിപ്പിച്ചു. കിടക്കയുടെ വശങ്ങളിലെ തുറപ്പ് കൂടി അടച്ചുപൂട്ടണം. അതെ ശരിക്കും ശവയറകൾ തന്നെയായി അവ മാറുന്നതാണ്. മുകളിലാണ് ഞാൻ കിടന്നിരുന്നത്. ഉറക്കത്താളം മുറിഞ്ഞ ഇടവേളകളിൽ ലോവർ ബർത്തിലെ കഥാനായകനെ നോക്കുമ്പോഴൊക്കെ എനിക്ക് തീർച്ച വന്നു. മരണപ്പെട്ടാൽ അയാൾ കിടക്കുന്നതും ഇമ്മാതി സ്റ്റെഡിയായിട്ടാവും.

ആ ദിനമെത്തുന്നത് എന്നാണ്? ഉറക്കം മുട്ടിയ പാതിരാവിൽ ഞാനങ്ങനെ ഒരു നേരിയ നീലവെളിച്ചം നിറഞ്ഞ മോർച്ചറി മുറിയിൽ എന്ന രീതിയിൽ കാഴ്ചകൾ പരതിക്കിടന്നു. ഓടുന്ന വണ്ടിയിൽനിന്നും വേറിടുന്ന ദിനമാണ് മരണത്തിന്റേത്. തുടർന്ന് ഈ അറയൊരു പള്ളി സെമിത്തേരിയിൽ ചെന്നു നില്ക്കും. അപ്പോഴും മുൻബോഗികളുമായി തീവണ്ടി പുതിയ ആളുകളുമായി പാഞ്ഞുകൊണ്ടേയിരിക്കും.

ഈ ലോകത്തിൽ കാലം ഏറ്റവും ചതിച്ചത് തന്നെയാണ്. അമ്മട്ടിൽ അയാൾ ചരിതം പറയാൻ തുടങ്ങി. അതിനു വേണ്ടവിധത്തിൽ അടുപ്പമൊന്നും ഞങ്ങൾക്കിടയിൽ മൊട്ടിട്ടിട്ടുണ്ടായിരുന്നില്ല. എന്നിട്ടും പിറ്റേന്ന് എഴുന്നേറ്റയുടനെ പാൻട്രിവാലായുടെ ആദ്യ കാപ്പിക്കപ്പിനു മുന്നിൽ ഞങ്ങൾ ഒന്നായി.

അത്രയ്ക്ക് വിങ്ങൽ അയാൾക്കുള്ളതായി തോന്നിയത് ശരിയായിരുന്നു. ആവശ്യപ്പെടാതെ തന്നെ സ്വയം വെളിപ്പെടുത്താൻ അയാൾ വ്യഗ്രതപ്പെട്ടു.

ഡൽഹീലായിരുന്നു കഥാനായകൻ ജോലിയെടുത്തിരുന്നത്. കഠിന തണുപ്പും ഘോരമായ ചൂടും. പ്രായവുമേറി കാലാവസ്ഥ പിടിക്കാതെയുമായ കാലത്ത് തല്പുരുഷൻ കളം നാട്ടിലേക്ക് മാറ്റി. നഴ്സായ ഭാര്യ അവിടെ പ്രവാസിയായി തുടർന്നു. പിരിഞ്ഞപ്പോൾ കിട്ടിയതു മുഴുവനുമെടുത്ത് നാട്ടിൽ ബംഗ്ലാവ് പണിഞ്ഞതിനാൽ ഇപ്പോൾ കൈക്കാശിനു മുട്ടായി. അതിനാൽ വീട്ടിലൊരു ജോലിക്കാരി കൂടിയില്ല. അലക്കും വെപ്പുമെല്ലാം തന്നത്താനെ ചെയ്തു. ഭാര്യയിൽ നിന്നൊന്നും കിട്ടുന്നില്ല. അവൾക്ക് ഡൽഹീലെ ഫ്ളാറ്റിന് വാടക കൊടുക്കണം. ദിവസോം ജോലിക്ക് പോകാൻ ടാക്സി പിടിക്കണം. ഇനിയൊരു കൊച്ചനൊള്ളതിന് എന്തേലും കരുതണം. അങ്ങനെ ഒഴിവുകഴിവുകൾ. അതു മാത്രവുമല്ല എന്നുമെന്നും വാടകവീടും പൊറുതി മാറലും മറ്റു നൂലാമാ

ലകളും.

ഒന്നു മനസ്സുവച്ചാൽ പറ്റുമായിരുന്നു. അങ്ങനെയാണ് അവൾ അതിനെക്കുറിച്ച് പറയാറുള്ളത്. ഡൽഹിയിൽ സ്വന്തമായി തലചായ്ക്കാനൊരിടമുണ്ടാക്കാനോ സ്വസ്ഥതയുള്ള കുടുംബിനിയാകാനോ കഴിഞ്ഞില്ല. അതിലുള്ള നിരാശ പലതവണയവൾ പ്രകടിപ്പിച്ചിട്ടുണ്ട്. തനിക്കാണെങ്കിൽ രാമപുരത്തെ സെമിത്തേരിപ്പള്ളിയിൽ ഉറങ്ങണമെന്നാണ് ആശ. ആരെയും കുറ്റപ്പെടുത്താതെ അയാൾ ജീവചരിത്രം തുറന്നിടുകയായിരുന്നു. ഞാനന്നേരത്ത് ഒന്നുകൂടി കഥാപുരുഷനെ സസൂക്ഷ്മം നിരീക്ഷിച്ചു.

"യാത്ര പ്രമാണിച്ച് കുറെ ദിവസങ്ങൾ നാട്ടിൽനിന്നും മാറി നില്ക്കുവല്ലേ. ഇന്നലെ വീട്ടിൽ നല്ല പണിയുണ്ടായിരുന്നു. എല്ലാമൊന്നു അടിച്ചും വാരിയുമിടണം. ഒരു മാസം കഴിഞ്ഞേയിനി മടങ്ങത്തൊള്ളു. വണ്ടിയിൽ കഴിക്കാൻ ഇച്ചിരി വല്ലതുമുണ്ടാക്കണം. എല്ലാം ഞാനൊറ്റയ്ക്ക്. പായുന്ന സമയം. ഉൽക്കണ്ഠയായി. ഓടിക്കയറി വരുന്ന വണ്ടി മിസ്സാകാതെ നോക്കണം. ഇന്നലെ അങ്ങനെ വല്ലാത്ത ടെൻഷനിലായിരുന്നു. വണ്ടി കയറിയതോടെ ഞാൻ തളർന്നുപോയായിരുന്നു.

ഞാനതിശയിച്ചു. അയാൾ ശരിക്കുള്ളത് വെളിപ്പെടുത്തിയതായി എനിക്ക് വ്യക്തമായി. ഒപ്പമുള്ളത് സഹകരിക്കാൻ കൊള്ളാവുന്ന യാത്രികനാണ്. എന്റെ മനസ്സിലെ മുറുക്കമെല്ലാം അയഞ്ഞു. മൂക്കുമുട്ടെ കുടിച്ചിട്ടാണ് അയാൾ വണ്ടി കയറിയത് എന്റെ മുൻധാരണയും പൊളിഞ്ഞു.

"നാട്ടിൽ വീടുണ്ടായിട്ടെന്തു കാര്യം? പിരിവുകാരുടെ ശല്യം മാത്രം. വലിയ വീടുകണ്ട് അവരങ്ങ് പ്രതീക്ഷയോടെ ഗേറ്റ് തുറന്നുവരും. പൂത്ത പണമുള്ള അച്ചായൻ! ആ വകയിൽ മനഃസ്സമാധാനം ദിനന്തോറും ചോർന്നു."

എന്റെ തുറന്ന കാതുകളും കൗതുകം വിടർത്തിയ അനുകൂലഭാവവും കണ്ട് മനസ്സിലെ കലിപ്പൊഴിക്കാൻ സഹയാത്രികൻ തയ്യാറായി.

"ഒരു കൂലിക്കാരനെ ഈ റവറു വെട്ടിക്കാൻ വയ്ക്കാത്ത ഇതിയാനാണ് നമക്ക് പിരിവു തരുന്നത്. ഈയാള് ഡൽഹീക്കെടെന്നൊണ്ടാക്കിയതൊക്കെ എങ്ങനെയാണാവോ തീർക്കാൻ പോവുന്നേ?" ഗേറ്റടച്ച് റോഡിലിറങ്ങുമ്പോൾ അവന്മാർ പിറുപിറുക്കും. ഞാനതെത്ര കേട്ടിരിക്കുന്നു.

റവറു വെട്ടാൻ ഇന്നത്തെ കാലത്ത് കുലിക്കാരനെ വച്ചാലെന്നാ കിട്ടാനാന്നേ? കത്തിയുമായി ഇറങ്ങിയാൽ പതിനൊന്നു മണിവരെ എനിക്ക് മനോരാജ്യം കണ്ട് പണിയെടുക്കാം. അതുമാത്രമേ മെച്ചമൊള്ളു. കോണാട്ട് പ്ലേസിലെ കടകളിൽ കൗതുകത്തോടെ കയറിയിറങ്ങിയിരുന്ന ഓർമ്മകളോടെയാണ് ഞാനോരോ റവർ ചുവടിനെയും സമീപിക്കുന്നത്. ചിലമരങ്ങൾ യാദവന്മാർ. ചിലർ സർദാർജിമാർ. ഇരുപത്തിയഞ്ചുവർഷക്കാലത്ത് ഡൽഹീൽ എനിക്ക് പണി തന്നവന്മാരുടെ പള്ളയിൽ കത്തി

കൊണ്ടു വരഞ്ഞു പകരം തീർക്കുന്നതായി സങ്കല്പിച്ചു. അതുവഴി മന സ്സമാധാനം കോരിക്കുടിച്ചു... ചാണക്യപുരിയിൽ നടക്കുന്ന മാതിരിയാവും തോട്ടത്തിലെ ചാലുകളിലൂടെ കാലുകൾ കവച്ചുവയ്ക്കുന്നത്. അതിനാൽ ബോറടിക്കത്തേയില്ല. പകൽ നന്നായി മേലനങ്ങുന്നതിനാൽ രാത്രിൽ ഉറക്കവും കിട്ടും. അതിന്നിടയിൽ അരീകറിം വെപ്പും നടക്കും."

"മക്കൾ?"

ആത്മഭാഷണം അവസാനിക്കാറായി എന്നു തോന്നിയപ്പോൾ സമ ഗ്രജീവിതചിത്രം തുറന്നുകിട്ടാൻ ഞാനൊരു സിമ്പിൾ ക്വസ്റ്റ്യനിട്ടു. (സത്യ ത്തിൽ ഞാനയാളെ ഒരുവിധത്തിലും ചൂഷണം ചെയ്യുകയായിരുന്നില്ല. അയാൾ പറയുന്നു. ഞാൻ കേൾക്കുന്നു. അത്രമാത്രം. ആ മനസ്സിലെ കത്തൽ കുറഞ്ഞുവരുന്നത് ഞാൻ ശ്രദ്ധിച്ചിരുന്നു. അതുമാത്രമായിരുന്നു അയാൾക്ക് താല്പര്യം. തനിക്കൊന്നാശ്വസിക്കണം. എന്നെ സംബന്ധി ക്കുന്ന ഒരു വിവരവും അയാൾക്ക് വേണമെന്നുണ്ടായിരുന്നില്ല. തനിക്ക് നല്ലൊരു ശ്രോതാവ്. അത്രമാത്രമേ അയാളാഗ്രഹിക്കുന്നുള്ളു. കിണ്ടി ക്കിണ്ടി അലോസരത്തിരകളുണ്ടാക്കാത്ത ഒരു ശ്രോതാവ്).

അതിനു മറുപടിയായി അയാളിങ്ങനെ പറഞ്ഞു.

"ഓ, എന്നാ പറയാനാ? മൂത്തവൻ എയീംസീന്നു നഴ്സിങ് പാസായി. അവൻ കരപിടിച്ചു. കുവൈറ്റിലാ. രണ്ടാമന് ഇരുപത്തി യൊൻപതായി. അവന്റെ കാര്യമൊന്നും പറയണ്ട. നല്ല പഠിക്കുന്ന കൊച്ച നായിരുന്നു. ഞാനവനെ സി യെയ്ക്ക് വിട്ടായിരുന്നു. അവനന്മാരാണേൽ അങ്ങനെയങ്ങനെയൊന്നും കൊച്ചുങ്ങളെ പരീക്ഷയ്ക്ക് പാസാക്കത്തി ല്ലെന്നേ! അതുവിട്ടവന് വരാനുംമേലാ. ഇനിയും കൊറച്ച് പേപ്പറുകൾ മാത്രമേ എഴുതാനുള്ളു. പുലിവാലുപിടിച്ചതു മാതിരിയായി. ഞാൻ പറഞ്ഞു കൊച്ചേ നീയിത് കളഞ്ഞേച്ച് വല്ല എം ബി എയ്ക്കും ചേരാൻ. അവൻ കേക്കത്തില്ല. അവന് സി യെക്കാരനാകണം. അവന്മാരൊട്ട് അവ നെയത് ആക്കത്തുമില്ല."

അയാളുടെ വാക്കുകളിൽ നനവില്ലാക്കണ്ണീർപൊതിഞ്ഞിരുന്നതായി എനിക്ക് തോന്നി.

"ഇവനെക്കൊണ്ട് എങ്ങനാ ഞാൻ പെണ്ണുകെട്ടിക്കുന്നേ? ഞാനെന്നാ ചെയ്യാനാ? ഡൽഹീലെ കാര്യങ്ങൾ ഓർത്താലെ നാട്ടിക്കെടക്കണെ എനിക്ക് ഇപ്പഴിപ്പം ഒറക്കം വരുകേലാ. അതുകൊണ്ടാ ഞാൻ കൂടെക്കൂടെ അവരെ അടുത്തോട്ട് വണ്ടി കേറുന്നേ! ഒരുമാസം കഴിഞ്ഞ് തണുപ്പ് മൂക്കുമ്പോ ഞാൻ തിരിച്ച് പോരും. പെൻഷനായാലും അവള് ഡൽഹി വിടത്തില്ല. നാട്ടീ വന്നിട്ടെന്നാ കാണിക്കാനാ എന്നാണ് അവള് ചോദിക്കുന്നേ! അതും ശരിയാ. ഇങ്ങനെ വന്നുപോയീ ഞാനലമ്പാവും.

ജീവിതം ഈ തണുത്ത ബോഗിപോലെയാണ്. പുതുതായൊന്നും പുറത്തുനിന്നും കയറുന്നതേയില്ല. അതടഞ്ഞുപോയിരിക്കുന്നു. അപൂർവ്വ മായി വാതിൽ തുറക്കുന്ന നേരത്ത് പുറത്തുനിന്നും കുറച്ചുപേർ കയ റുമെന്നു മാത്രം. പുറകിലെ വാതിലിലൂടെ യാത്ര തീരുന്നവർ ഇറങ്ങി

പ്പോകും..."

തീവണ്ടി നിർത്താതെയോടും. ഞാനൊരു നിമിഷം അങ്ങനെ കരുതി.

കൂടെയുള്ളവർ ഞങ്ങളെ ശ്രദ്ധിക്കുന്നുണ്ടായിരുന്നില്ല. അതൊരു മൂന്നംഗ കുടുംബമായിരുന്നു. അവർ വേദപുസ്തകങ്ങളിൽ മിഴിവച്ചും വേദവാക്യങ്ങൾ കാതിൽ തിരുകിയും നേരാനേരത്തിന് ഭക്ഷണം കഴിച്ചും സ്വർഗ്ഗരാജ്യത്തിലെന്നവണ്ണം കഴിഞ്ഞു. പിന്നുള്ളത് വടക്കേന്ത്യക്കാരായ വയസ്സൻ ദമ്പതികൾ. അവർ മത്സരിച്ചുറങ്ങി നേരം കളഞ്ഞു.

ഉച്ചയായതോടെ അയാൾ കടലാസു പൊതിയഴിച്ച് നന്നായി വറ്റിച്ച ചോറും വലിയൊരു കുപ്പി നിറയെ മോരുകറിയും പുറത്തെടുത്ത് കഴിക്കാൻ തുടങ്ങി. കൂടുതൽ വികാരം കൊണ്ടിട്ടെന്താ കാര്യമെന്ന രീതിയിൽ. ഓടുന്നതുവരെ ഓടട്ടെ. അത്തരത്തിലൊരു നിസ്സംഗഭാവം അയാളിൽ നിഴലിട്ടു. മനസ്സിലെ ഭാരം മുഴുവനും അയാൾ എന്നിലേക്കിട്ടു. യാത്ര ആസ്വദിക്കാനെത്തിയവനായിരുന്നു ഞാൻ. ഞാനേതാണ്ട് അലമ്പായി എന്നുവേണമെങ്കിൽ പറയാം.

ഞാനിനി പറയണ്ടല്ലോ. അത് സക്കറിയ തന്നെയായിരുന്നു.

ആ മുഖം ഞാൻ മറക്കില്ലല്ലോ. ഞാൻ പഴയ കാര്യങ്ങൾ പറഞ്ഞ് സക്കറിയെ അലോസരപ്പെടുത്താനാഗ്രഹിച്ചില്ല. എനിക്കന്ന് സക്കറിയ വെളിച്ചപ്പാടായിരുന്നു. വെളിച്ചപ്പാടിനെ ഇത്രയും കാലം മനസ്സിൽ ചുമന്നു നടന്നവൻ ഞാനല്ലേ!

ഒന്നുകൂടിയുണ്ട്. എന്റെ ജീവിതവും ഈ സക്കറിയായുടെ അതേ ദിശയിലാണിപ്പോൾ. ഞാനും ഭാര്യയും പിറന്ന ദേശങ്ങൾ വിട്ടാണ് വീടുണ്ടാക്കിയത്. അതിനാൽ തന്നെ ഇരുവരുടെയും ബന്ധങ്ങളുടെ വേരുകൾ ഏതാണ്ട് അറ്റുകഴിഞ്ഞിരിക്കുന്നു. ഒരു മകനുള്ളത് ന്യൂസിലന്റിൽ. മകളും കുടുംബവും ഡൽഹിയിൽ കുടിയേറി. ഞാനും ഭാര്യയും അവരുടെ ക്ഷേമം നോക്കാൻ ഇങ്ങനെ ഷട്ടിൽസർവ്വീസിലും.

മലയാളനാട്ടിലിപ്പോൾ ഇങ്ങനെയും ജീവിതങ്ങളുണ്ട് ഭായ്.

പ്രതിഭയിലെ ചാമ്പമരം

ഗൾഫിൽനിന്നും തിരിച്ചുവന്നതിനുശേഷമാണ് ഒരു വെപ്രാളമെന്ന പിടികൂടിയത്. ഒരുതരം സമാധാനക്കുറവ്. തിക്കുമുട്ടൽ എന്നൊക്കെപ്പറയാം.

ഒറ്റപ്പെട്ട മനുഷ്യൻ. ആരുമില്ലാത്തോൻ. ട്രാഫിക് തിരക്കിൽപ്പോലും ഞാനൊറ്റയ്ക്കായിപ്പോയി എന്നൊരു തോന്നൽ. രണ്ടുതവണ ആ വെപ്രാളം പൊടുന്നനവെ ഇരുണ്ടു കനത്തതു കാരണം എനിക്ക് റോഡു മുറിച്ചു കടക്കാൻ കഴിയാതെ പോയിട്ടുണ്ട്. എനിക്കത്രയ്ക്ക് പ്രായമൊന്നുമായിട്ടില്ല.. അപശ്ശകുനം മാതിരി അത്തരം ചിന്തകൾ എന്നെ പിന്തുടർന്നു. അതിനു വ്യക്തമായ കാരണവുമുണ്ട്. ദുബായിൽനിന്നും ഞാനെത്തി ഒരാഴ്ച തികയുന്നതിനുമുമ്പ് മകനും അവന്റെ ഭാര്യയും ഏകകുഞ്ഞും എന്റെ ഭാര്യയെയും കൊണ്ടു ന്യൂസിലന്റിനു പറന്നു.

"അവന്റെ കുട്ടിയെ നോക്കാനാണ് ഞാൻ പോകുന്നത്." വിദേശവാസത്തിനുള്ള ന്യായീകരണമായി കൊച്ചമ്മിണി അങ്ങനെ പറഞ്ഞെങ്കിലും ഞാനൊന്നു കാണിച്ചു തരാമെന്നൊരു ഭാവം അവളിലുണ്ടായിരുന്നത് എനിക്കു മാത്രമേ തിരിച്ചറിയാൻ കഴിയുകയുള്ളു. നല്ല ജന്മം മുഴുവനും നാട്ടിൽ അവളെ ഒറ്റയ്ക്കിട്ടത് ഞാനായിരുന്നല്ലോ. മനസ്സുവച്ചിരുന്നെങ്കിൽ പണ്ടുമുതൽ തന്നെ എനിക്കവളെയും പ്രവാസിയാക്കാൻ സാധിക്കുമായിരുന്നു. ഞാനതിന് മുതിരാതിരുന്നത് മന:പൂർവ്വമായിരുന്നെന്ന് അവൾക്കുമറിയാം. തരംകിട്ടിയപ്പോൾ പണി തിരിച്ചു തന്നുവെന്നുമാത്രം.

കൊച്ചമ്മിണി. കൊച്ചമ്മിണ്ണി. (അങ്ങനെയായിരുന്നു രാഘവൻ സാറ് മകൾ പ്രതിഭയെ വിളിച്ചിരുന്നത്.) നീയിനി എങ്ങും പോണ്ടെടീയെന്നു ഞാൻ മനസ്സിൽ കേണുകരഞ്ഞതൊക്കെ മിച്ചം.

"ഞാനിവടെയെങ്ങനെ നിന്റെ സഹായമില്ലാതെ കഴിയും?"

"ഇത്രനാളും ഞാനങ്ങനെയായിരുന്നല്ലോ ജീവിച്ചത്. ഞാനിവിടെ

ഒറ്റയ്ക്കായിരുന്നല്ലോ. അതുമാതിരി നിങ്ങളും കഴിയാൻ നോക്ക്. ഹൃദയമില്ലാത്തവൻ!"

അങ്ങനെയൊക്കെ അവളും പറഞ്ഞു. ഞാൻ കൂടുതൽ കെഞ്ചാൻ പോയില്ല. ഇതിനേക്കാൾ വലിയ തീയിൽ ചവിട്ടിയിട്ടും കാലുപൊള്ളിയില്ല. പിന്നല്ലേ? അങ്ങനെയൊക്കെ അന്നേരത്തൊരു മൂച്ചിന് സമാധാനിച്ചതുമാണ്.

ജനിച്ച നാട്ടിലാണു താമസം. എന്നിട്ടും എനിക്കിപ്പോൾ വിപുലമായ സൗഹൃദങ്ങളൊന്നുമില്ല. അന്യദേശത്തായിരുന്നപ്പോൾ പത്തിരുപത്തിയഞ്ചു കൊല്ലങ്ങൾ നീങ്ങിപ്പോയതല്ലേ. കാലമെല്ലാറ്റിനേയും പാറ്റിക്കൊഴിച്ചു. പരിചയക്കാരുടെ സംഖ്യയും ചുരുക്കം അയൽപക്കങ്ങളിലൊതുങ്ങി. വയസ്സുചെന്നവന് പുതിയ മിത്രങ്ങളെ ഉണ്ടാക്കിയെടുക്കാനും വലിയ പ്രയാസമാണ്. പണ്ടങ്ങനെയായിരുന്നില്ല. എത്ര സ്നേഹിതരായിരുന്നു എനിക്കുണ്ടായിരുന്നത്. എണ്ണിയോർമ്മിക്കാൻകൂടി നിവൃത്തിയില്ലാത്ത തരത്തിൽ വലിയ സംഖ്യ. അവരൊക്കെ എവിടെപ്പോയി? സമപ്രായക്കാരായ കുറെയേറെപ്പേർ ആയുസ്സറാതെ മരിച്ചുപോയി. ഒരു വലിയ ഗുഹ. അതെന്റെ മിത്രങ്ങളെയപ്പാടെ വിഴുങ്ങി വച്ചിരിക്കുന്നതായി കിനാവുകണ്ടുണർന്നു ഞാൻ ഞെട്ടിത്തരിച്ചു പോയിട്ടുണ്ട്.

ഇക്കാലത്ത് അയൽവാസികൾക്കും ബന്ധുക്കൾക്കും പണക്കാരെ പൊതുവെ ഇഷ്ടമല്ല. നമ്മളും നുള്ളിയും പെറുക്കിയും കഴിയുന്നവരാണെങ്കിൽ ആരെങ്കിലുമൊക്കെ എപ്പോഴും അടുത്തു കാണും. കഞ്ഞി കുടിച്ചോ? റേഷൻ വാങ്ങിച്ചോ? എന്നൊക്കെ വെറുതെയാണെങ്കിലും ചോദിക്കാൻ ആളുകൾക്ക് താല്പര്യമുണ്ടാകും. നല്ല നിലയിൽ കഴിയുകയാണെങ്കിൽ ആരുമത്രയ്ക്ക് ഗൗനിക്കില്ല. നാട്ടിലെത്തി കുറഞ്ഞ കാലയളവിൽ ഞാനതു മനസ്സിലാക്കി. ചിലപ്പോൾ അതൊന്നും സത്യമാവില്ല. എനിക്കങ്ങനെയൊക്കെ തോന്നുന്നതായിരിക്കും.

മനസ്സമാധാനത്തിന് ഞാനൊരു വഴി, കുറുക്കുവഴി കണ്ടെത്തി (അതാർക്കും പരീക്ഷിക്കാവുന്നതുമാണ്). വിമാനം കയറുന്നതിനുമുമ്പ് ജോലിയെടുത്തയിടങ്ങളിൽ ചെല്ലണം. പഴയ മിത്രങ്ങൾ ആരൊക്കെയവിടെയുണ്ട്? അന്നത്തെ കാലത്തെയും ഓർമ്മകളെയും തിരികെ നല്കാൻ സന്നദ്ധരായ ചിലരെങ്കിലുമൊക്കെയുണ്ടാവും. അവരെ നുള്ളിപ്പെറുക്കി കണ്ടെത്തണം. ചില പഴങ്കഥകൾ അവരുടെ കൈയിലുണ്ടായിരിക്കും. അതുകേൾക്കുന്നത് കുളിർതെന്നലിൽ നില്ക്കുന്നതുമാതിരിയാണ്. ഒരല്പരം ആശ്വാസം, ഇഷ്ടം എന്നിവ അതുവഴി മനസ്സിനു ലഭിക്കും. അതുമല്ലെങ്കിൽ ചില സ്മരണകൾ പകരാൻ സാദ്ധ്യതയുള്ള തിര്യക്കുകൾ. അവയുടെ സാമീപ്യം പകരുന്ന ഓർമ്മകളിലൂടെ സഞ്ചരിക്കുന്നത് വെയിലത്ത് തണലിൽ ചെന്നു പറ്റുന്നതുപോലെ ആശ്വാസകരമാണ്. അന്നേരത്ത് കിട്ടുന്ന പൊട്ടുംപൊടിയുമൊക്കെ വീണ്ടും മനസ്സിലിട്ട് തട്ടിയും തടവിയുമിരുന്നാൽ ദിനങ്ങൾ കുറച്ചൊക്കെ മുന്നോട്ട് നീങ്ങിപ്പോകുന്നതാണ്.

ആദ്യ സംരംഭം പരിപൂർണ്ണ വിജയമായിരുന്നു.

ഞാൻ ഏറ്റുമാനൂരിലെത്തി. അവിടെ ഏഴരപ്പൊന്നാന എഴുന്നള്ളത്തു നടക്കുകയായിരുന്നു. അതെന്നിൽ വല്ലാത്ത ഉത്സാഹമുണ്ടാക്കി. പത്തിരുപതു കൊല്ലങ്ങൾക്കുമുമ്പത്തെ മാതിരി തന്നെ. തീവെട്ടികളും ആൾക്കൂട്ടവും ആനകളും. അതിന്റെ പൊരുപൊരുപ്പും ബഹളങ്ങളും. ചങ്കിലെപ്പോഴും ആഞ്ഞു പെയ്തുനിന്നിരുന്ന തീയ് കുറച്ചുനേരത്തിന് അണഞ്ഞതായി ഞാനറിഞ്ഞു. വേവണഞ്ഞ സ്വസ്ഥത എന്നെ പൊതിഞ്ഞു. ഞാൻ കാഴ്ചകളിൽ നിമഗ്നനായി. കട്ടക്കട്ടകളായി ജനക്കൂട്ടം ഇരച്ചുവരുന്നു. അന്നത്തെയാളുകൾ മാറിയിരിക്കുന്നു. പരിചയക്കാരെ പ്രതീക്ഷിക്കാൻ പോലും ഇപ്പോൾ അവസരമില്ല. തീവെട്ടിയുടെയും വൈദ്യുത അലങ്കാരങ്ങളുടെയും പ്രകാശത്തിന് ഒരു മാറ്റവുമില്ല. വ്യക്തികളൊഴികെ മറ്റെല്ലാമെല്ലാം അന്നത്തെ മാതിരി. തീവട്ടിയേന്തിയ ഒരുവൻ. അവനെ പണ്ട് കണ്ടതുപോലുണ്ട്.

അന്നാദ്യമായിക്കണ്ട പൊന്നാനപ്പെരുവെള്ളത്തിൽ എന്റെ ആപ്പീസിലെ ഒരു ജോൺസണിനെ മാത്രമേ തിരിച്ചറിഞ്ഞിരുന്നുള്ളു. അതു ഞാൻ വ്യക്തമായി ഓർത്തു. ഇനിയെനിക്ക് ജോൺസണെ കാണാനാവില്ല. ആ പൊന്നാനയെഴുന്നള്ളത്തിന്റെ നേർപിറ്റേന്നാണ് അതിരമ്പുഴയിലെ മറ്റം കവലയിൽ വച്ച് ജോൺസൺ 'തൂവാനീസ' എന്ന ബസുമുട്ടി മരിച്ചത്. അതാണ് ആ ജോൺസണോർമ്മ പത്തു മുപ്പതു വർഷങ്ങൾക്കുശേഷവും എന്നിലിത്രയും ദൃഢമായിരിക്കാൻ കാരണം.

തിരികെ വീട്ടിൽവന്ന് യാത്രാക്ഷീണം കാരണം ഒരുദിവസം മുഴുവനും കിടന്നുറങ്ങി. ഏറ്റുമാനൂർ അനുഭവങ്ങൾ ഗാഢമായ പകലുറക്കത്തിനിടയിലും അയവിറക്കാൻ മറന്നില്ല. അതിങ്ങനെ ഉണർവ്വിനും മയക്കത്തിനുമിടയിൽ തെളിഞ്ഞും അണഞ്ഞും മനസ്സിൽ നിറഞ്ഞു.

പിറ്റേന്നുതന്നെ ഞാൻ വണ്ടിപിടിച്ച് തിരുവനന്തപുരത്തെ നേപ്പിയർ മ്യൂസിയത്തിലേക്ക് പോയി. അവിടത്തെ പ്രദർശവസ്തുക്കളിൽ ഒന്നിനു പോലും സ്ഥാനചലനം വന്നിട്ടില്ല. പണ്ടിരുന്ന അതേയിടത്തുനിന്നും അവതെല്ലും മാറിയിട്ടില്ല. എനിക്കത് വളരെ രസകരമായി തോന്നി. ഒന്നു തുടക്കമിട്ടാൽ മതി. ഓർമ്മകൾ ഇങ്ങനെ കത്തിക്കാളി വന്നുകൊണ്ടിരിക്കും. എത്രയോ ജീവനക്കാർ ഇതിനോടകം ഇവിടെ ജോലി ചെയ്തിട്ടുണ്ടാവും. നേർരേഖയിലുള്ള ചരിത്രവസ്തുക്കളെ പരസ്പരമൊന്നു മാറ്റിയിരുത്താൻ പോലും അവർ ഭയപ്പെട്ടിരുന്നിരിക്കണം. വളഞ്ഞു കുത്താൻ നില്ക്കുന്ന കാലത്തിനെ –പുതിയതും പഴയതും– എല്ലാപേരും വല്ലാതെ ഭയക്കുന്നുണ്ടാവണം.

പണ്ട് ഞങ്ങൾ രണ്ടുപേരാണ് അടുത്തടുത്ത് ടിക്കറ്റുമായി മ്യൂസിയത്തിനുള്ളിൽ കയറിയത്. കൂടെയുണ്ടായിരുന്നത് ഒരു പെൺകുട്ടിയായിരുന്നു. അവളെ ആദ്യമായി കാണുകയായിരുന്നു. എന്തോ ഇഷ്ടം ആ പെൺകുട്ടിയോട് എനിക്കുതോന്നി. അവളിൽ നിന്നൊരുതരം മമത പ്രസരിക്കുന്നതായി എനിക്കനുഭവപ്പെട്ടു. അതുവരെ അജ്ഞാതരായിരുന്ന

രണ്ടുപേർ അന്ന് ചരിത്രവസ്തുക്കളെ വകഞ്ഞൊരുമിച്ച് നീങ്ങി. പ്രദർശനം മുഴുവനും സാവകാശം സമയമെടുത്തു നടന്നുകണ്ടു. ചരിത്ര കാലത്തിലേക്ക് കടന്നുകയറി തൃപ്തരായ ഞങ്ങൾ രണ്ടുവഴിക്ക് നീങ്ങി. പേരോ നാടോ ഒന്നും അവളോടു ചോദിക്കാനെനിക്കു തോന്നിയില്ല. അതൊക്കെ അറിയണമെന്ന മോഹം അവളിലും ഞാൻ കണ്ടില്ല.

അന്നത്തെ സമാഗമത്തിനു പിന്നാലെ ഒരു രണ്ടാഴ്ച കഴിഞ്ഞപ്പോൾ തിരുവനന്തപുരത്തെ ആൾത്തിരക്കിൽനിന്നും എനിക്കവളെ വേർതിരിച്ചെടുക്കാൻ പിന്നൊരിക്കൽക്കൂടി കഴിഞ്ഞു. അതു ശംഖുംമുഖത്തെ ബീച്ചിൽ വച്ചായിരുന്നു. ഒരു നേരിയ മന്ദഹാസം അവളിൽ വിടർന്നു. പരസ്പരമുള്ള ഗാഢമായ ഇഷ്ടത്തിന്റെ അലകളായി അതെനിക്ക് തോന്നിയില്ല. സത്യത്തിൽ ആ സായാഹ്ന വെളിച്ചത്തിൽ ഞങ്ങളിൽ അതീവ ദൃഢമായ ഒരടുപ്പം ഉറയ്ക്കേണ്ടതായിരുന്നു. ഞാനവളെക്കുറിച്ച് ജീവിതത്തിന്റെ വിവിധ ഘട്ടങ്ങളിൽ ആലോചിച്ചിട്ടുണ്ട്. അതെനിക്ക് തണലും ചില അസന്ദിഗ്ധഘട്ടങ്ങളിൽ അപാര ഊർജ്ജവും നല്കിയിട്ടുണ്ട്.

ഇപ്പോൾ നേപ്പിയറിനുള്ളിൽ ഞാനൊറ്റയ്ക്കായിരുന്നു. ചരിത്രവസ്തുക്കളുടെ സാന്നിദ്ധ്യംകൊണ്ടാവണം എനിക്ക് ഏകാന്തത തോന്നിയില്ല. എന്നിട്ടും പലതവണ ഞാൻ തിരിഞ്ഞുനോക്കി. ഇന്നവൾ തീർച്ചയായും വരേണ്ടതാണ്. ചെറുപ്പത്തിൽ പെരുമഴക്കാലത്ത് ഞങ്ങളുടെ പറമ്പുകളിൽ പൊടുന്നവെ കുമിളുകൾ മുളച്ചിരുന്നു. ഞാൻ പെട്ടെന്ന് ഒരാവേശത്തിന്റെ പിൻബലവുമില്ലാതെ കുട്ടിക്കാലത്തെ മഴക്കാല അനുഭവങ്ങളോർത്തു. അതോടെ അവളെ ഞാൻ വല്ലാതെ പ്രതീക്ഷിച്ചു. ഏറെക്കാലങ്ങളായിരിക്കുന്നു ഞാനവളെക്കുറിച്ച് ആലോചിച്ചിട്ട്. അതിനാലാവും ആ സാന്നിദ്ധ്യത്തിന്റെ ശക്തമായ ആവശ്യകത എന്നിലേക്ക് ഇരച്ചുവന്നു. അവളുടെ മുഖം എനിക്കിപ്പോഴും നന്നായി ഓർക്കാൻ കഴിയുന്നുണ്ട്. കടൽക്കരയിലെ സായാഹ്ന വെളിച്ചം വീണവളുടെ ചെവിക്കുടകൾ രക്താഭമായത്! ഹോ.

ഒരു വയസ്സി സംശയിച്ച്, സംശയിച്ച് പ്രദർശനഹാളിൽ കറങ്ങുന്നുണ്ടായിരുന്നു. അതവളല്ല. അവൾക്കന്നുതന്നെ ചരിത്രത്തിൽ വലിയ താല്പര്യമായിരുന്നു. അവളായിരുന്നെങ്കിൽ എത്ര രൂപവ്യതിയാനം വന്നാലും ഇന്നൊരു മുറ്റൻ ചരിത്രാന്വേഷിയുടെ രീതികളാവും പെരുമാറ്റത്തിൽ കാണുക.

കാലത്തിനെ തിരിച്ചുപിടിക്കുന്ന ഈക്കളി പിന്നെയും തുടരാൻ ഞാൻ തീരുമാനിച്ചു.

അങ്ങനെയാണ് ഞാനവന്മാരെയൊക്കെ തടുത്തുകൂട്ടിയത്. ഗൾഫിനു പറക്കുന്നതിനു മുമ്പ് ഞങ്ങളൊരു ഓഫീസിലാണ് ജോലി ചെയ്തിരുന്നത്. താമസിച്ചിരുന്നത് ഒരു ചെറിയ വാടക വീട്ടിലും. പല നാടുകളിൽ നിന്നുള്ളവരാണെങ്കിലും ഒരു കുടുംബം മാതിരി വച്ചുണ്ടുറങ്ങിയായിരുന്നു അന്നവിടെ കഴിഞ്ഞിരുന്നത്. എണ്ണിച്ചുട്ട അപ്പം മാതിരി തുച്ഛമായ ശമ്പളവുമായി ജീവിക്കുന്നവരുടെ ലോകത്തിൽ നിന്നും എന്നെ പുറത്തു കട

ക്കാൻ അവരൊക്കെയാണ് പ്രേരിപ്പിച്ചത്. ഗൾഫിലായിരുന്നപ്പോഴും അവരുമായി നല്ല ബന്ധം പുലർത്താൻ ഞാൻ ശ്രമിച്ചിരുന്നു. അതങ്ങനെ വലിയ വിജയത്തിലെത്തിയില്ല. പലനാടുകളിലുള്ളവരല്ലേ! ഒരുമിച്ചുകൂടുകയൊക്കെ അസാദ്ധ്യമായ കാര്യങ്ങളായിരുന്നു. അന്നിങ്ങനെ വാട്സാപ്പും ഫേസ്ബുക്കുമൊന്നുമില്ലായിരുന്നല്ലോ. പിന്നെ പഴയ കണ്ണികളാണവയൊക്കെ. വലിയ ബലംകൂട്ടി വലിച്ചടുപ്പിക്കാതെയിരുന്നാൽ പൊട്ടിപ്പോകാതെ സൂക്ഷിക്കാം. അപൂർവ്വമായി കാണുമ്പോഴും വിളിച്ചപ്പോഴുമൊക്കെ അവർക്ക് കൊച്ചമ്മിണിയെ കുറിച്ചറിയണം. അതെനിക്ക് ഏനക്കേടായി തോന്നിത്തുടങ്ങിയതോടെ അവന്മാരുമായുള്ള അടുപ്പം ഞാൻ കുറച്ചു.

ഞങ്ങൾ സർക്കാർ ടൂറിസ്റ്റുബംഗ്ലാവിൽ മുറിയെടുത്തു. അവന്മാരെയൊക്കെ ഒപ്പിച്ചെടുക്കാനും വണ്ടിപിടിക്കാനും മറ്റു കാര്യങ്ങൾക്കുമൊക്കെ ഞാനാണ് പണം മുടക്കിയത് (കൂട്ടുകൂടൽ പരിപാടിക്ക് ഷെയറിടണ്ട എന്നു തീർച്ചയാക്കിയതിനാലാണ് പലരും സഹകരിക്കാൻ തയ്യാറായത്). പണമൊരു കാര്യമായി ഞാൻ പരിഗണിച്ചില്ല.

അവന്മാർ ആ ബംഗ്ലാവിനെക്കുറിച്ചു വന്നപാടേ പറയാൻ തുടങ്ങി. കെ ആർ നാരായണൻ സാർ രാഷ്ട്രപതിയാകുന്നതിനുമുമ്പു വന്നപ്പോൾ തങ്ങിയത് ഇവിടെയായിരുന്നു. അക്കാര്യം മുറി ബുക്കുചെയ്യുന്ന നേരത്ത് ഞാനുമറിഞ്ഞിരുന്നു. അതിന്റെ പേരിൽ ആ ടൂറിസ്റ്റു ബംഗ്ലാവു നടത്തിപ്പുകാരന്മാർ എന്നെയൊന്നു പിഴിഞ്ഞോ എന്ന സംശയം മുറിയിലെത്തി കുളി കഴിഞ്ഞിട്ടും മാറിയിട്ടുണ്ടായിരുന്നില്ല. നാരായണൻ സാറിനെക്കുറിച്ച് ഞാനന്നവിടെയുണ്ടായിരുന്ന കാലത്തുവന്ന പത്രവാർത്തകളെല്ലാം മനസ്സിൽ തെളിഞ്ഞുവന്നു.

നാരായണൻ സാറിന്റെ അനിയൻ ഭാസ്കരൻ സാറും രൂപത്തിലും നടപ്പിലും ഏതാണ്ട് അദ്ദേഹത്തെ മാതിരി തന്നെയായിരുന്നു. ഭാസ്കരൻ സാറ് ഏറ്റുമാനൂരിലെ കർത്താസാറിന്റെ പോപ്പുലർ കോളെജിൽ പഠിപ്പിക്കാൻ പ്രൈവറ്റു ബസിറങ്ങി അന്നു വന്നിരുന്നത് ദാ, ഇന്നലെയെന്നപോലെ ഞാൻ മനസ്സിൽ കണ്ടു. ഭാസ്കരൻ സാറിനെ കണ്ടാലാരും ഇതു നാരായണൻ സാറല്ല എന്നു പറയത്തില്ല. തലയ്ക്കു മാത്രമായിരുന്നു വ്യത്യാസം. ഭാസ്കരൻ സാറിനു തലനിറയെ മുടിയുണ്ടായിരുന്നു. നല്ല പഞ്ഞിമുടി. എന്നിട്ടും രണ്ടുപേരുടെയും ജാതകം രണ്ടു വഴിക്കായി. പ്രായം ചെന്നിട്ടും പാരലൽ കോളേജിന്റെ തിണ്ണനിരങ്ങാനായിരുന്നു ഭാസ്കരൻ സാറിന്റെ വിധി. സാറിനെ കാണുമ്പോഴൊക്കെ തോന്നിയിരുന്ന ആ പഴയ ആലോചനാ വിഷയം. അതു കാലങ്ങൾക്കുശേഷമാണ് മനസ്സിൽ വീണ്ടും പൊന്തിവന്നത്. മഴക്കുമിൾ മാതിരി അതുടൻ അണയുകയും ചെയ്തു.

പണമിച്ചരെ പോയാലെന്താ? (ഏറെ നാളുകൾക്കുശേഷമാണ് ആ വടക്കൻ സംഭാഷണരീതി നാവിലിറങ്ങിയത്. എനിക്ക് എന്തൊരു സന്തോഷം) മധുരസ്മൃതികൾ വന്നിങ്ങനെ നിറയുകയല്ലേ. ഞാൻ സമാധാനിക്കാനും ഉത്സാഹിതനാവാനും ശ്രമിച്ചു. അതു പെട്ടെന്നണഞ്ഞു.

അവന്മാർക്കതൊക്കെ 'ഇതു കെ ആർ നാരായണൻ സാറിരുന്ന കസേര, കിടന്ന കട്ടിൽ, എന്നൊക്കെ പറയാനായിരുന്നു താല്പര്യം. വലിയ ഷേക്കുമാർ താമസിച്ച അതേ ഹോട്ടൽ മുറികൾ. അവയിലെത്രയെണ്ണത്തിലാണ് ഞാൻ ദിവസങ്ങളോളം നെരങ്ങിയിട്ടുള്ളത്. അതും... ഞാനതൊക്കെ പുറത്തഴിച്ചിട്ട് അതിഥികളുടെ മൂഡുകളയാൻ താല്പര്യപ്പെട്ടില്ല.

സന്തോഷിപ്പിക്കാൻ വരുത്തിയവർ വൈകാതെ എന്നെ കൈവിട്ടു. എന്റേതായ പഴയ വിവരങ്ങളൊന്നും ചോദിക്കാൻ പോലും തെല്ലും താല്പര്യം കാണിച്ചില്ല. ഇവന്മാരോടൊത്തുള്ള സ്ഥിരം സർക്കാർ പണിയും കളഞ്ഞ് മണലാരണ്യത്തിൽ ചെന്നിറങ്ങിയപ്പോൾ അവിടെ കാത്തിരുന്ന കുഴമറിച്ചുലുകൾ പറയാൻ ഞാൻ വെമ്പിനിന്നതായിരുന്നു. അതിന്റെ ആവി അണഞ്ഞുതണുത്തു. ഞാനാരുമില്ലാത്തവനാണ്. ആട്ടിയിട്ടും മാറാതെ ആ ചിന്ത എന്നിലൊട്ടിപ്പിടിച്ചു. പരിപാടികളുടെ തുടക്കത്തിൽ തന്നെ ഞാൻ മുഷിഞ്ഞു. കൊച്ചമ്മിണിയെക്കുറിച്ചറിയാൻപോലും അവർക്കത്ര താല്പര്യം പോരായിരുന്നു.

കുപ്പികൾ പൊട്ടി. കമ്പനി രണ്ടു റൗണ്ടുകഴിഞ്ഞു മൂത്തപ്പോൾ അവന്മാർ സ്വന്തം ഓഫീസിലെ വീരസ്യങ്ങളിൽ കുത്തിമറിയാൻ തുടങ്ങി. ആരെയോ പാരവയ്ക്കാനുള്ള കരുക്കളൊരുക്കിത്തുടങ്ങി. ഇരകളിൽ ഒന്നു രണ്ടുപേരുകൾ എനിക്കു മുമ്പ് നല്ല പരിചയമുള്ളതുപോലെ. കേട്ടുമറന്ന പേരുകൾ മാത്രം. അവരുടെ മുഖമൊന്നും ഓർമ്മയിലെത്തിയില്ല. കൂടിച്ചേരലിന്റെ ബാക്കി ഭാഗം അതീവ വിരസമായി. ഭൂതകാലം തേടിച്ചെന്ന എനിക്ക് വർത്തമാനത്തിൽപ്പോലും കഴിയാൻ വയ്യാത്ത സ്ഥിതിയായി. ഞാനൊരുവിധത്തിൽ പിടിച്ചിരുന്നുവെന്നു മാത്രം. അവന്മാർക്കും അതു മനസ്സിലായി. വല്ലാതെ മുഷിഞ്ഞുവെന്നു പറയുന്നതിൽ തെറ്റില്ല. പാതിരാവു കഴിഞ്ഞതോടെ എല്ലാരും പോയി. നൂറ്റിയമ്പതു കിലോമീറ്റർ എനിക്ക് തിരികെ വണ്ടിയോടിക്കാൻ വയ്യാത്തതിനാൽ ഞാനവിടെ നാരായണൻ സാറു കിടന്ന കിടക്കയിൽ ഉറങ്ങി. അവരോടു പറയാൻ കരുതിയിരുന്ന ഗൾഫിൽ എനിക്കുണ്ടായിരുന്ന പോക്കുവരവുകളുടെ തീപ്പൊരിക്കഥകൾ ('എ'ക്കഥകൾ എന്നായിരുന്നു അന്നു അവ്വിധമുള്ളവയെ ഞങ്ങൾ പണ്ടു വാടകവീട്ടിൽ പറഞ്ഞിരുന്നത്) അയവിറക്കി ഞാൻ ഉറക്കം കാത്തുകിടന്നു. വെളുക്കാൻ തേച്ചത് പാണ്ടായി. പഴയ സൗഹൃദങ്ങൾ ഏതാണ്ടു പൊളിഞ്ഞതുമാത്രം മിച്ചമായി. ഏകാന്തനായ ഒരു പ്രവാസിയെ എന്തെല്ലാമെന്തെല്ലാം പരീക്ഷണങ്ങളാണ് കാത്തിരിക്കുന്നത്?

ഒറ്റയ്ക്കുള്ള പരിപാടികളാണ് നന്നെന്നെനിക്കു തീർച്ചയായി. ആ രാവെന്നെ പഠിപ്പിച്ചു. കൂട്ടുപിടിച്ചാലുള്ള കുഴപ്പങ്ങളാണ് എന്റെ ജീവിതത്തെ ഒരു വഴിക്കാക്കിയത്. അതു ഞാൻ മറന്നതല്ല. മറക്കുകയുമില്ല.

മറ്റൊരു ദിവസം. ഒരുറക്കത്തിന്റെ നേർമദ്ധ്യത്തിലാണ് ഞാൻ എന്റെ ഭാര്യ പ്രതിഭയെന്ന കൊച്ചമ്മിണിയുടെ പഴയ കാലത്തെക്കുറിച്ചോർത്തത്. പിന്നെ പ്രതിഭകോളേജിനെ കുറിച്ചും. വീട്ടിലൊറ്റയ്ക്കായി

രുന്ന എനിക്ക് തുടർന്നുറങ്ങാൻ കഴിഞ്ഞില്ല. വെളുക്കുവോളം ഞാന തൊക്കെ ഓർമ്മിച്ചുകിടന്നു. ഒരുകാലത്ത് ആ പാരലൽകോളേജായി രുന്നു സ്വപ്നത്തിലും ചിന്തകളിലും മുഴുവൻ. ഞാനവിടെ പഠിപ്പിച്ചിരുന്ന കാലത്ത് എന്തുമാത്രം പരിചയക്കാരുണ്ടായിരുന്നു. ബന്ധുക്കളെ മാതിരിയായിരുന്നു കുട്ടികൾ. ജീവിക്കുകയാണ് എന്ന തോന്നലുളവാക്കിയ നാളുകൾ. ഗൾഫിനു പോയതിൽപ്പിന്നെ ഒന്ന്, പിന്നെ രണ്ട് വർഷങ്ങൾ കൂടുമ്പോൾ ലീവിനെത്തുമ്പോൾ ഞാൻ പ്രതിഭയിൽ ചെന്നു. ആദ്യത്തെ വർഷം എനിക്കെന്തൊരു സ്വീകരണമായിരുന്നു കിട്ടിയത്. കുറെ അത്തറു കുപ്പികൾ ഞാനവിടെ കുറേയന്നു വിതരണം ചെയ്തു. പിന്നെപ്പിന്നെ സ്വീകരണത്തിലെ ഊഷ്മളത കുറഞ്ഞുവന്നു. ഒടുവിൽ ഞാനിവിടത്തെ പഴയ കണക്കു സാറാണെന്നു പരിചയപ്പെടുത്തേണ്ട അവസ്ഥ വന്നു. അത് രാഘവൻ സാറ് പ്രിൻസിപ്പൽ സ്ഥാനം ഒഴിഞ്ഞതിനുശേഷം നടന്ന മാനേജുമെന്റു മാറ്റത്തോടെയായിരുന്നു. സത്യത്തിൽ ജീവിതപുസ്തകത്തിൽനിന്നും ഒരു ചാപ്റ്റർ കീറിക്കളഞ്ഞതുമാതിരിയായിരുന്നു പ്രതിഭ കോളേജിനെ വെട്ടിമാറ്റിയത്. അതെന്നെ കാത്തിരിക്കുന്ന വരണ്ടകാലത്തിന്റെ ആരംഭമായിരുന്നു. അന്നതു ഞാനറിഞ്ഞില്ല.

പ്രിതിഭാ കോളേജ് എനിക്കെന്തെങ്കിലും തരുമെന്നു കരുതി അവിടേക്ക് കൊതിച്ചുപോയത് വെറുതെയായി. ആ ഭൂമിയൊരു പാഴ്നിലം മാതിരി എനിക്ക് തോന്നി. യുദ്ധശേഷം ഉപേക്ഷിതമായ പ്രേതഭൂമി. പ്രതിഭയുടെ മണ്ണടിയാത്ത ഓർമ്മകളെ അവശേഷിപ്പിച്ചുകൊണ്ട് മൺകട്ടയാൽ നിർമ്മിതമായ ഒറ്റച്ചുവരുമാത്രം വലിയ കേടില്ലാതെ അവിടെയുണ്ടായിരുന്നു. ഒരുകാലത്ത് ഞാനതിൽ ചാരി നിന്നിരുന്നതോർത്തുപോയി. പിന്നെയാ ചാമ്പമരം. ചെതുമ്പൽജരയുടെ വടുക്കൾ കെട്ടിയ തടിയുമായി. അതങ്ങനെ. അന്നൊക്കെ രാവിലെ എത്തിയാൽ ഞാനെന്റെ ചങ്കെടുത്ത് ഈ ചാമ്പമരത്തിൽ തൂക്കിയിടും. ഇറച്ചിക്കഷണത്തിൽ കാക്കകൾ കൊത്താൻ വരുന്നതുമാതിരി പെൺകുട്ടികൾ എന്റെ ചങ്കിനു ചുറ്റിലുമായി കടക്കണ്ണിട്ട് പറന്നു നടക്കും. നാലാൾ കാൺകെ ആർക്കുമതിനെ എടുത്തു പറക്കാൻ മടിയായിരുന്നു.

അവിടെ പഠിപ്പിച്ചിരുന്ന കാലത്ത് എനിക്കന്നൊരു സ്പെഷൽ ട്യൂഷൻ പോലും കിട്ടിയില്ല. മാത്സ് പഠിപ്പിച്ചിരുന്ന വിലാസനും വിശ്വനുമായിരുന്നു കുട്ടികളുടെ ഓമനകൾ. അതെന്നെയെന്നും കുഴക്കിയിരുന്നു. വിലാസന് പെൺകുട്ടികൾ. വിശ്വന്റടുത്ത് ആൺകുട്ടികളും സ്പെഷൽ ക്ലാസുകൾക്ക് ഇരച്ചുചെന്നു. കണക്കു പഠിപ്പിക്കാൻ മാത്രമായി ഞങ്ങൾ മൂന്നദ്ധ്യാപകരുള്ള വലിയൊരു സ്ഥാപനമായിരുന്നു പ്രതിഭ കോളേജ്. സ്കൂൾ ഗോയിങ്, എസ് എസ് എൽ സി പ്രൈവറ്റ് അങ്ങനെ സാദാ ക്ലാസുകൾകൊണ്ടു ഞാൻ തൃപ്തനായി. പഠനത്തിലും പഠിപ്പീരിലുമൊന്നും ഞാനൊട്ടും പുറകിലായിരുന്നില്ല. എന്നിട്ടും സ്വകാര്യട്യൂഷൻ കാര്യത്തിൽ എനിക്കെന്തോ മുന്നോട്ടായാൻ കഴിഞ്ഞില്ല.

ഒരുദിവസം ചാമ്പമരത്തിൽ തൂക്കിയിട്ടിരുന്ന എന്റെ ഹൃദയം (അതെ

ഇപ്പോഴത്തെ ചെങ്കു തന്നെ ബ്രോകളേ). അന്നു വൈകുന്നേരം അതു തിരിച്ചെടുക്കാൻ ചെന്നപ്പോൾ കാണാനില്ല. പുറത്തുപറയാൻ കൊള്ളാത്ത കാര്യം. ചങ്കില്ലാതെ ഞാൻ ഒരുമാതിരി നടന്നു. മൂന്നാം ദിവസമാണ് രാഘവൻ സാറ് മകൾ പ്രതിഭയെ നാഗർകോവിലിലേക്ക് നാടുകടത്തിയത് ഞാനറിഞ്ഞത്. (...ന്നാലും സാറേ നമ്മുടെ കൊച്ചമ്മിണിയെ.. അങ്ങനെ രാഘവൻ സാറിനോട് വിവരമറിഞ്ഞയുടനെ ചോദിക്കാൻ ഞാനാഞ്ഞതാണ്).

ആ വർത്തമാനം ഒരു വാട്സാപ്പിയൻ കൊടുങ്കാറ്റു പോലെയായിരുന്നില്ല പരന്നത്. ചെറിയ കാറ്റുവീശുന്നതു മാതിരി അതങ്ങനെ ചുണ്ടുകിളിൽ നിന്നും കാതുകളിലേക്ക് രഹസ്യമായി, മറ്റാരും ചോർത്താതിരിക്കാൻ മൃദുവായി... ചെറിയ തരിപ്പുമായി. അലകൾ ഇളകുന്നതു മാതിരി. ഹോ. അതൊക്കെയെനിക്ക് ഓർമ്മ വരുന്നു. (ഞാനങ്ങെനെയതു മറക്കാൻ!) രാഘവൻസാറിന് അതോടെ കോളേജ് നടത്താനുള്ള താല്പര്യവും കുറഞ്ഞു.

ചങ്കും പോയി രക്തയോട്ടം നിന്നിട്ടും ഞാനൊന്നും നഷ്ടപ്പെടാത്തവനെപ്പോലെ പിടിച്ചുനിന്നു. മകളെ എന്തിനാണ് രാഘവൻ സാറ് നാടുകടത്തിയതെന്നാരോടും പറഞ്ഞില്ല. അല്ലാതെതന്നെ അത് പ്രതിഭാകോളെജിൽ എല്ലാപേരും മനസ്സിലാക്കിയിരുന്നു. അതിന്നടുത്ത ആഴ്ചയിൽ എനിക്ക് ജോലികിട്ടി. വേഗത്തിൽ ഞാൻ പ്രതിഭ വിട്ടു. എല്ലാപേരും വല്ലാതെ എന്നെ നോക്കുന്നു. അങ്ങനെയൊരു ശങ്കയിൽനിന്നും ഞാൻ മോചിതനായി.

തിരികെ വീട്ടിലേക്ക് മടങ്ങുന്ന വഴിയിൽ ബസിലിരിക്കെ ഞാനിതൊക്കെ വെടിപ്പായി പിന്നെയും ഓർമ്മിച്ചു കണ്ണുകളടച്ചിരുന്നു. എത്രയെത്ര കോലാഹലങ്ങൾ. ഒരു നാടിനെ മുഴുവനും കുലുക്കിയവയായിരുന്നു അതെല്ലാം. എല്ലാമിന്നെന്റെ മനസ്സിൽ മാത്രം. കൊമ്പുകുലുക്കി നടന്ന ആ പശുക്കളെല്ലാം ചത്തു. മോരിലെ പുളിയും... ഈ കാലമെന്നു പറയുന്നത് വല്ലാത്തൊരു സാധനം തന്നെയാണപ്പോ. ഞാനങ്ങനെ ആലോചിച്ചു തീർന്നില്ല.

“ഓ, സാറുതന്നല്ലേ. ബസിൽ കേറിയതു മുതൽ ഞാൻ ശ്രദ്ധിക്കുവായിരുന്നു. പിന്നെ സുഖമല്ലേ സാറേ? കണ്ടിട്ടെത്ര നാളായി.”

ഞാൻ പഴമയിലേക്ക് എടുത്തെറിയപ്പെട്ടു. അതു കണക്ക് എന്ന സബ്ജക്ടിലെ എന്റെ ശത്രു വിലാസനായിരുന്നു. പെൺകുട്ടികൾക്കു മാത്രം ട്യൂഷൻ കൊടുത്തിരുന്ന വിലാസൻ. അവനായിരുന്നു ബസിൽ അടുത്തിരുന്നത്.

“ഇനി തിരികെ ഗൾഫിനു പോകുന്നില്ലല്ലേ?”

ചോദ്യങ്ങൾക്കെല്ലാം ഉത്തരം കൊടുത്തുകഴിഞ്ഞപ്പോൾ ആദ്യമുണ്ടായിരുന്ന മരവിപ്പ് മാറി. കണ്ടക്ടർ വന്നു. വിലാസനും ഞാൻ ടിക്കറ്റെടുത്തു. ഞാനൊരു ഗൾഫ്കാരനായതുകൊണ്ടാവും ബലംപിടിക്കാതെ വിലസൻ ടിക്കറ്റിനു വഴങ്ങി.

പ്രതിഭ കോളേജ് വിട്ടു. ഞാനങ്ങു കോട്ടയത്തു സർക്കാർ ജോലി

യിൽ ചേർന്നു. മണിമണി പെൺകുട്ടികളൊക്കെ വന്നുപോയിരുന്ന ഓഫീസായിരുന്നിട്ടും... ഒടുവിലാണവന്മാർ (ഞങ്ങളൊരു വീട്ടിലെ താമസക്കാർ ആയിരുന്നു.) ഞാൻ ചങ്കില്ലാത്തവനാണെന്നു തിരിച്ചറിഞ്ഞത്. പ്രതിഭ എന്ന കൊച്ചമ്മിണിയെക്കുറിച്ച് ഞാൻ പറഞ്ഞതെല്ലാം കേട്ടപാതി കേൾക്കാത്ത പാതി അവന്മാർ ടാക്സി പിടിച്ചു. നാഗർകോവിൽ ഹിന്ദുകോളേജിൽ രണ്ടാമത്തെ പീരിയഡുവരെ മാത്രമേ അവൾ തുടർന്നു പഠിച്ചുള്ളു. (രാഘവൻ സാറുമായി ഏറെ അടുപ്പമുള്ള എന്നെ കണ്ടതും അച്ഛനെന്തോ അപകടംപറ്റി എന്നാണത്രേ അവളാദ്യം ചിന്തിച്ചതും മരവിപ്പോടെ ഇറങ്ങിവന്നതും. പാവം!)

ഞങ്ങൾ രണ്ടും കാറിൽ മടങ്ങി. അവന്മാരൊക്കെ കന്യാകുമാരി ജയന്തിജനതയിൽ കോട്ടയത്തിറങ്ങി. അവന്മാരുടെ സാഹസത്തിന് ഞാൻ വഴങ്ങരുതായിരുന്നു. കൊച്ചമ്മിണിയേന്ന് അവന്മാരെക്കൊണ്ടവളെ വിളിക്കാൻ സമ്മതിക്കരുതായിരുന്നു.

എന്തെങ്കിലും പഴയ കാര്യങ്ങൾ വിലാസനെടുത്തിട്ടാൽ, ഞങ്ങളുടെ ഭൂതകാലത്തെ കുറിച്ചാരാഞ്ഞാൽ ഇത്രയും സംഗതികൾ പകരം കൊടുക്കാൻ രഹസ്യ ഏടുകൾക്കിടയിൽനിന്നും ഞാൻ വലിച്ചെടുത്തതുമാണ്.

വിലാസനൊന്നും മിണ്ടിയില്ല. കൊച്ചമ്മിണിയെന്ന പ്രതിഭയെ കുറിച്ചന്വേഷിച്ചില്ല. ഒന്നുമറിയാൻ താല്പര്യമില്ലാത്ത മനുഷ്യരെ എനിക്ക് തീരെയിഷ്ടമില്ല.

അടുത്ത സ്റ്റോപ്പിലിറങ്ങാൻ ഞാനെഴുന്നേറ്റു.

"സാറെന്തിനാണിവിടെ ഇറങ്ങുന്നത്?"

വിലാസന് ഞാൻ മറുപടി കൊടുത്തില്ല. റോഡിനു മറുവശത്തു ചെന്നു തിരികെപ്പോകുന്ന ബസിൽ ഞാൻ കയറി.

ബസിറങ്ങി ഒരു മണിക്കൂറുകൾക്കു മുമ്പുമാത്രം സന്ദർശിച്ച പ്രതിഭ കോളേജിരുന്ന പാഴ്പ്പറമ്പിലേക്ക് വീണ്ടും ഞാൻ ചെന്നു. ആ പഴയ ചാമ്പമരം. ചങ്കു തൂക്കിയിടാറുണ്ടായിരുന്ന അതിന്റെയടുത്ത് ഞാനെത്തി. ഒരു കാക്ക വെറുതെ ശബ്ദമുണ്ടാക്കി പറന്നുപോയി. ഉയരത്തിലൊരു കൊമ്പിൽ ഉണങ്ങി ഏതാണ്ടു വരണ്ട എന്റെ ഹൃദയമതാ. എന്നെ കണ്ടതും അതു വല്ലാതെ മിടിക്കാൻ തുടങ്ങി.

ഇരുവശത്തും മുടി മെടഞ്ഞിട്ട്, വലിയ കണ്ണുകൾ നന്നായെഴുതി, പൊട്ടുകുത്തി, ധാവണിയിട്ട, എന്നെ കാണുമ്പോഴെപ്പോഴും ഒന്നു കുണുങ്ങുമായിരുന്ന പ്രതിഭയെന്ന കൊച്ചമ്മിണിയെ ഈ ലോകം മുഴുവനും തെറ്റിദ്ധരിച്ചതാണ്. ഞാനും. അതെനിക്ക് നൂറ്റൊന്നുറപ്പായി.

ആ വയസ്സൻ ചാമ്പമരത്തിൽ നിന്നുമെന്റെ ചങ്ക് കൊത്തിപ്പോയവളെ എനിക്കൊരിക്കലും തിരിച്ചറിയാൻ കഴിഞ്ഞില്ല.

പാവം. ഏറെ ചുമന്നു മടുത്തതിനെ തിരികെ കൊണ്ടുവച്ചതായിരിക്കും.

അതാരായിരിക്കും? കളിച്ചു മടുത്ത് എന്റെ ചങ്കിനെ തിരികെ കൊണ്ടുവച്ചത്?

ചാവുകഥക്കെട്ട്

ഞങ്ങൾ പരമ്പരയായി കഥപറച്ചിലുകാരായിരുന്നു. വെറും കഥയല്ല. മരണക്കഥകളായിരുന്നു ഞങ്ങളുടെ കുടുംബക്കാർ കൈകാര്യം ചെയ്തിരുന്നത്. എന്റെ നേരമ്മാമയും അമ്മാവന്റെ അമ്മാമയുമൊക്കെ കൊടികെട്ടിയ കഥാകാരന്മാരായിരുന്നു. ചാവുനടന്ന വീടുകളിൽ ഞങ്ങളെത്തിയാൽ കേൾവിക്കാർ കാതുകൂർപ്പിച്ചങ്ങനെ നില്ക്കും. ചത്തുമോളിൽപ്പോയവരുടെ വിവരങ്ങൾ ഇത്ര കണിശമായി ഇവരെങ്ങനെ അറിഞ്ഞു? മരണവീടുകളിൽ പുരുഷാരം ഞങ്ങളെ കേൾക്കാൻ ആവേശത്തോടെ വന്നുകൂടുമായിരുന്നു.

അമ്മാവന്റെ മരണത്തോടെയാണ് ഔദ്യോഗികമായി ഞാനീ ജോലി ഏറ്റെടുത്തത്. അതുവരെ അദ്ദേഹത്തിന്റെ പിന്നാലെ നടന്ന് മരണവീടുകളിൽ എങ്ങനെ പെരുമാറണം, എന്തു പറയാൻ പാടില്ല. കഥപറച്ചിലിനുള്ള മുന്നൊരുക്കങ്ങൾ? ഞാനവയുടെ പരിശീലനത്തിലായിരുന്നു. എനിക്ക് അക്കാലത്ത് അമ്മാമ ശരിക്കും വരയിട്ടിരുന്നു. എന്നുവച്ചാൽ എന്റെ പ്രവൃത്തികൾക്ക്. ദീപം വയ്ക്കാൻ വിളക്കൊരുക്കാം തീപ്പെട്ടിയും കോലും എടുക്കാം. കളത്തിൽ വയ്ക്കുന്ന കിണ്ടിയുടെ വായ്ക്കുള്ളിൽ പാഞ്ചി മരത്തോലുകൾ കുത്തിനിർത്താം. അതൊക്കെ കഴിഞ്ഞാൽ പിന്നെ ഞാൻ മാറിനില്ക്കണം. ബാക്കിയെല്ലാം അമ്മാമ ചെയ്തോളും. വിളക്ക് കത്തിച്ച് അമ്മാമ പണി തുടങ്ങും.

ആ നാവിലൂടെ ഇറ്റിയിറങ്ങിയ ഓരോ ജീവിത കഥയും വ്യത്യസ്തങ്ങളായിരുന്നു. ഒരിടത്ത് മരിച്ചുപോയ ജീവനെ തോറ്റി അവതരിപ്പിച്ച മട്ടിലാവില്ല അടുത്ത വേദിയിലെ കഥ. അവിടെ പഴയ രീതികളെയൊക്കെ തെറ്റിത്തെറിപ്പിച്ചുകൊണ്ടാണ് തുടങ്ങുന്നതുതന്നെ. ഞാൻ പലതവണ ശ്രമിച്ചു നോക്കിയതാണ്. ഇന്നേതു മട്ടിലാവും അമ്മാമയുടെ പാത്രാവി

ഷ്കരണം? എങ്ങനെയാണ് ഈ വീട്ടിൽ ചാവുകഥ അവതരിപ്പിക്കാൻ പോകുന്നത്? ഞാൻ മനസ്സിൽ കണ്ടതൊരിക്കലും ശരിയായില്ല. ആരാലും പ്രവചിക്കാൻ പറ്റാത്ത രീതിയിലാണ് അമ്മാമ കഥനം തുടങ്ങുക. പഴയ രീതികളൊക്കെ തീർന്നിട്ടുണ്ടാവില്ലേ! ഇനിയെന്തു പുതുമ വരുത്താനാണ്? ഞാൻ ശ്വാസം പിടിച്ച് നിന്നിട്ടുണ്ട്. അമ്മാമയുടെ കഥാത്തുടക്കവും കത്തിക്കയറലും അണഞ്ഞു വീഴുന്നതുമെല്ലാം അനനുകരണീയവും പ്രവചനാതീതവുമായിരുന്നു. ഇക്കാര്യത്തിൽ ഒരു മത്സരമുണ്ടായിരുന്നെങ്കിൽ അതിൽ മുന്നിലെത്തുക ഞങ്ങളുടെ അമ്മാമ തന്നെയായിരിക്കും. പക്ഷേ, അങ്ങനെ കഥ പറച്ചിലുകാർക്കായി ഒരു ഉത്സവം ഇനിയും നമ്മൾ തുടങ്ങിയിട്ടില്ലല്ലോ!

ദഹനം നടന്നതിന്റെ മൂന്നാം നാളിലാണ് മരണവീട്ടിലേക്ക് ഞങ്ങളിറങ്ങുന്നത്. വെയിലു മൂക്കുന്നതിനു മുന്നേതന്നെ അവിടെയെത്തും. പാടങ്ങളും വഴിയിടുക്കുകളും അമ്മാവൻ ചാടുന്നതും കാലുവയ്ക്കുന്നതും ഞാൻ ശ്രദ്ധിക്കുമായിരുന്നു. അതേ രീതിയിൽ തന്നെയാണ് ഞാനും പാദങ്ങൾ നീക്കിയിരുന്നത്. എല്ലാറ്റിലും ഒരമ്മാവൻ കണിശത വേണമന്ന് എനിക്കും വാശിയായിരുന്നു.

എത്ര അപ്രതീക്ഷിതവും അകാലത്തിലുള്ള മരണമായിരുന്നാലും ഞങ്ങളെത്തുമ്പോഴേക്കും വേർപാടിന്റെ ആഘാതവും സങ്കടവുമൊക്കെ വീട്ടുമുറ്റത്തുനിന്നു തെല്ലയഞ്ഞിരിക്കും. മൂന്നു ഉദയാസ്തമയങ്ങൾ കടന്നെങ്കിലും വീട്ടിനുള്ളിൽ പെണ്ണുങ്ങളൊക്കെ അപ്പോഴും സങ്കടത്താൽ പതച്ചു കിടപ്പുണ്ടാവും. കുട്ടികളാണ് നൊമ്പരങ്ങളിൽനിന്നും വേഗത്തിൽ മുക്തരാവുന്നത്. ഇവിടുന്നു പൊയിക്കൂടിനെടായെന്ന് ആരെങ്കിലും വിലക്കുന്നതുവരെ അവരങ്ങനെ മുറ്റത്തോടിച്ചാടി നടക്കും. ഇതാണ് പ്രതീക്ഷയെന്ന വാക്കിന്റെ ജൈവരൂപം. അടിപറ്റിക്കിടക്കുന്ന സങ്കടത്തിനിടയിലും ചാക്കാല വീടുകളിൽ ബഹളംകൂട്ടുന്ന കുഞ്ഞുങ്ങളെക്കണ്ട് എനിക്കങ്ങനെ തോന്നിയിട്ടുണ്ട്.

വരിക! വരിക! നേർത്ത ചിരിയോടെ ഞങ്ങളെ സ്വാഗതം ചെയ്യാൻ വേണ്ട മാനസികബലം ചിലബന്ധുക്കൾ ഞങ്ങളെത്തുന്ന നേരത്ത് കൈവരിച്ചിട്ടുണ്ടാവും. സങ്കടം വറ്റിത്തീർന്ന ഭാവം. വേനലറുതിക്കുമുമ്പ് തേവിവൃത്തിയാക്കിയ കിണറ്റിനുള്ളിലെ പുതുവെള്ളത്തിന്റെ തിളക്കം മാതിരിയൊരു തെളിച്ചം അവരിൽ പരക്കുന്നുണ്ടാവും.

ഇത്തരത്തിലുള്ള സ്വാഗത വാക്കുകളെ പരേതനെക്കുറിച്ചുള്ള സത്ച്ചരിതം അവതരിപ്പിക്കാനുള്ള അനുവാദമായിക്കണ്ട് അമ്മാവൻ തലേക്കെട്ട് അഴിച്ചെടുത്ത് വീശും. വീട്ടുകാർ കൊണ്ടുവച്ച ചൂടുവെള്ളം കവിളുകവിളായി പതിയെ കുടിച്ചു തുടങ്ങും. ഒന്നും മിണ്ടില്ല. അമ്മാവൻ മനസ്സൊരുക്കുന്ന നേരം. ഒരു ജീവിതകഥയുടെ അദൃശ്യമായ വരികളിലൂടെ ആ മനസ്സ് കടന്നുപോകുന്ന സമയമാണത്. ആതിഥേയർക്ക് മറുപടി കൊടുക്കുന്നതും അവിടെ അത്യാവശ്യം വേണ്ടതൊക്കെ എടുത്തു വയ്ക്കുന്നതും ഞാനാണ്. അന്ത്യഭാഗത്തെക്കുറിച്ചാണോ അതോ തുട

ക്കത്തിനു വേണ്ടിയാണോ അമ്മാമ വാക്കൊരുക്കം നടത്തുന്നത്? അതു മാത്രം എനിക്കിനിയും മനസ്സിലായിട്ടില്ല.

ചൂടുവെള്ളത്തിന്റെ കാര്യത്തിൽ മാത്രമേ അമ്മാമയ്ക്ക് നിഷ്കർഷ യുള്ളു. ഇത്രടം നടന്നുകയറി വന്നതല്ലേ! ചൂടായ തൊണ്ടയ്ക്ക് തണുപ്പ് വർജ്ജ്യം. തണുത്ത വെള്ളം ചെന്നാൽ അതൊച്ചയിൽ പിരിവുകളുണ്ടാ ക്കുമത്രേ! അമ്മാമയുടെ ശാസ്ത്രം അങ്ങനെയാണ്. ഞങ്ങൾ പരമ്പരയായി പിന്തുടരുന്ന നിഷ്ഠകളാണ് അതൊക്കെ. അവയെല്ലാം കണ്ണുംപൂട്ടി ഞാനും അനുവർത്തിക്കുന്നുണ്ട്.

തുടങ്ങട്ടേയെന്ന് അനുവാദം ചോദിച്ച് ഒരുനിമിഷം ദീപം വണങ്ങി അമ്മാമ കണ്ണുകളടച്ചിരിക്കും. ഈ നാടും വീടുകളുമൊക്കെ ഇങ്ങനെ പരിണമിച്ചുണ്ടാകുന്നതിനു മുന്നേ ഞങ്ങളുടെ പരമ്പര ഇതേരീതിയിൽ തന്നെയായിരുന്നു മരണക്കഥകൾ തുടങ്ങിയിരുന്നതെന്ന് എനിക്ക് തോന്നി. അമ്മാമ. അമ്മാമ്മയുടെ മാമാ... ആ മാമയുടെ പിന്നിൽ നീണ്ടുപോ കുന്ന കഥാപരമ്പരയെ എനിക്ക് അന്നേരത്ത് കാണാൻ കഴിഞ്ഞു.

നിലാവില്ലാത്ത ഒരു കരിങ്കൂരിരുട്ട് രാത്രി. വിത്തൊരുക്കലും വിതയും തുടങ്ങേണ്ട കാലമെത്തിയിരിക്കുന്നു. കൃത്യമായി, കേൾവിക്കാരുടെ യുള്ളിൽ അപ്രകാരം അമ്മാമ കാലത്തിനും ദിക്കിനുമനുസൃതമായ വാക്കുകളമൊരുക്കും. തുടർന്നാവും മരിച്ചുപോയ പുരുഷനെക്കുറിച്ച് മന്ത്രിച്ചുതുടങ്ങുക. കഥാപുരുഷൻ അരയും തലയും മുറുക്കി പോരാടു ന്നത് കണ്ണാലേ കണ്ടതായി തോന്നിപ്പോവും. അതാണ് ഞങ്ങളുടെ നാവു പുണ്യം.

നാട്ടിൽ തിന്നാനും കുടിക്കാനുമില്ലാത്ത വറുതിക്കാലത്താണ് പാർവ്വ തിപ്പിള്ള അരിപ്പെട്ടകം തുറന്നത്. അന്നേരത്ത് പുറത്തുനിന്നും ഒരു നില വിളി. അമ്രാളേ...മരിച്ചത് പെണ്ണുങ്ങളാണെങ്കിൽ അവരുടെ ഭൂതദയയിൽ തൊട്ടാവും അമ്മാമ നീക്കങ്ങൾ നടത്തിയിരുന്നത്. അതു ഞാൻ ശ്രദ്ധി ച്ചിട്ടുണ്ട്. ശ്രോതാക്കളെ കളരിയിൽ തന്നെ പിടിച്ചിരുത്തുന്ന ഒരടവാണത്. അമ്മാവൻ പഴയ കാര്യങ്ങൾ കൺകണ്ട മട്ടിൽ ഉരുവിട്ടു തുടങ്ങുമ്പോൾ ഞാൻ കേൾവിക്കാരുടെ മുഖത്ത് നോക്കും. മരുമോൻ കഥാക്കളിയിൽ അമ്മാമനെക്കാളും കേമനാകും. പെൺനേത്രദ്വയങ്ങൾ ചെറുപ്പകാലത്ത് എനിക്ക് ചില കൺസൂചനകൾ തന്നിട്ടുണ്ട്.

സത്യത്തിൽ ആണുങ്ങളെക്കുറിച്ചുള്ള കഥനത്തിന് പെണ്ണുങ്ങൾ തീരെ കാതുകൊടുക്കാറില്ല. അവരാണല്ലോ ആ പുരുഷനെ നന്നായി അറി ഞ്ഞിരുന്നത്. കഥയെന്നാൽ കള്ളംതേച്ച വാക്കുകൾ കൊണ്ടുള്ള കെട്ടു കളാണ്. ആകാര രൂപഭാവങ്ങളിൽ വമ്പത്തികളായ ചില പെണ്ണുങ്ങളുടെ പ്രതികരണം അത്തരമൊരു ജാള്യതയിൽ എന്നെ എത്തിച്ചിട്ടുണ്ട്. എന്നാൽ പെണ്ണുങ്ങളെക്കുറിച്ചുള്ള കഥകൾ കേൾക്കാൻ കൂടുതലെത്തുന്നത് ആണുങ്ങളാണ്.

ആളെയൊരു വീരപുരുഷനാക്കി അമ്മാവൻ മാറ്റിക്കളയും. അർക്കീ സുകാരികളെ പരമദയാലുക്കളായി പുനഃരവതരിപ്പിക്കും. പരേതരെക്കുറി

ച്ചുള്ള ചില കാര്യങ്ങൾ ഉറ്റബന്ധുക്കൾപോലും അറിയുന്നത് ഞങ്ങളുടെ വാക്കുകളിലൂടെയാണ്. മരിച്ചുപോയവരെക്കുറിച്ച് ആരും വേണ്ടാതീന മൊന്നും പറയില്ല. അതൊരു നാട്ടുനടപ്പായതിനാൽ അമ്മാമയുടെ ചില വസ്തുതാവിവരണപ്പിശകുകൾ അവഗണിക്കപ്പെട്ടു. കഥയിൽ പറഞ്ഞ കാര്യം തെറ്റായിരുന്നുവെന്നു പറഞ്ഞ് ഒരിക്കലും വക്കാണമുണ്ടായിട്ടില്ല. എന്തുകൊണ്ടോ ഞങ്ങളുടെ തൊഴിലിനെ ചോദ്യംചെയ്യാൻ നാട്ടുകാർ ഭയന്നിരുന്നു. സത്യാസത്യങ്ങൾ തിരിച്ചറിയാനാവാതെ ചിലപ്പോൾ ശ്വാസം പിടിച്ചുപോയ ചില വീട്ടുകാരെയും കാണാം. അവിടത്തെ കാരണവർക്ക് അല്ലെങ്കിൽ കാരണവത്തിക്ക് ചില പിശകു സ്വഭാവങ്ങളുണ്ടായിരുന്നു. ഏതാണ്ട് നാട്ടുകാർ മറന്ന കാര്യങ്ങളായിരുന്നു. അതെല്ലാം ഞങ്ങൾ വീണ്ടും സഭയിൽ കുത്തിപ്പൊക്കി എഴുന്നെള്ളിച്ചാലോ? അതാണ് മറ്റു ചിലരുടെ ബലംപിടുത്തത്തിന് കാരണം.

നായരേ! നിങ്ങൾ കുമിഞ്ചാൻ കാരണവരുടെ ആ പഴയ പോക്കുവ രത്തിന്റെ കാര്യങ്ങൾ കാച്ചാത്തതെന്ത്? അതൊന്നൂടൊന്നു കേക്കാനാണ് ഞങ്ങൾ പാഞ്ഞുവന്നത്. കാര്യങ്ങൾ പഴയതാണെങ്കിലും അതൊക്കെ കേക്കാനൊരു തരിപ്പുണ്ട്.

കഥനം നിർത്തി മടങ്ങിപ്പോകുമ്പോൾ കുശുകുശുപ്പു രൂപത്തിൽ ചില നിരാശകൾ അമ്മാമയുടെ മുന്നിൽ അവതരിപ്പിക്കപ്പെട്ടിട്ടുണ്ട്.

അങ്ങനെയൊന്നും പാടില്ല. ദീപത്തിനു മുന്നിലിരുന്നുള്ള സത്യവേ ലയാണ്. ഇതിന് ചില നേരും മുറയുമൊക്കെ ഉണ്ട്. അതു തീർച്ച. അമ്മാ മയോടൊപ്പം പണച്ചാലുകൾ ചാടി തിരികെ വീടുപിടിക്കാൻ നടക്കുമ്പോൾ എനിക്ക് തീർച്ചയായി. അതാണ് അമ്മാമ മറുപടി പറയാൻപോലും നില്ക്കാതെ വേഗത്തിൽ കാലുകൾ വലിച്ചത്.

"എടാ. ഞാനെന്തെങ്കിലും വേണ്ടാതീനം എഴുന്നള്ളിച്ചോ?"

ചിലപ്പോൾ അമ്മാമയ്ക്ക് അങ്ങനൊരു പരവേശമുണ്ടാകാറുണ്ട്. ദീപം വണങ്ങി പണി തുടങ്ങിയാൽ അമ്മാമയുടെ വിധംമാറുന്നത് ഞാനും ശ്രദ്ധിച്ചിട്ടുണ്ട്. കഥാവേളയിൽ അമ്മാമ മറ്റൊരാളാണ്. അതിനാലാണ് കഥാലോകം വിട്ടു തിരികെ മണ്ണിലെത്തിയാൽ കഥിച്ച വാക്കുകളെക്കുറിച്ച് വേവലാതിപ്പെടുന്നത്.

ഞങ്ങളുടെ ഗ്രാമത്തിനെ ഇതരദിക്കുകളിൽനിന്നും വളഞ്ഞുപിടിച്ച് മാറ്റി നിർത്തിയിരുന്നത് വലിയമല കുന്നുകളായിരുന്നു. അതിങ്ങനെ എല്ലാക്കാലത്തും അവിടെ കാണുമെന്നും നാട് എന്നുമെന്നും ഒരേമാതിരി തന്നെ നില്ക്കുമെന്നുമൊക്കെ ഞാൻ കരുതിപ്പോയി. അതാണ് കൂടു തൽ പഠിക്കാനും ബിരുദങ്ങൾ നേടാനും പോകാതെ ഒരു കഥാകാര നായി അമ്മാമയുടെ പിന്നാലേ കൂടിയതിനു കാരണം. അമ്മാമയോട് എനിക്കത്രെയ്ക്ക് ആരാധനയായിരുന്നു. അന്നോളം പുറംലോകമറിയാത്ത ഒരുചാവിന്റെ ചരിത്രം അമ്മാമ എവിടെനിന്നാണിങ്ങനെ തോറ്റിയെടുക്കു ന്നത്? അത് തെറ്റിയതായോ പിഴച്ചതായോ ചരിത്രമില്ല. ഒരു സ്കൂളിൽ നിന്നും പഠിച്ചെടുക്കാൻ സാധിക്കാത്ത കാര്യമാണ് കഥാസിദ്ധി. മരിച്ചു

പോയവർ തങ്ങളുടെ നാവിനെ ഒരല്പനേരത്തിന് ചിലപ്പോൾ നല്കുന്നതായിരിക്കാം. തങ്ങളോടൊത്ത് വെന്തുപോയ ചരിത്രത്തെ പുനഃരവതരിപ്പിക്കാൻ തെരഞ്ഞെടുക്കപ്പെട്ട ഈ ലോകത്തിലെ അപൂർവ്വ ജീവികളാണ് ഞങ്ങൾ. ഞാനുമൊരുനാൾ ഈ ലോകത്തിലെ ഏറ്റവും വലിയ കഥാകാരനായിത്തീരും. ഞാനങ്ങനെ കരുതിപ്പോയി.

കഥപറഞ്ഞതിനുള്ള വിഹിതം വീട്ടുകാർ ഞങ്ങളുടെ തറവാട്ടിലെത്തിച്ചിരുന്നു. ദക്ഷിണയുടെ അളവും ഭാരവും ഒരിക്കലും തറവാട്ടിൽ ചർച്ചാവിഷയമായില്ല. അവർതന്ന നെല്ലും തേങ്ങയും വളരെ കുറച്ചു ദിവസങ്ങൾ നീക്കാൻ മാത്രമേ തികഞ്ഞുള്ളുവെങ്കിലും കാരണവരിൽ സംതൃപ്തി നിറഞ്ഞിരുന്നു. ഇനിയും നാട്ടിലെത്രയോ പേർ മരിക്കാനിരിക്കുന്നു. ഇക്കണ്ട ആൾക്കാരെല്ലാം ഈ മണ്ണിൽവന്നു പിറക്കുന്നത് ഞങ്ങളുടെ നാവിന് ഇരകളാകാൻ വേണ്ടിയല്ലേ! ഈ വിശ്വാസമാണ് കൂട്ടരേ ഈ തൊഴിലിന്റെ സാദ്ധ്യതകളായി ഞാൻ കണ്ടത്.

ഇന്നിപ്പോൾ ശവദാഹം പഴയതുമാതിരി ഒരു ചടങ്ങല്ല. മരണവാർത്ത നാടുനീളെ നടന്നു പറഞ്ഞിരുന്നത് അവസാനിച്ചു. ദേഹം പുറത്തെടുക്കാനും കുളിപ്പിക്കാനും അണിയിക്കാനും വിറകു കീറാനും ചിതയൊരുക്കാനും അതാതിന്റെ അവകാശികളെ കാത്തിരിക്കേണ്ട കാര്യമില്ല. ഒന്നു മൊബൈലിൽ വിരലമർത്തുകയേ വേണ്ടതുള്ളു. ശാന്തിദഹനക്കാരുടെ വാഹനം വിറകും അടുപ്പുമായി എത്തും. മൂന്നാലു മണിക്കൂറുകൾ കൊണ്ട് സ്വച്ഛമായി പണികഴിയും. ചില വീടുകളിൽനിന്നും മരണപ്പിറ്റേന്നുതന്നെ വേണ്ടപ്പെട്ടവരും ഒഴിഞ്ഞുപോയിരിക്കും. ഒരുങ്ങിച്ചമഞ്ഞ് ഞാൻ ചെല്ലുമ്പോൾ അടച്ചുപൂട്ടി കിടക്കുന്ന വീടുകളും കണ്ടിട്ടുണ്ട്. പ്രായമായ ആളിവിടെയുണ്ടായിരുന്നത് തീർന്നുകിട്ടി. അതിനു കാത്തിരുന്നതു മാതിരിയാണ് ചിലരുടെ വേവലാതികളും വെപ്രാളവും.

അങ്ങനെ എല്ലാറ്റിനും ധൃതിവന്ന കാലത്ത് എന്റെ കഥ പറച്ചിൽ ഏതാണ്ട് തീർന്നുകിട്ടി.

അതു പറഞ്ഞില്ല. ഒരു മരണക്കഥാവേളയിൽ തീർത്തും തമാശക്കാരനായ ഒരു ചെറുപ്പക്കാരന്റെ ജീവിതം അവതരിപ്പിക്കുകയായിരുന്നു നമ്മുടെ അമ്മാമ. ആഖ്യാനരസത്തിൽ മുങ്ങി ചാവുവീടാണെന്ന ബോധം മറഞ്ഞ് അമ്മാമ അവന്റെ രസക്കഥകളുടെ ചരടുകളിൽ തൂങ്ങിപ്പിടിച്ച് പൊങ്ങിയുയരാൻ തുടങ്ങി. ഇതൊരു മറുലോകം തീണ്ടലല്ലേയെന്നു തുടക്കത്തിലെനിക്ക് തോന്നാതിരുന്നില്ല. ദിക്കും സമയവും നോക്കാതെയുള്ള കഥ വിളമ്പലിനിടയിൽ അമ്മാമ വല്ലാതെ ചിരിച്ചു. നാട്ടുകാർ കൂവിവിളിച്ച് ഒപ്പം ചേർന്നു. അതു പതിവില്ലാത്തതാണെന്ന് എനിക്ക് തോന്നിയതും ചിരിച്ചു ചിരിച്ചു ആളങ്ങ് വീണു. അടുക്കള മുറിയോട് ചേർന്നുള്ള കട്ടിലിൽ കിടക്കുകയായിരുന്ന ഒരമ്മയുടെ തീപാറുന്ന കണ്ണുകൾ ജനാല വഴി അമ്മാമയ്ക്ക് നേരെ വീശിയത് ഞാനാണ് കണ്ടത്. ആ അഗ്നിയാണ് എന്റമ്മാമയുടെ ഉയിരിനെ വാട്ടിക്കളഞ്ഞതെന്ന കാര്യത്തിൽ തർക്കമില്ല. അപ്പോൾത്തന്നെ ആശുപത്രിയിലേക്കെടുത്തു. വഴിയിൽവച്ച് തെളിച്ചി

രിയോടെ ആള് പോയി.

സുഖമരണം. പണിക്കിടയിൽ. അതും ചിരിച്ചുമറിഞ്ഞ്. നാട്ടുകാർ അങ്ങനെയൊക്കെ പറഞ്ഞെങ്കിലും നഷ്ടം എനിക്കിതുവരെ തീർന്നില്ല. കുഞ്ഞിക്കാലം മുതൽ കൂട്ടുനടപ്പ് തുടങ്ങിയെങ്കിലും ഈ വിദ്യയിൽ ഇനിയുമെന്തൊക്കെ കുറവുകൾ തീർത്തുകിട്ടാനുണ്ടെന്ന തോന്നൽ അമ്മാമയുടെ വിയോഗത്തോടെ മനസ്സിലുറച്ചു. ആ മരണത്തിന്റെ മൂന്നിന്റന്ന് സ്വന്തം തറവാട്ടു മുറ്റത്ത് കാരണവരെ തോറ്റിയവതരിപ്പിച്ചുകൊണ്ടാണ് ഞാൻ കഥനം തുടങ്ങിയത്. ആദ്യവേദിയിൽ വികാരം തിങ്ങി എനിക്ക് അമ്മാമയുടെ ജീവിതകഥ പൂർത്തിയാക്കാൻ കഴിഞ്ഞില്ല. അങ്ങനെ നോക്കിയാൽ അരങ്ങേറ്റം പിഴച്ചവൻ കൂടിയായി ഞാൻ മാറി. അന്ന് അമ്മാവന്റെ മക്കളൊക്കെ എന്നെ സാകൂതം നോക്കി നില്പുണ്ടായിരുന്നു. ബന്ധുക്കളിൽ ചിലരുടെ മുഖത്ത് പകയാണ് തെളിഞ്ഞതെന്ന് പിന്നീടെനിക്ക് തോന്നി. അവർക്ക് പിച്ചവയ്ക്കാനാവാതെ പോയ കഥനത്തിന്റെ പാരമ്പര്യവഴിയിൽ ഞാൻ ചെന്നുകയറിയതിന്റെ അസൂയയാണെന്ന് കരുതി ഞാൻ സമാധാനിച്ചു.

നമ്മൾ പറഞ്ഞുവന്നത് നാടിനുവന്ന മാറ്റങ്ങളെക്കുറിച്ചായിരുന്നു.

ഞങ്ങളുടെ നാടിന് വേലികെട്ടിയിരുന്ന മലകളെ പലകാരണങ്ങൾ പറഞ്ഞ് വടിച്ചെടുത്തു മാറ്റിയതോടെ പഴയ തണുപ്പും ശാന്തതയും ഇവിടെ നിന്നുമകന്നുപോയി. ഇവിടെയെമ്പാടും റോഡുകൾ വന്നു. ആർക്കും ആരെയും പെട്ടെന്നുചെന്നു തൊടാമെന്ന അവസ്ഥയായി. എതുനേരത്തും നാടിറങ്ങി പുറത്തേക്ക് പോകാനും മറ്റാരും കാണാതെ നട്ടപ്പാതിരയിലും തിരികെ വന്നുകയറാനും കഴിയുമെന്നതിനാൽ ആരൊക്കെ എവിടെ പോയി? എവിടെ നിന്നു വരുന്നു? അറിയാൻ നിവൃത്തിയില്ലാതായി. മൊത്തത്തിൽ നാട്ടിന് വെളിച്ചം വീണതുപോലെ. എന്നാലും കാര്യങ്ങൾ സസൂക്ഷ്മമറിയാൻ പറ്റാതാകുന്നതിന്റേതായ ഒരുഷ്ണം എനിക്കെപ്പോഴുമുണ്ട്.

അങ്ങനെ നമ്മുടെ രവിക്കൊച്ചൻ എഞ്ചിനീയറിങ് പഠിക്കാൻ ബാഗ്ലൂരിന് വണ്ടികയറി. ബാഗ്ലൂർ പട്ടണം നമ്മുടെ അങ്ങാടിപോലെയൊന്നുമല്ല. നമ്മുടെ അങ്ങാടി ഒരു പതിനായിരമിരട്ടിയായി വളർന്നാലുള്ള തെരക്കാണവിടെ.... ആ ബഹളത്തിൽ നമ്മുടെ കൊച്ചൻ... കന്റോൺമെന്റു റെയിൽവേ സ്റ്റേഷൻ കടന്ന്... ഒരുപാടുനാളുകൾക്ക് ശേഷം ലഭ്യമായ അസുലഭാവസരമായിരുന്നത്. പക്ഷേ, എനിക്ക് ഒന്നും മുന്നോട്ട് കാണാൻ കഴിഞ്ഞില്ല. കന്റോൺമെന്റു റെയിൽവേ സ്റ്റേഷൻ എന്നു ഞാൻ പറഞ്ഞത് എവിടെയോ വായിച്ചതുവച്ചായിരുന്നു. മുമ്പൊരിക്കലെങ്കിലും അവിടൊന്നു പോകണമായിരുന്നുവെന്ന് ആ സദസ്സിലിരുന്നപ്പോഴായിരുന്നു തോന്നിയത്. അങ്ങനെയെങ്കിൽ എന്റെ വാക്കുകൾക്ക് കുറച്ചുകൂടി ബലം വരുമായിരുന്നു. തുടർന്ന് ഞാൻ വിക്കാൻ തുടങ്ങി. ആ വലിയ പട്ടണത്തിലെന്താണ് രവിവിജയ് ചെയ്തതെന്ന് ഒരൂഹവും കിട്ടിയില്ല. പിന്നെനിക്ക് ആകെക്കൂടി പറയാനുണ്ടായിരുന്നത് ഒരു ആമ്പുലൻസ് മൂന്നു ദിവസ

ങൾക്ക് മുമ്പ് ആ വീടിനുമുന്നിൽ വന്നുനിന്നതിനെക്കുറിച്ചായിരുന്നു. അതു ഞാനവിടെ പറയേണ്ടതില്ല. കാരണം. ചീറിവിളിച്ചുള്ള ആ വരവ് എല്ലാപേരും കണ്ടതാണ്.

ആവശ്യമില്ലാത്ത പഴമകൾ കെട്ടിവലിച്ചു കൊണ്ടുവരണ്ടെന്നു പറഞ്ഞതാണ്. ഞാൻ ബ്ബ..ബ്ബ.. നിന്നതിനെക്കുറിച്ച് വീട്ടുകാർ വേണ്ടവിധത്തിൽ തന്നെ വിലയിരുത്തി. എന്നാൽ ഗൾഫിലെ മണലറയിൽ കിടന്നു മരിച്ച ഭാസ്കരൻ എന്നെ തെല്ലും കുഴക്കിയില്ല. അതാണാശ്ചര്യം. മണൽക്കാടും അക്കാമയില്ലാതെ പിടിക്കപ്പെട്ട് ഭാസ്കരൻ ജയിലിലെത്തിയതും ആ ഇരുണ്ട അറയിൽ അവനനുഭവിച്ച കഷ്ടപ്പാടുകളും. എന്റെ കൺമുന്നിലെല്ലാം തെളിഞ്ഞു. എന്റെ വാക്കുകൾ ശ്രോതാക്കളിലേക്ക് ലയിച്ചു ചേർന്നു. ആ മരണവീട്ടിൽ ഞാൻ ഹീറോയായി. ചില കഥകൾ അങ്ങനെയാണ് ചിലപ്പോൾ ഒത്തുകിട്ടും. പിന്നെയേറെക്കാലം ജീവിതനൗക ഒഴുകുന്നത് അതിന്റെ ബലത്തിലാണ്. അന്നേരത്ത് വല്ലാത്ത ഉത്സാഹമൊക്കെ തോന്നും. നമ്മുടെ കാലുകൾ നിലത്തല്ല എന്നൊരു രീതിയിലാണ് മനസ്സപ്പോൾ പോകുന്നത്.

നന്നായി കഥ പറയാൻ മറ്റൊരു അവസരവും ഒത്തുകിട്ടി. അതും എനിക്ക് ഏറെ ആവേശം നല്കി. ഞാൻ കഥ പറയുന്നതിൽ ഒരു പരാജയമല്ല. പിന്നെ മറ്റെന്തോ കാരണങ്ങളാലാണ് എന്റെ കഥകൾ ബലപ്പെടാതെ പോകുന്നതെന്ന തോന്നലുണ്ടാക്കിയത് ഭാരതിയുടെ മരണക്കഥാ വേളയിലായിരുന്നു. അതിന് അവസരമായത് ചില കുടുംബവഴക്ക് മൂലമായിരുന്നു. ഭാരതിയുടെ ചില ബന്ധുക്കൾക്ക് മരിച്ചിട്ടും അവളോടുള്ള കലിപ്പ് തീർന്നിരുന്നില്ല. അവളുടെ ചെയ്തികൾ നീ ഒന്നും വിടാതെ പറയണം. പന്നീ... ഇല്ലെങ്കീ.. ചില സിനിമാ വില്ലന്മാർ പറയുന്നതുമാതിരി അവളുടെ ബന്ധുക്കൾ എനിക്ക് ബലം നിന്നു. അറബിയുടെ ബംഗ്ലാവ്, അടുക്കള, അയാളുടെ മണിയറ ഞാനെല്ലാം കണ്ടു. ഉൾനിറഞ്ഞതെല്ലാം പറയാനെന്റെ നാവു തരിച്ചുവന്നു.

മാമാ. മിണ്ടല്ലേ, അതൊന്നും പറയല്ലേ! ഭാരതിയുടെ പെൺമക്കളുടെ കണ്ണീരും അടുക്കളക്കോലായിൽ വീഴുന്നുണ്ടായിരുന്നു. ഇത് സത്യമുള്ള പണിയാണ്. ചത്താലും നമ്മൾ കാരണം മറ്റൊരാളിന് അപമാനമുണ്ടാകരുത്. നമ്മുടെ വാക്കുകൾ മറ്റൊരാളെ വേവിക്കാനുള്ളതല്ല. അമ്മാമയുടെ രൂപം കഥക്കളത്തിൽ എഴുന്നള്ളി നിന്നു.

“പന്നീ... നീ.. ഞങ്ങളെ പറ്റിച്ചല്ലേടാ... നിനക്ക് ഞാൻ വച്ചിട്ടുണ്ട്..” ഭാരതിയെ നാറ്റിക്കാൻ ഒരുമ്പെട്ടവൻ എന്നെ കൈകാര്യം ചെയ്യാനൊരുങ്ങി. ചിലരൊക്കെ ചേർന്നവനെ പിടിച്ചു മാറ്റിയതിനാൽ പരിക്കില്ലാതെ ഞാൻ രക്ഷപ്പെട്ടു. എങ്കിലും എനിക്ക് സന്തോഷമായി.

കഥയ്ക്ക് ചിലപ്പോൾ സമൂഹത്തിൽ സ്ഥാനം കിട്ടിയെന്നിരിക്കും. അത്തരമൊരു പ്രതീക്ഷയോടെ ഞാൻ കഥപറച്ചിൽക്കലയെ പുതിയ കാലത്തിലേക്ക് കൊണ്ടെത്തിക്കാനുള്ള ചില ഗൃഹപാഠങ്ങളിൽ മുഴുകിത്തുടങ്ങി. നാട്ടുവിശേഷങ്ങളെക്കുറിച്ചുള്ള പുത്തൻ ധാരണകളുണ്ടാ

ക്കാൻ ശ്രമിച്ചു. പുറംനാട്ടിലേക്ക് പോയി വരുന്നവർ അങ്ങാടിയിലിരുന്ന് പറയുന്നതിനെല്ലാം സവിശേഷ ശ്രദ്ധകൊടുത്തു. നവകാലം കഥനത്തിൽ നിന്നും വഴുതിപ്പോകാൻ പാടില്ല. കമ്പ്യൂട്ടറും മൊബൈലുകളും മറ്റു സൂത്രവിദ്യകളുമായി അതിങ്ങനെ പിടിതരാത്ത വരാലിനെ മാതിരി തെന്നിനില്ക്കാൻ പാടില്ല. ഞാൻ അക്ഷയ കേന്ദ്രത്തിൽവരെ വായനോട്ടത്തിനുപോയി. അവിടത്തെ ആളാണ് വനജാക്ഷിയുടെ മോൾ ശരണ്യ. ശരണ്യപ്പെണ്ണ് വെറുതെയിരിക്കുമ്പോൾ അവളുടെ ഫേസ്ബുക്ക് താള് എനിക്ക് കാണിച്ചുതന്നു. ഒരുപാടു മനുഷ്യരുടെ മനസ്സിലെ ചെളി ഞാനറിഞ്ഞു.

ഗൃഹപാഠങ്ങളുടെ ഭാഗമായി വിദേശവാസം കഴിഞ്ഞെത്തുന്നവരെ നിശ്ചയമായും അവരുടെ വീട്ടിൽ ചെന്നുകണ്ടു. അങ്ങനെയാണ് ഒരിക്കൽ ചന്ദ്രൻ കുട്ടനെ കാണാൻ അവന്റെ ബംഗ്ലാവിലെത്തിയത്. അവനെന്റെ കുട്ടിക്കാല സുഹൃത്താണ്. അവനെ വെള്ളക്കാരി ഭാര്യ പുറത്താക്കി എന്നങ്ങാടിയിൽ പൂച്ചം പൂച്ചം കേട്ടു. അതല്ല അവൻ കുറ്റിയും പറിച്ച് അമേരിക്കയിൽനിന്നും നാട്ടിൽ തിരിച്ചെത്തിയതാണ് എന്നൊരു ശ്രുതിയുമുണ്ട്.

തിരികെ പോകുന്നതിനെക്കുറിച്ച് ആലോചിക്കണം. അങ്ങനെ പറഞ്ഞ് അവൻ മുന്നിലിരുന്ന ലാപ്ടോപ്പ് അടയ്ക്കാതെ അകത്തുപോയി. ഞാനാ മടിമേൽപ്പെട്ടി കമ്പ്യൂട്ടറിൽ തൊട്ടതും അതിലെ പടങ്ങൾ തുറന്നു വന്നു. അവന്റെ വെള്ളക്കാരത്തിപ്പെണ്ണ് കറമ്പനായ വേലക്കാരനെ കെട്ടിപ്പിടിക്കണ ഫോട്ടോയിൽ ഒന്നേ നോക്കിയുള്ളു. അപ്പോൾ ചന്ദ്രൻ ഓടിവന്നതണച്ചുകളഞ്ഞു. നന്നായി എന്നുമാത്രം ഞാൻ കരുതി. അതല്ലെങ്കിൽ ചന്ദ്രന്റെ ചാവുകഥന വേളയിൽ തുടക്കരംഗമായി അതുതന്നെ മനസ്സിൽ വരുമായിരുന്നു.

കാലംപോയി. നാട്ടിലിപ്പോൾ ധാരാളം മരണങ്ങൾ നടക്കുന്നുണ്ട്. കുഴഞ്ഞുവീഴുന്നത്, ചങ്കുദ്രവിക്കുന്നത്.. വണ്ടിയുടെ അടിയിൽനിന്നും ഊരിയെടുക്കുന്നത്... എന്നാലും ആരുമെന്നെ ചാവുകഥ പറയാൻ വിളിക്കുന്നതേയില്ല. പണത്തിന്റെ കുറവുകൊണ്ടൊന്നുമല്ല ഞാൻ അവഗണിക്കപ്പെടുന്നത്. എന്തുമാത്രം പണമാണിപ്പോൾ മരണവീടുകളിൽ ആൾക്കാരെടുത്ത് വീശുന്നത്! ഞാനൊരു കഥാകാരനാണ് എന്ന വിവരം എന്റെ നാട്ടുകാർ തന്നെ മറന്നോ? അങ്ങനൊരു വേവലാതിയും എനിക്കുണ്ടായി. നാട്ടിലോരോ മരണം നടക്കുമ്പോഴും ഞാൻ തയ്യാറെടുത്തു നിന്നു.

സഖാവ് കുഞ്ഞീഷപിള്ളയുടെ മരണത്തിനു പിറ്റേന്നു ഞാൻ റെഡിയായി. അദ്ദേഹത്തിനോട് എനിക്കത്ര മമതയാണുണ്ടായിരുന്നത്. ആരു വിലക്കിയാലും ആ വീരചരിതം പറയുക എന്റെ കടമയായി തോന്നി. അടിയന്തരാവസ്ഥയിൽ സഖാവ് അനുഭവിച്ച ദുരിതങ്ങൾ ഞാൻ കുട്ടിക്കാലത്ത് നേരിൽ കണ്ടതാണ്. നായാട്ടുമലയിലെ ഗുഹയിൽ ഏഴുദിവസംവരെ സഖാവിന് ഒളിച്ചിരിക്കേണ്ടിവന്നു. പക്ഷേ, സഖാവിന്റെ തറവാട്ടിൽ അതൊന്നും പറയാൻ വയ്യാത്ത വിധത്തിൽ അവരുടെ ബന്ധു

ക്കൾ മുഴുവനും ബിജെപിയും ശിവസേനയുമായി മാറിക്കഴിഞ്ഞു. അതിനാൽ മൂന്നാം നാളിൽ ഞാൻ പഞ്ചായത്ത് കിണറുണ്ടായിരുന്നിടത്ത് നിന്ന് സഖാവ് പതിനെട്ടു ദിവസം ശാസ്തമംഗലത്ത് ക്രൈംബ്രാഞ്ച് ക്യാമ്പിൽ വച്ച് തിന്ന തീയുടെ കണക്ക് പറഞ്ഞു മനസ്സിലെ കത്തലടക്കി. ഞാനെന്തോ പ്രാന്ത് പറയുന്നതാണ്. ആ ധാരണയോടെ അടുത്തുകൂടിയ ചില ചെറുപ്പക്കാർ സൂക്ഷ്മതയോടെ എനിക്ക് കാതു തന്നു. പുതിയ തലമുറ നല്കിയ ആ ശ്രദ്ധ ഈ കഥപറച്ചിലുകാരന് ഭാവി പ്രതീക്ഷ നല്കാതിരുന്നില്ല.

അങ്ങനെയിരിക്കെ ഞങ്ങളുടെ ആദ്യത്തെ പഞ്ചായത്ത് പ്രസിഡന്റിന് വായു മാറിത്തുടങ്ങി. ഇടയ്ക്കിടെ എനിക്ക് തോന്നാറുണ്ട് ഈ ജാംബവാൻ മുന്നേതന്നെ പോയില്ലേന്ന്. അത്രയ്ക്ക് അപ്രസക്തനാണ് അദ്ദേഹം നാട്ടിലിപ്പോൾ. ഇയാളുടെ സമപ്രായക്കാർ ആരുംതന്നെ ജീവിച്ചിരിപ്പില്ല. പ്രസിഡന്റ് എനിക്ക് നല്ലൊരു ഉരുപ്പടിയാണ്. ആയിരത്തി തൊള്ളായിരത്തി അമ്പത്തിമൂന്നിലെ ആദ്യപഞ്ചായത്ത് തെരഞ്ഞെടുപ്പുകാലം. അന്ന് ഇരട്ടക്കാള ചിഹ്നത്തിലായിരുന്നു മൂപ്പിലാൻ മത്സരിച്ചത്. നാട്ടിൽ നടന്ന നിരവധി വഴിവെട്ടു മഹോത്സവങ്ങളിൽ നായകനായിരുന്നു പ്രസിഡന്റ്. അക്ഷരരൂപത്തിൽ രേഖപ്പെടുത്താതെപോയ ആ ചരിത്രം എന്റെ മൂളയ്ക്കുള്ളിൽ മാത്രമേ ഇനി അവശേഷിക്കുന്നുള്ളു. ഞാനതു പുതുതലമുറക്കാതുകളിൽ എത്തിച്ചില്ലെങ്കിൽ ഈ പ്രസിഡന്റിന് ചരിത്രത്തിൽ ഒരു സ്ഥാനവും കിട്ടാതെപോകും. ആരോരുമറിയില്ല, ഇങ്ങനൊരാൾ ഈ നാടിനുവേണ്ടി യത്നിച്ചുവെന്ന കാര്യം. സത്യത്തിൽ ഞാൻ അഹങ്കാരിയാകുന്നത് ഇത്തരം ധാരണകൾ മനസ്സിൽ വാലിട്ടിളക്കുമ്പോൾ മാത്രമാണ്.

ചിലപ്പോഴൊക്കെ ഞാൻ ആ പഴഞ്ചരക്കിനെ കാണാൻ മംഗ്ലാവ് വീട്ടിൽ ചെന്നിട്ടുണ്ട്. മൂപ്പന് എന്നെ കാണുന്നതിഷ്ടമാണ്. കിടക്കയിൽ ചാരിയിരുന്ന് പഴയ കാര്യങ്ങൾ പറയുമ്പോൾ അതിനു വരിയൊപ്പിച്ച് നീങ്ങാനും കൂടെ മൂളി സുഖിപ്പിക്കാനും നാട്ടിലിപ്പോൾ മറ്റാരുമില്ലല്ലോ. ചിലപ്പോൾ ഒരു പ്രസംഗംതന്നെ മേപ്പടിയാൻ കാച്ചിക്കളയും. എനിക്കും അതിഷ്ടമാണ്. മനസ്സിൽ വരച്ചിട്ട ജീവചരിത്രപ്പുസ്തകത്തിന്റെ പ്രൂഫ് നോക്കാൻ കിട്ടുന്ന അവസരമായി ഞാനതിനെ ഉപയോഗപ്പെടുത്തി. നേർത്ത ഗന്ധവ്യത്യാസം മുറിയിൽ വരുമ്പോൾ ഞാനിറങ്ങും. അത് അദ്ദേഹം കിടന്ന കിടപ്പിൽ... എന്നെയിങ്ങനെ കിടത്തരുതേ അത്രയ്ക്ക് ഈശ്വര വിശ്വാസിയല്ലെങ്കിലും പ്രസിഡന്റിന്റെ അവസ്ഥകണ്ട് ഞാനങ്ങ് പ്രാർത്ഥിച്ചുപോകും.

സത്യത്തിൽ എനിക്കുള്ള ഒരു ഗംഭീര ഉരുപ്പടിയാണിത്. ഒന്നാന്തരം സ്റ്റോറിയാണ് അകത്തെ മുറിയിൽ മൂത്രത്തിൽ കുളിച്ചു കിടക്കുന്നത്. പക്ഷേ, ഞാനിത് എവിടെച്ചെന്നു പറയും. ഭാഗംവച്ച് പല ദിക്കിലേക്ക് പിരിഞ്ഞ പ്രസിഡന്റിന്റെ മക്കളും ബന്ധുക്കളുമൊക്കെ അതീവപുരോഗമന വാദികളാണ്. ആ ബോഡി മെഡിക്കൽ കോളെജിന് കൊടുക്കാ

നാണത്രേ തീരുമാനമെന്നും കേട്ടു. അങ്ങനെയൊക്കെ കേൾക്കുമ്പോൾ എന്റെ ചങ്കിടിഞ്ഞുപോകും. എനിക്ക് ചില പ്രതീക്ഷകൾ എന്നാലുമുണ്ടാകാതെയുമിരുന്നില്ല. അതിനു കാരണം മൂപ്പിലയുടെ ഇളയമോൾ വാസന്തിയുടെ നായരുടെ ഏതിനും നിരക്കാത്ത പെരുമാറ്റമായിരുന്നു. അവനായിരുന്നു അവിടെ സംബന്ധം കൂടിയതിൽ ശീങ്കെടെ. പ്രത്യേകിച്ചു വേലയും കൂലിയുമൊന്നുമില്ലാത്തതിനാൽ ഏതാണ്ട് ദ്രവിച്ചു തുടങ്ങിയ തറവാടും പ്രസിഡന്റിനെയും അവന്റെ തോളിലിട്ടിട്ടാണ് മറ്റുള്ള മക്കൾ മുങ്ങിക്കളഞ്ഞത്.

ഞാൻ ഇടയ്ക്ക് ചെല്ലുമ്പോഴൊക്കെ അവൻ വിറക് കീറിക്കൊണ്ടു നില്ക്കുന്നതു കാണാം. "മംഗ്ലാവ് വീട്ടിലെ അടുക്കളയിൽ ഗ്യാസൊക്കെയുണ്ട് പിന്നെയെന്തിന് ഇത്രയും വിറക് കീറി അടുക്കണത്?" മനസ്സിൽ നിറയുന്ന സംശയംപോക്കാൻ ഞാൻ ചോദിക്കും.

"പിള്ളേ നിങ്ങളെന്തിനാണ് ഇത്രേം വെറക് കീറണത്?"

"അത് കെളവനെ കത്തിക്കാനാണ്."

അവൻ എനിക്കു മാത്രമായി ഇട്ടുതന്ന പ്രതീക്ഷ ഇതാണ്. അവന്റെ വർത്തമാനത്തിൽ നിന്നും ഒരു പരമ്പരാഗത ശവമടക്ക് നടക്കാൻ സാദ്ധ്യതയുള്ളതായി തോന്നി. അതുകേൾക്കെ മനസ്സിലൊരു കുളിരാണ് പായണത്. ഞാൻ ചിലതൊക്കെ പ്രതീക്ഷിച്ചു. വിശ്വസിച്ചുപോയി. അപ്പോൾ മൂന്നാം നാൾ ചാവുകഥയും കാണും. അവിടെയിരുന്ന് പ്രസിഡന്റിന്റെ ജീവിതകഥ പറഞ്ഞ് ഞാനും സിദ്ധികൂടും...

കൊച്ചു കേശവൻ തിരുവിതാംകൂർ സ്റ്റേറ്റ് കോൺഗ്രസിന്റെ കരകുളം സമ്മേളനത്തിന് പോകാൻ തയ്യാറെടുക്കുന്നു. മംഗ്ലാവിലമ്മച്ചി ഭാർഗ്ഗവി തങ്കച്ചി കൊച്ചനെ മുറിയിൽ പൂട്ടിയിട്ടു. അവൻ തട്ടിൻപുറം വഴി ഓടുപൊളിച്ച്... അങ്ങനെ തുടങ്ങണം. ഞാൻ പ്രസിഡന്റിന്റെ അന്ത്യദിവസത്തിനുവേണ്ടി കാത്തിരുന്നു. ഇടയ്ക്ക് ചിക്കൻഗുനിയ അടിച്ച് ഞാൻ രണ്ടാഴ്ച വീണുപോയിരുന്നു. പനികൊണ്ട് ചത്തുപോവുന്നതിനേക്കാൾ എനിക്ക് ഉൽക്കണ്ഠ നമ്മുടെ പ്രസിഡന്റിന്റെ കാര്യത്തിലായിരുന്നു. ഞാൻ ആശുപത്രിയിൽ നിന്നിറങ്ങുന്നതിനുമുമ്പ് പ്രസിഡന്റ് വടിയാകരുതേ! പനിയെ കുടഞ്ഞെറിയാൻ എന്റെ ദേഹത്തിന് കരുത്ത് കൊടുത്തത് ഈ ആഗ്രഹമായിരുന്നു. പ്രസിഡന്റിന്റെ അവസ്ഥയെങ്ങനെയുണ്ട്? എഴുന്നേറ്റു നടക്കാൻ പറ്റിയയുടനെ ഞാൻ മംഗ്ലാവിലേക്ക് ഓടി.

നമ്മള് ഓരോന്നു പറയുമ്പോഴെപ്പോഴും സ്വന്തം കാര്യത്തിനാവും മുൻഗണന കൊടുക്കുക. കഥ പറയുമ്പോഴും അങ്ങനെതന്നെ. ഒരു സൂചന ഇവിടെ കൂടിയേ തീരു. അതുകൂടി പറയാം. അമ്മാമയുടെ മക്കളൊക്കെ നന്നായി വിദ്യാഭ്യാസം ചെയ്തു. ഒരാൾ റേഡിയോ നിലയത്തിൽ പണിചെയ്യുന്നു. മറ്റൊരാൾക്ക് തിരുവനന്തപുരത്ത് സ്വന്തമായി ടി വി പരിപാടികളുണ്ട്. ഒരു പെണ്ണൊണ്ടായിരുന്നത് വലിയ എഴുത്തുകാരിയാണെന്നാണ് കേക്കണത്. അവൾ ഡൽഹിയിലാണ്. എഴുതണത് ഇംഗ്ലീ

ഷിലായതിനാൽ നമക്കൊന്നും കാണുകേം വേണ്ട കേക്കുകേം വേണ്ട. ഞാനതൊന്നും അങ്ങനെ ശ്രദ്ധിക്കാറില്ല. അവരായി അവരുടെ പാടായി. എന്നേ സമാധാനിക്കാറുള്ളു. എല്ലാപേരും നന്നായിരിക്കട്ടെ! ഞങ്ങളൊരേ ചോരയല്ലേ!

ഒടുവിൽ പ്രസിഡന്റ് മരിച്ചു.

ഞാനും ഓടിച്ചെന്നു. എന്റെ മനസ്സ് പറഞ്ഞതുമാതിരി സംഭവിച്ചു. മക്കൾ തമ്മിൽ തർക്കമായി. ബോഡി മെഡിക്കൽ കോളെജിലേക്ക് കൊണ്ടുപോകുന്നില്ല. അയാളുടെ മരുമോന് തൃപ്തിവരുവോളം വിറകിട്ട് അമ്മാവനെ ചിതയിൽവച്ച് കത്തിച്ചു. എവിടെ നിന്നോ ചാവ്കരച്ചിൽ നടത്താനൊരു സംഘക്കാര് വന്നു. പുറംനാട്ടുകാരാണ്. ഞാൻ മുമ്പവരെ കണ്ടിട്ടേയില്ല. അതൊരു പുതിയ സംഭവമായിരുന്നു. അവരുടെ പതം പറച്ചിൽ എല്ലാപേരും നന്നായി ആസ്വദിച്ചു. പിന്നൊരു വിശേഷമായി പറയാനുള്ളത് കുടിക്കാൻ എല്ലാപേർക്കും ചുക്കുവെള്ളം തന്നിരുന്നു എന്നതാണ്. അതു വല്ലാതെ വാസനിച്ചിരുന്നു. കോട്ടിട്ട വിളമ്പുകാരായിരുന്നു ദാഹജല വിതരണക്കാർ. ചാവുകരച്ചിൽ റെക്കോഡു ചെയ്യുകയും ചെയ്തു.

എന്റെ കാര്യം ഏതാണ്ട് ഉറപ്പായതുപോലെ തോന്നി. ചിത ഏതാണ്ടമർന്നുകഴിഞ്ഞ് തിരിച്ചുപോകുന്ന വഴിക്ക് അടുത്ത ദിവസങ്ങളിൽ അവതരിപ്പിക്കാനുള്ള കഥാഭാഗം എന്നിൽ നിറഞ്ഞുതുളുമ്പാൻ തുടങ്ങി. ഞാനതിനെ ദൈവാനുഗ്രഹമായിട്ടാണ് കണ്ടത്. ഉറവപോലെ സംഭവങ്ങൾ മനസ്സിൽ തള്ളിവന്നുകൊണ്ടിരുന്നു. പണ്ട് പണ്ട് പ്രസിഡന്റ് നാട്ടുകാര്യത്തിന് ഓടി നടന്നത്, വഴിവെട്ടാൻ, വായനശാല തുടങ്ങാൻ, വെള്ളപ്പൊക്കക്കാലത്ത് കാരാന്തലയിലെ പാവങ്ങൾക്ക് ഓലയും മുളയും ചുമന്നതും പട്ടിണിക്കഞ്ഞി വേവിച്ചതും.. ഞാനതെല്ലാം മനസ്സിൽ അടുക്കടുക്കായി വച്ചു. പാർട്ടി മാറി അദ്ദേഹം ഇടക്കാലത്ത് എൻ ഡി പി യായത്.. ചിലതൊക്കെ കത്രിച്ചുമാറ്റി. എല്ലാം തികഞ്ഞോ? ആശങ്കയിൽ വിയർക്കാതെയുമിരുന്നില്ല. കഥ പറയാനുള്ള എന്റെ അവസാന ഊഴമായി ഞാനതിനെ കണ്ടുവെന്നു പറയുന്നതാണ് ശരി. അങ്ങനെയൊരു തോന്നൽ എന്നെ മൂടി.

അങ്ങനെ മൂന്നാം ദിനമെത്തി.

ഞാൻ മച്ചകത്തു കയറി. പതിവില്ലാതെ ധ്യാനത്തിൽ മുഴുകി. അന്നേരത്ത് അമ്മാമ ചിരിച്ചുകൊണ്ട് മുന്നിൽ വന്നിരിക്കുന്നു. ലക്ഷണങ്ങൾ നന്ന്. ഞാൻ സസന്തോഷം മംഗ്ലാവിലേക്ക് നടന്നു. ഞങ്ങളുടെ പൂർവ്വികരുടെ പരമ്പരയും ഒപ്പം നടക്കുന്നതിന്റെ കാലടിയൊച്ചയും കേട്ടു. ഒപ്പം ചുവടുവയ്ക്കാൻ അനന്തര തലമുറയില്ലാതെ പോയതിൽ ഞാനല്പം ഖിന്നനാകാതെയുമിരുന്നില്ല.

ഇനി നടന്ന കാര്യം ഞാനെങ്ങനെ പറയും?

കഥ പറയാൻ പന്തലൊരുക്കിയിരിക്കുന്നു. ക്യാമറ, ലൈറ്റ്.. പ്രസിഡന്റിന്റെ ചാവുകഥ റെക്കോഡ് ചെയ്യാനുള്ള സംവിധാനങ്ങൾ. അങ്ങനെ

പുതിയ കാലത്തിനു ചേരുന്നവിധത്തിലുള്ള സംവിധാനങ്ങൾ. ഒരു മായികലോകത്തിൽ ചെന്ന അഹങ്കാരം എനിക്കുണ്ടായി. പിന്നെയെല്ലാം തെളിഞ്ഞുവന്നു. അവിടെ കഥപറയാൻ എത്തിയിരിക്കുന്നത് അമ്മാമന്റെ മക്കളാണ്. അവരൊക്കെ മീഡിയാക്കാരായത് ഞാനാദ്യമേ തന്നെ ശ്രദ്ധിക്കണമായിരുന്നു. പ്രസിഡന്റിന്റെ മരണാന്തര ചടങ്ങുകൾ മുഴുവനും നടക്കുന്നത് ഒരു ഇവന്റ് ഗ്രൂപ്പിന്റെ മേനോട്ടത്തിലായിരുന്നു. അവർ കഥാപരിപാടി കുറച്ചുകൂടി കേമമായി നടത്താനും അതിന്റെ സി ഡി ക്ക് മാർക്കറ്റ് കണ്ടെത്താനുമുള്ള ശ്രമത്തിലാണ്. ചാവുകഥനം അന്യം നിന്നുപോയ കലയാണത്രേ! അതിനെ പുനരുജ്ജീവിപ്പിക്കാനുള്ള നീക്കങ്ങളായിരുന്നു അവയെല്ലാം.

എന്തായാലും കഥ പറയുന്നത് എന്നേക്കാൾ പഠിപ്പും വിവരവുമുള്ള ഞങ്ങളുടെ തറവാട്ടുകാരാണല്ലോ. അതും എന്റെ ചോരയല്ലേ! എന്തു പറഞ്ഞാലും ഞാനും ആ ചാവ് ഗ്രൂപ്പിൽത്തന്നെ പെടുന്നയാളല്ലേ! ഇനിയൊരു കാലത്ത് ചാവുകഥ പറയുന്നത് തിരിച്ചുവന്നാൽ ചിലപ്പോൾ എനിക്കും ചില്ലറ ഗുണം വരാതിരിക്കില്ല.

എനിക്ക് അങ്ങനെയൊക്കെ സമാധാനിക്കാനേ തൽക്കാലം പറ്റുന്നുള്ളൂ.

സപ്ലിയെഴുതാൻ വന്ന ഭൂതം

അമ്മയവനെ പൊന്നുക്കുട്ടനെന്നു ഓമനിച്ചു വിളിച്ചിരുന്നു. അതു മുൻ അദ്ധ്യായത്തിൽ പറയാനുള്ളതായിരുന്നു. വിട്ടുപോയി. സോറി.

കുടം തുറന്ന് ഭൂതം അടുത്തെത്തിയത് പൊന്നുക്കുട്ടന് ഓർമ്മയുണ്ടായിരുന്നു. പുകച്ചുരുളുകളായി അവന്റെ മുറിയിൽ ഭൂതം മച്ചോളം ഉയർന്നു. താനൊരു കേമനാണെന്ന ഭാവത്തിൽ അതു വലിപ്പം കാണിച്ചു. പിന്നെ ചുരുങ്ങിയൊതുങ്ങി കുടത്തിനുള്ളിലേക്ക് പാവത്താന്റെ മാതിരി കയറി. പഴങ്കഥകൾ ഒരിക്കലും തീരുന്നില്ലെന്ന് ഉറക്കത്തിലും അവന് തോന്നി.

ഈ ഭൂതം ബുദ്ധിമാനാണ്. അത് അടപ്പ് കൈയിലെടുത്താണ് കുടത്തിനുള്ളിലൊതുങ്ങിയത്. മറ്റാർക്കും അവനെ മുറുക്കാനാവില്ലല്ലോ! ഇനിയും കഥ നീളാൻ സാദ്ധ്യതയുണ്ട്. ആ ചിന്തയോടെ അവൻ ഹോസ്റ്റൽ മുറിയിൽ പിറ്റേന്നു കാലത്തുണർന്നു.

മുറിയല്ല. വലിയ മനയുടെ ഭാഗമായ തളമാണത്. ചെത്തിത്തേക്കാത്ത ചുവരുകൾ. പൊട്ടിയടർന്ന സിമന്റു തറ. അതൊക്കെ കണികണ്ടയുടനെ ഭൂതത്താനെ സ്വപ്നംകണ്ട സന്തോഷവും തീർന്നു. എഴുതിയെടുക്കാനുള്ള സപ്ലിപേപ്പറുകൾ, തീരാത്ത അസൈൻമെന്റുകൾ, എന്തു ചെയ്യുമെന്ന കാര്യത്തിൽ ഒരന്തവും കുന്തവുമില്ലാത്ത പ്രോജകട് അവന്റെ ഓർമ്മകളെല്ലാം തെളിഞ്ഞു.

ശോ. ഈ മുടിഞ്ഞ കോഴ്സ് കഴിയാതെ തനിക്കൊന്നു കിനാവു കണ്ട് സന്തോഷിക്കാൻ പോലും കഴിയില്ല.

പൊന്നുക്കുട്ടൻ അങ്ങനെ ചിന്തിച്ചു.

സ്വപ്നത്തിൽ കണ്ടതുമാതിരി തനിക്കൊരു ഭൂതത്താനെ കിട്ടിയിരുന്നെങ്കിൽ! ഒരൊറ്റ നിമിഷംകൊണ്ട് ഭൂതമെല്ലാ സപ്ലികളും ക്ലീയർ

ചെയ്തു തരുമായിരുന്നു. ഭൂതസഹായത്തോടെ കിടിലൻ പ്രോജക്ട് ചെയ്യാം. പിന്നെ തിരുവനന്തപുരത്തുചെന്നൊരുഗ്രൻ സ്റ്റാർട്ടപ്പ് കമ്പനി.

അവർ ഹോസ്റ്റലായി കരുതി താമസിക്കുന്ന വീട് വലിയൊരു മനയാണ്. പഴഞ്ചൻ കെട്ടിടം. പുറത്ത് രണ്ട് ബാത്റൂമുകൾ മാത്രമേയുള്ളൂ. അതിനെക്കുറിച്ച് ആലോചിച്ചപ്പോൾ തന്നെ അവനു മടുപ്പായി. അവിടെ വാതുക്കൽ രാവിലെചെന്നു ക്യൂ പിടിക്കണം.

ബോറ്. ഒരു ഭൂതം കൈവശമുണ്ടായിരുന്നെങ്കിൽ!..

"കക്കൂസിൽപ്പോകാൻ എന്റെ സഹായം വേണോ?"

തോളിലൊരു മൃദുസ്പർശം.

അവൻ ഞെട്ടി.

സ്വപ്നത്തിൽ കണ്ട അതേ ഭൂതംതന്നെ. അതു മുന്നിൽ നില്ക്കുന്നു.

"എന്താ. നിനക്കുവേണ്ടി കക്കൂസിൽ ഞാൻ പോണോ?"

പട്ടണത്തിലെ ഭൂതം എന്ന സിനിമയിലെ മമ്മൂട്ടിയുടെ മാതിരി നിഷ്കളങ്കവും സൗമ്യവുമായ മുഖമാണ് ഭൂതത്തിനുള്ളത്. എങ്കിലും വേണ്ടെന്നവൻ പറഞ്ഞുപോയി.

ജനാലപ്പടിയിൽ അതേ. സ്വപ്നത്തിലെ ഭൂതത്തിന്റെ കൈയിലിരുന്ന ചെപ്പുക്കുടമിരിക്കുന്നു. അവൻ രണ്ടാമതും ഞെട്ടി.

ഒരു രക്ഷയുമില്ല. അടപ്പില്ലാത്ത കുടമാണ്.

കുടത്തിലായിരുന്നപ്പോൾ ഞാനും ചില തീരുമാനങ്ങൾ എടുത്തിരുന്നു.

അവന്റെ ചിന്തകളെ മുറിച്ച് ഭൂതം അടുത്ത പോയിന്റിലേക്ക് കടന്നു. പൊന്നുക്കുട്ടന് അതു കേൾക്കുക മാത്രമേ നിവൃത്തിയുണ്ടായിരുന്നുള്ളു.

ശ്രീകൃഷ്ണപുരം പഞ്ചായത്തിലെ ഈ മണ്ണമ്പറ്റയിലെ ആദ്യവർഷക്കാരനായ എഞ്ചിനീയറിങ് കുട്ടിയാണ് എന്നെ തുറന്നുവിടുന്നതെങ്കിൽ അവനുമായി ഞാനൊരു പ്ലസ്ടുമനസ്സുള്ള അതേ ക്ലാസിലെ പെൺകുട്ടിയെ പ്രണയത്തിലാക്കും. അവളെക്കൊണ്ടവനുള്ള നോട്ടും അസൈൻമെന്റുമെല്ലാം എഴുതിക്കും. അവനുകൂടിവേണ്ടി അവളെക്കൊണ്ട് ലാബിൽ ഇരട്ടിപ്പണിയെടുപ്പിക്കും.

രണ്ടാം വർഷക്കാരനാണ് എന്നെ മോചിപ്പിക്കാനുള്ള ഊഴം കിട്ടുന്നതെങ്കിൽ പരീക്ഷയ്ക്ക് എല്ലാ വിഷയങ്ങളും ഞാനവനുവേണ്ടി നേരിട്ടുചെന്നെഴുതിക്കൊടുക്കും. യൂണിവേഴ്സിറ്റിയിൽ ആ കുട്ടനെ ഒന്നാമനാക്കും. മൂന്നാം വർഷക്കാരനാണ് എനിക്ക് രക്ഷാമാർഗ്ഗമൊരുക്കുന്നതെങ്കിൽ അവന്റെ സപ്ലികൾ ഞാൻ തേച്ചുവിടും.

ഇനി നിന്നെപ്പോലൊരു മുറ്റനാണെങ്കിൽ ഞാനിങ്ങനെ നിന്റെ കഴുത്തിൽച്ചുറ്റി കാലം കഴിക്കും.

"പൊന്നൂട്ടാ മോൻ പേടിക്കല്ല്. ഇതൊക്കെ മണ്ണിൽ വന്നുപറ്റുന്ന ശാപഗ്രസ്തരായ ഭൂതങ്ങളുടെ ചില താല്പര്യങ്ങളാണെന്നു മാത്രം. ഞാൻ മോനെ ഒരുവിധത്തിലും ഉപദ്രവിക്കില്ല."

ഭൂതം തുടർന്നു. അവൻ കേട്ടു. പിന്നെ പറഞ്ഞു.

അതിന് ഞാൻ നിന്നെ തുറന്നു വിട്ടില്ലല്ലോ? രാത്രിയിലൊരു സ്വപ്നം കണ്ട വഴിയിൽ, കക്കൂസിൽപ്പോണ കാര്യത്തിന്, ഒരു തമാശയ്ക്കാണ് നിന്നെ വലിച്ചിഴച്ചത്. നമ്മളെന്തൊക്കെ കിനാവുകൾ കാണുന്നു. അതൊക്കെ നടപ്പിൽ വരാറുമില്ല.

അവന്റെ ശബ്ദം വല്ലാതെ ഇടറിപ്പോയി.

പഴയ മനയുടെ തട്ടിൻമോളിൽനിന്നും അസാധാരണമായ ഒച്ചകൾ അന്നേരത്തുതന്നെ പൊന്തി. അവന് വല്ലാത്ത പന്തികേടു തോന്നി. പൊന്നുക്കുട്ടൻ കൂടുതലൊന്നും പറയാൻ നിന്നില്ല.

ഇവിടെയീ മനയിൽ താമസിക്കുന്നതിനോട് അവനത്ര തൃപ്തി പണ്ടേയില്ല. രാത്രിയിൽ മനപ്പറമ്പിലേക്ക് നോക്കാൻതന്നെ പേടിയാണ്. പിടിച്ചാൽ കിട്ടാത്തത്ര വലിപ്പമുള്ള പാലമരങ്ങളും യക്ഷിപ്പനകളും. ടിപ്പുവിന്റെ പടയോട്ടക്കാലത്ത് കഴുകു നിന്നിരുന്ന സ്ഥലമായ'നിലവിളിക്കുന്നിൽ' നിന്നും ചൊവ്വയും വെള്ളിയും പറന്നിറങ്ങുന്ന യക്ഷികളുടെ ആദ്യ ഹാൾട്ട് ഈ പറമ്പാണെന്നാണ് കേട്ടത്. പനയോലകളുടെ പാതിരാത്രിയിലെ കരകരപ്പ് അതു ശരിവയ്ക്കുന്നതായി അവനു തോന്നിയിട്ടുണ്ട്.

രാവിലെ പാലുകൊണ്ടുവരണ ഏട്ടന്റെ ഒരു നോട്ടമുണ്ട്. ഇന്നലെ രാത്രിയിൽ ഇവിടത്തെ ഒരുത്തനേം യക്ഷിപിടിച്ചിട്ടില്ലാല്ലോ? കഷ്ടായി. അയാളുടെ മുഖഭാവത്തെ ഡീകോഡ് ചെയ്താലതിനെ അങ്ങനെ വായിക്കാം.

ഉടമസ്ഥരൊഴിഞ്ഞ മന പണ്ടേ അടഞ്ഞു കിടക്കുകയായിരുന്നു. അങ്ങനെയിരിക്കുമ്പോഴാണ് മണ്ണമ്പറ്റയിലെ ഈ വിജനതയിൽ കോളേജ് വന്നത്. അങ്ങനെ ആളു താമസമില്ലാത്ത മനയൊരു ഹോസ്റ്റലായി.

പിന്നെ വാടക. അതു വല്ലപ്പോഴും വല്ലതും കൊടുത്താൽ മതി. വീട്ടുടമയായ നമ്പൂതിരി വാടക പിരിക്കാൻ വരുമ്പോൾ ആരെങ്കിലും കുറേക്കാശ് കൊടുക്കും. കണക്കും വഴക്കുമൊന്നുമില്ല. നാഷാ ബസിൽ കയറി ശ്രീകൃഷ്ണപുരത്തിറങ്ങി ബാക്കിയുള്ള വാടകക്കാശിന് കൃത്യമായി അവർ ഷാർജയും ലേയ്സും കേറ്റി.

അല്ല. നീ ഇത്രയും നേരമാലോചിച്ചത് നമ്മൾ തമ്മിലുള്ള ഡീല് ഉറപ്പിക്കാനായിരിക്കും.

തൊട്ടടുത്ത് ഭൂതച്ചിരി പൊന്തി.

രണ്ട്

എന്തായാലും ഭൂതം പിടികൂടി.

അതിനൊരു ലക്ഷണം വേണമല്ലോ. ഒരു ലുക്ക് വേണം. നാലുപേരു കണ്ടാലും ഭൂതം പിടിച്ച എഞ്ചിനീയറു കൊച്ചൻ... കാണുന്നവർക്ക് അങ്ങനൊരു തോന്നൽ കിട്ടണം. പൊന്നുക്കുട്ടനെന്ന ജീതേഷ് കെ കെ അങ്ങനെ ആലോചിച്ചു.

“ഭൂതമേ! ഭൂതമേ! നീയെന്നിൽ കൂടിയതിന്റെ ഒരു ലക്ഷണമെങ്കിലും കാണിക്കൂ.”

“നിനക്കെന്തുവേണം?”

“ഒരു കാര്യം ചെയ്യാം. സിമ്പിൾ പണിയാണ്. എന്റെ മുടി ഡ്രസ് ചെയ്യണം. ഈ നാലുകെട്ടിന്റെ വരാന്തയിൽ ഒരു നമ്പൂരാരുടെ ഫോട്ടോയിരിപ്പില്ലേ. അതിലെപ്പോലെ ഒരു കുടുമ്മ പിടിപ്പിച്ചു താ. എന്നെ ഒടുക്കത്തെ ഫ്രീക്കനാക്കരുത്. അലമ്പാവുമെങ്കിൽ ആദ്യമേ പറയണം.”

“ഞാനാവട്ടെ മണ്ണമ്പറ്റയിലെയും ശ്രീകൃഷ്ണപുരത്തെയും പിന്നെ പാലക്കാട്ടിലെയും താരം.”

“ഓ. ഇപ്പോൾ ശരിയാക്കാം.”

നിമിഷങ്ങൾക്കുള്ളിൽ ചുവരിലെ മുറിക്കണ്ണാടിയിൽ നോക്കിയതിനു ശേഷം അവനൊരു സെൽഫിയെടുത്തു.

അതോടെ അവനു ബോദ്ധ്യമായി. ഭൂതമൊരു മിഥ്യയല്ല. ഈ മണ്ണമ്പറ്റയിലെ കാവുപോലുള്ള പറമ്പുകളിലും പൊളിഞ്ഞുകൊണ്ടിരിക്കുന്ന മനകളിലും ഇതുപോലെ ഇനിയും പലതുമുണ്ടാകും.

വാട്സാപ്പിൽ കുടുമ്മല തല ഇരച്ചു പോയതിനേക്കാൾ വേഗത്തിൽ അടുത്ത മുറിയിൽനിന്നും കൂട്ടുകാർ അവന്റെയടുത്ത് പാഞ്ഞെത്തി.

“ശവി. ഈ തല രാത്രിയിൽ ഒളിപ്പിക്കാനായിരുന്നോടോ ഇന്നലെ എട്ടരയുടെ ‘നാഷ’യിൽ വന്നിറങ്ങിയശേഷം നീ മുറിയിൽ വാതിലടച്ചിരുന്നത്? ഈ ഹെയർസ്റ്റൈൽ എവിടുന്നെടാ? പാലക്കാട്ടുന്നാ? ദോ. ഒറ്റപ്പാലത്തൂന്നോ? സെറ്റപ്പ്.”

അവനതിന് മൂക്കിമൂളി. ഭൂതത്തെ ഒറ്റിക്കൊടുക്കാനവന് മനസ്സുവന്നില്ല.

അവൻ ക്യാമ്പസിൽ താരമായി.

ഒരു തമ്പുരാൻ കുട്ടീന്റെ മാതിരിയുണ്ടേ.. ലേഡീസ് ഹോസ്റ്റലുകളിൽ പൊന്നുക്കുട്ടനെന്ന ജീതേഷും അവന്റെ കുടുമ്മത്തലയുമായി കുറച്ചു ദിവസങ്ങളിലെ ചർച്ചാവിഷയം. പ്രിൻസിപ്പൽ രഘുരാജസർ പോലും അവന്റെ തലകണ്ട് ചിരിച്ചതേയുള്ളു. ഒന്നും പറഞ്ഞില്ല.

ഹോസ്റ്റൽ ഗേറ്റിലൊരു സാന്താക്ലോസിന്റെ പടം വരപ്പിച്ചു. പിന്നെ അതുതന്നെ എല്ലാ ഹോസ്റ്റൽ വാസികളുടെയും ചുമലിൽ പച്ചകുത്തിച്ചു. അങ്ങനെയും ചില ഗൂഢപ്പണികൾക്ക് അവൻ ഭൂതത്തിനെ കൂട്ടുപിടിച്ചു.

ഉണർന്നെണീറ്റപ്പോൾ ഹോസ്റ്റൽ നിവാസികളായ അവർ പരസ്പരം തോളിലെ സാന്തായെ കണ്ടതിശയിച്ചു.

മൂന്ന്

മുടിവെട്ടുക, അടുത്തുള്ള മെസിലെ സുന്ദരിച്ചേച്ചിയുടെ അടുക്കളയിൽനിന്നും ചിക്കൻകാലുകൾ എടുത്തു വരിക, ചില്ലറ അലക്കുപണികൾ. ഇത്തരം കുഞ്ഞൻ കാര്യങ്ങളല്ലാതെ ഭൂതത്തിന് വലിയ പണികളെ

ന്തെങ്കിലും വശമാണോ? അവനു സംശയമായി.

ചെറിയ പുകച്ചുരുൾ അതും സൂക്ഷിച്ച് നോക്കിയാൽ മാത്രമേ പ്ലാസ്റ്റിക് ഗുൾഫി കുടത്തിനുള്ളിൽ കാണാനുള്ളു. പണിയൊന്നുമില്ലാതെ എപ്പോഴും ഭൂതത്തിന് ഉറക്കം തന്നെയാണ്. 'എഞ്ചിനീയറു പിള്ളേരുടെ ഉറക്കം മാതിരി'. അങ്ങനൊരു പ്രയോഗം തന്നെ ശ്രീകൃഷ്ണപുരത്തുണ്ട്. പൊന്നുക്കുട്ടനൊപ്പം ചേർന്ന ഭൂതവും ഒരുറക്കക്കാരനാണ്.

കുറച്ചു ദിവസങ്ങളായി സെൻട്രൽ ജിയോളജിക്കൽ സർവ്വേക്കാരുടെ ഒരു കുഴൽക്കിണർ പരിപാടി കോളേജ് ക്യാന്റീനുമുന്നിലായി നടക്കുന്നു. റിഗ്ഗുകളും സന്നാഹങ്ങളുമായി വന്ന് ടെന്റടിച്ച് അവർ ആദ്യമൊരു കിണർ കുഴിച്ചു. വെള്ളം കണ്ടില്ല. അവരിപ്പോൾ ഭൂമിക്കുള്ളിലേക്ക് രണ്ടാമത്തെ പൈപ്പിടാനുള്ള പരിപാടികളിലാണ്.

"ഭൂതമേ നീയാ കുഴൽക്കണറിനെ ഒറ്റ അമർത്തലിൽ താഴ്ത്തി വെള്ളം കാണിച്ചു താ. നീയൊരു മിടുക്കനാണോന്ന് ഞാനൊന്നു നോക്കട്ടെ."

കാർഷെഡിനു മുന്നിൽവച്ച് അവൻ ഭൂതത്തിനോട് മന്ത്രിച്ചു.

അവന്റെ മുതുകിലെ ലാപ് ബാഗ് ഒന്നിളകി. അതിനുള്ളിലാണ് കുടവും ഭൂതവും. പ്രേതസീരിയലുകളിലെ മാതിരി ഒരു വെള്ളപ്പുക റിഗ്ഗിന്ന ടുത്തേക്ക് നീങ്ങുന്നതും അവിടെ ഒരാരവവും ബഹളവും കേൾക്കുന്നതും അവനറിഞ്ഞു. കുഴലുകൾ അടിമണ്ണിലെ വെള്ളത്തിൽ തൊട്ടിരിക്കുന്നു.

ഭൂതവും അവനുമായുള്ള കളികളിൽ അടുത്തതായി ക്യാമ്പസിലെ സ്വന്തം ആട്ടിടയനായ മണിയേട്ടനെയും ആടുകളെയും ഒന്നൊന്നായി പനമുകളിലേക്ക് ഭൂതം അടിച്ചു കയറ്റുന്നത് അവൻ കാർഷെഡിൽ നസീർ സാറിന്റെ ബി എം ഡബ്ലിയുവിൽ ചാരിനിന്നു കണ്ടു. പുലിപ്പാലുമായി വരുന്ന സ്വാമി അയ്യപ്പനെപ്പോലെ മുട്ടനാടിന്റെ പുറത്താണ് മണിയേട്ടനി രുന്നിരുന്നത്.

അവനതുകണ്ടു വല്ലാതെ ചിരിവന്നു.

ഭൂതവും കൂടെനിന്നു ചിരിച്ചു.

പണ്ട് പണ്ട് നിന്നെപ്പോലെ എഞ്ചിനീയറിങ് പഠിക്കാൻ തൃശ്ശൂരിലെ കോച്ചിങ് കഴിഞ്ഞ് ഞാനും..

അതു പൂർത്തിയാക്കാൻ ഭൂതത്തിനു കഴിഞ്ഞില്ല. പൊന്നുക്കുട്ടന്റെ ശ്രദ്ധ മാറിയിരിക്കണു.

ഒന്നാംവർഷക്കാരുടെ ഒരു നിര അവിടേക്ക് വരുന്നുണ്ടായിരുന്നു. അവരെയൊന്നു റാഗുചെയ്താലോ? ഭൂതത്തിനെയിറക്കാം.

അവനങ്ങനെ കരുതി.

(എഴുതാൻ തീരുമാനിച്ച 'ശ്രീകൃഷ്ണപുരത്തെ ഭൂതങ്ങൾ' എന്ന നോവലിൽ നിന്നൊരു ഭാഗം)

അടിയന്തരാവസ്ഥ ഞങ്ങൾക്കൊരു തകരക്കൂടാണ്

അന്നിന്നത്തെമാതിരി ഫിലിംഫെസ്റ്റിവലുകളൊന്നുമില്ലെങ്കിലും ഞങ്ങൾ കൊച്ചുങ്ങൾ സിനിമാക്കഥ പറച്ചിൽ മത്സരങ്ങൾ നടത്തിയിരുന്നു. അഭ്രപാളികളിലൂടെ നാട്ടിലെ തിരശ്ശീലകളിൽ വന്നടിഞ്ഞ പടങ്ങളുടെ കഥകളല്ല. പുതിയ പുതിയ ഇനിയും പിറവികൊള്ളാനുള്ള സിനിമകളുടെ തിരക്കഥാമത്സരങ്ങൾ. സത്യൻ, നസീർ, മധു, ഷീല, ജയഭാരതി, ശാരദ എന്നിങ്ങനെ അന്നത്തെ ജനപ്രിയ നടീനടന്മാർ ഞങ്ങളുടെ നാവിലൂടെ ഡയലോഗുകൾ പറഞ്ഞു, നടനമാടി. കിഷൻകുട്ടി വക്കീലിന്റെ കട്ടയ്ക്കാലിൽ തെങ്ങോല മടലുകൾ, കപ്പക്കോലുകൾ എന്നിവകൊണ്ട് കഷ്ടിയൊരാളിനു നിവരാൻ പാകത്തിൽ മാടംകെട്ടി അതിനുള്ളിലാണ് പരിപാടി നടത്തിയിരുന്നത്. എമ്പോറിയൻ* ശ്രീദേവിച്ചേച്ചി മരച്ചീനി മൂടിനെ മൈക്കാക്കി പിടിച്ച് കുനിക്കൂടിയാണ് കഥപറയാൻ നിന്നിരുന്നത്. തെങ്ങുകൾക്കിടയിലെ തണുപ്പിൽ പഞ്ചാരമണലിൽ ഞങ്ങൾ ചമ്മണംപോട്ടിയിരുന്നു. (ആ സീനിലാണ് ഇതൊരു സിനിമയാകുമ്പോൾ പടം തുടങ്ങേണ്ടത്). മത്സരാർത്ഥികളിൽ ആരുടെയെങ്കിലും ഭാവന പാളം മാറി പഴയ സിനിമകളുടെ കഥകളിൽ കടന്നാൽ എടാ. എടാ. എടീ. ഇതു ഭുവനേശ്വരിയിൽ, കെ എസ് ടാക്കീസിൽ വന്ന അല്ലെങ്കിൽ റേഡിയോ ശബ്ദരേഖയിൽ കഴിഞ്ഞ ഞായറാഴ്ച കേട്ട – സിനിമയിലെ രംഗമാണ്. അവനെ തുടർന്നു പറയാൻ സമ്മതിക്കാത്ത വിധത്തിൽ ആണും പെണ്ണും സജീവമായി ഇടപെട്ടു. കൂവി വെളുപ്പിച്ചു.

സത്യൻ മരിച്ചിട്ടില്ലെന്ന ഭാവമാണ് ചിലർക്ക്. നാപ്പറവീട്ടിലെ സുരേന്ദ്രന്റെ കഥകളിൽ മരിച്ചുപോയ സത്യനായിരുന്നു നിത്യനായകൻ. അവന് നസീറിനെ കഥാപാത്രമാക്കി ഒരു കഥ ചിന്തിക്കാൻകൂടി പറ്റില്ല. "കഴുവേർടമോനെ സത്യൻ മരിച്ചില്ലേ. സത്യനെയുംകൊണ്ട് മേലാൽ സ്റ്റേജിൽ

കയറരുത്." എനിക്കുപോലും അവനെ പള്ളുപറഞ്ഞ് വിരട്ടേണ്ടി വന്നിട്ടുണ്ട്. സിനിമാക്കഥാ മത്സരത്തിൽ ജയിക്കുന്നവർക്ക് നല്ല കവളിമടൽ ചെത്തി മിനുക്കിയ ഒരു ട്രോഫിയായിരുന്നു സമ്മാനമായി കൊടുത്തിരുന്നത്. കിട്ടിയപാടേ വിജയി അതിനെ ചുഴറ്റി ആകാശത്തിലേക്ക് ഒരൊറ്റ എറിച്ചിലാണ്. പിന്നെയെല്ലാപേരും കളിമതിയാക്കി കൂവിവിളിച്ച് വീട്ടിലേക്ക് പായും.

അന്നത്തെ ദിവസം എന്റെ ഊഴമായിരുന്നു. ഞാനൊരു ഉഗ്രൻ കഥയുമായി (ഇപ്പോഴാലോചിച്ചാൽ ഒരു സ്വയംവരം മോഡൽ) മാടപ്പുരയിലേക്ക് കയറി. ചുണ്ടനക്കാൻ തുടങ്ങിയതാണ്. ദൂരെ നിന്നും വരുന്ന ഏട്ട് ഗോപിമാമനെ ഞാൻ കണ്ടു. അത്തവണത്തെ മത്സര ജഡ്ജിയായിരുന്ന എമ്പോറിയത്തി അച്ഛനെക്കണ്ടു പേടിച്ച് ഇറങ്ങി പമ്മിയോടിപ്പോയി. ചുണ്ടത്ത് കഥയുമായി നിന്നുവിക്കുന്ന അവനിതാ തോറ്റേ. എന്നു തറയിലിരുന്നിരുന്ന കൂട്ടുകാർ എന്നെപ്പറ്റി കരുതിയതും "നിന്റെയൊക്കെ കളികളിനിയീ നാട്ടിൽ നടപ്പില്ല." അവരുടെ പിന്നിലെത്തിയ ഗോപീമാമയുടെ ഇടിവെട്ടുമാതിരി വാക്കുകൾ കപ്പാട മീശക്കിടയിലൂടെ ചാടി. രാജ്യത്ത് അടിയന്തരാവസ്ഥയാണ്. വീട്ടിപ്പോവിനെടാ. നാവടക്കൂ പണിയെടുക്കൂ.* പോയിരുന്ന് പുസ്തകമെടുത്ത് പഠിക്കിൻ! സ്വന്തം മക്കൾ ഞങ്ങളോട് കളിക്കാൻ കൂടുന്നതിലെ കലിപ്പാണെന്നാണ് അപ്പഴ് വിചാരിച്ചത്. കരടിരോമമുള്ള കൈതാങ്ങിയതും ഞങ്ങളുടെ ഓലമാടം ചെരിഞ്ഞു. അടിയന്തരാവസ്ഥയെ പേടിച്ച് ഞങ്ങളോടി. മാമനൊപ്പം സാവധാനം സജീഷൻ നടന്നുവരുന്നത് ദൂരെച്ചെന്നു തിരിഞ്ഞുനോക്കിയപ്പോൾ ഞാൻ കണ്ടു.

അടിയന്തരാവസ്ഥ വന്നു ഞങ്ങളെ ഓലമാടത്തിയറ്ററിനെ തകർത്തില്ലായിരുന്നെങ്കിൽ ഞാൻ പൂനയിലെ ഫിലിം ഇൻസ്റ്റിറ്റ്യൂട്ടിൽ സംവിധാനം പഠിക്കാൻ പോകുമായിരുന്നു. 'അനന്തരവും വിധേയനു'മൊക്കെ ഞാനെടുക്കുമായിരുന്നു. ഒന്നും നടന്നില്ല. മഞ്ചേസ്കൂളിൽ എട്ടിൽ പഠിക്കുമ്പോ വന്ന അടിയന്തരാവസ്ഥ എല്ലാം തപ്പുരുപരുവമാക്കിക്കളഞ്ഞു.

അന്നത്തെ ദിവസം ഐറ്റീൽപ്പോയ (ഐ റ്റി ഐ അഥവാ ഇൻഡസ്ട്രിയൽ ട്രെയിനിങ് ഇൻസ്റ്റിറ്റ്യൂട്ടിനെ അമ്മ ഐറ്റീന്നേ പറയൂ) അണ്ണൻ തിരിച്ചുവന്നില്ല. ഞാനോടിച്ചെന്നു നോക്കി തട്ടിമ്പുറത്തെ അലുമിനിയം കലമവിടെ കാണുന്നില്ല. അതിനുള്ളിലായിരുന്നു ബറോഡയിൽ വയ്ക്കാനുള്ള ഡൈനാമിറ്റ് അണ്ണനുണ്ടാക്കിക്കൊണ്ടിരുന്നത്. (ഇതൊക്കെ എന്റെ ഭാവനയാണെന്നു തെറ്റിദ്ധരിക്കരുതേ! എട്ടാം പാഠത്തിലെ കണക്കുക്ലാസു മോഡലിൽ പറഞ്ഞാൽ അടിസ്ഥാന പ്രമാണം റെഡിയാണ്. സിദ്ധാന്തവും തെളിവുകളും ധാരാളം. നിർദ്ധാരണം വേണമെന്നു മാത്രം)

അണ്ണന്റെ കഴിവുകൾ ബഹുമുഖമായിരുന്നു.

പാർവ്വത്യാർ വീട്ടിലെ മതിലിൽ 'എം എ ജോൺ* നമ്മെ നക്കും' എന്നൊറ്റ രാത്രിയിൽ വരിവരിയായി എട്ടുതവണ എമ്പോസിഷൻ മാതിരി എഴുതിയവൻ. (പാർവ്വത്യാരുടെ ചുവരും അതിലെ നീലയിട്ട കുമ്മായ

മെഴുത്തും പൊടിഞ്ഞുപൊടിഞ്ഞവിടെ ഇപ്പോഴുമുണ്ട്. അടിയന്തരാവസ്ഥ ഞങ്ങൾക്കൊരു തകരക്കൂടാണ്. ഈ സിദ്ധാന്തത്തിനെ നിർദ്ധാരണം ചെയ്യാൻ ആ അപ്പൂപ്പൻമതിലിനെ ഉപദർശനമാക്കാവുന്നതാണ്.) അണ്ണന് 'നീയിക്കാൻ' എന്നെഴുതാൻ പറ്റൂല്ല. നീയിങ്ങനെ വാലാക്കോലാ നടന്നാ ഭാവിയിൽ എന്തുപിടിച്ച് നക്കു'മെന്ന് അച്ഛനെപ്പോഴും അണ്ണനെ വഴക്കു പറഞ്ഞിരുന്നു. അതിന്റെ മാനസികാഘാതമായിരുന്നു അതിനു കാരണം. (അണ്ണൻ അടിയന്തരാവസ്ഥയ്ക്ക് എതിരാണ്. പാർവ്വത്യാർ മതിലിലെ രാജ്യദ്രോഹം അണ്ണനാണ് എഴുതിയത്. അതിനുള്ള തെളിയിവുകളായി ഇതെല്ലാമെന്റെ മനസ്സിൽ നോക്കി ഗോപിമാമൻ വായിച്ചതാണ്. അതിൽ പ്പിന്നെ ഇന്നുവരെ ഞാൻ ഗോപി ദുഷ്ടന്റെ മുഖത്ത് നേരേ നോക്കിയി ട്ടില്ല. ഇവന് പ്‌രാന്തൊന്നുമില്ല. കള്ള ലക്ഷണമാണ്. നീ നോക്ക് അവനെന്റെ മുഖത്ത് നോക്കണോന്ന്. അവനെന്നെ നോക്കിയാ മതി ഈ പറട്ടപ്‌രാന്ത് പോവാൻ! അങ്ങനെയാണ് ഗോപിയേട്ടൻ എപ്പോഴും അമ്മ യോട് എന്നെക്കുറിച്ച് പറഞ്ഞിരുന്നത്.) അലുമിനിയം കലത്തിലുണ്ടാക്കി ക്കൊണ്ടിരുന്ന ബോംബുമായി ബറോഡയിൽ അണ്ണൻ പോയിരുന്നെങ്കിൽ! അണ്ണനതവിടെ പൊട്ടിച്ചിരുന്നെങ്കിൽ! നമ്മുടെ ജോർജ്ജ് ഫെർണാണ്ട സി*ന്റെ ഗതി?

ഈ ബറോഡ ഡൈനാനിറ്റ് കേസ്, പരിവർത്തനവാദികൾ, സമതാ പാർട്ടി നേതാവ് ജോർജ്ജ് ഫെർണാണ്ടസിന്റെ വഴികൾ ഇതൊക്കെ എന്റെ മനസ്സിലുറപ്പിച്ചത് റേഡിയോ ബാബയുടെ റേഡിയോയിലെ വാർത്തക ളായിരുന്നു. ആ ബാബ മറ്റാരുമായിരുന്നില്ല. റേഡിയോ ബാബ എന്നു ഭക്ത്യാദരപൂർവ്വം അറിയപ്പെട്ടിരുന്ന നക്കിവേലായുധൻസ്വാമി പൂർവ്വാശ്ര മത്തിലെ എന്റച്ഛനാണ്. പിന്നെയീ ദുരന്ത കഥയിൽ ഗുണംപിടിച്ചത് ബറോഡ ഡൈനാമിറ്റു കേസിലൂടെ അറസ്റ്റിലായി ജയിലിൽ കിടന്ന് മത്സ രിച്ചു ജയിച്ച് വീരകേസരിയായി പില്ക്കാലത്ത് കേന്ദ്ര പ്രതിരോധമന്ത്രി വരെയായ ജോർജ്ജ് ഫെർണാണ്ടസും വെറും ഇൻചാർജായി പെൻഷ ൻപറ്റിയ മേലേടത്ത് ഗോപിയുടെ കുടുംബവുമാണ്. ജോർജ്ജ് ഫെർണാ ണ്ടസിന്റെ സ്ഥാനത്ത് അലുമിനം കലത്തിലെ ബോംബുമായി ബറോ ഡയിലെത്തി, ജയിലിലായി, പിന്നെ ചങ്ങലയിട്ട ആ ഫോട്ടോയിൽ കുടുങ്ങി ജനമനസ്സിലുണർന്ന അണ്ണനെ നായകനാക്കി ഒരു സമാ ന്തരകഥയും ഇപ്പോഴെന്റെ മനസ്സിലോടുന്നുണ്ട്. അതൊക്കെ ഹിന്ദിയി ലാണ് ചെയ്യേണ്ടത്. സൂപ്പർ ഹിറ്റാവും. അണ്ണന് അമിതാബച്ചന്റെ പൊക്ക മാണുള്ളത്.

അടിയന്തരാവസ്ഥ എന്നു വായിട്ടലച്ച് ഗോപിമാമൻ ഞങ്ങളുടെ ഓല ക്കെട്ടിടത്തിൽ വന്നു കയറിയതിന്റെ പിറ്റേന്ന് രാത്രികഴിഞ്ഞിട്ടും അണ്ണൻ തിരിച്ചുവന്നില്ല. ഒളിവിൽ പോയതായിരുന്നു. വടക്കേ ഇന്ത്യയിലെ മീററ്റി ലാണ് എന്നൊക്കെയാണ് നാട്ടുകാരും സഖാക്കന്മാരും പറഞ്ഞതെങ്കിലും അണ്ണൻ രണ്ടു മൈലകലെയുള്ള വസുമതിക്കോളനിയിലുണ്ടായിരുന്നു. പത്താംക്ലാസത്തവണ ഫസ്റ്റ് ക്ലാസിൽ ജയിച്ച സുശീല തുടർന്നു പഠി

ക്കുന്നില്ല എന്നറിഞ്ഞതോടെ എനിക്കത് തോന്നിയതാണ്. അണ്ണനുമവളുമായി ചില കിശപികൾ ഞാൻ മണത്തിട്ടുണ്ട്. പിന്നെ അന്നൊക്കെ എനിക്ക് എല്ലാദിവസവും അസുഖം കാരണം സ്കൂളിൽ പോകാനൊത്തിരുന്നില്ല. അതുകൊണ്ട് കാര്യങ്ങളത്ര വിശദമായി ഓർമ്മിക്കാൻ കഴിയുന്നില്ല.

അറബിക്കടൽ എഴുത്തിന്റെ കാര്യം. അണ്ണൻ മീററ്റിലും കീററ്റിലുമൊന്നുമല്ല അതുറപ്പിക്കാൻ മറ്റൊരു തെളിവ്. കൈമളിന്റെ കടയുടെ രണ്ടാം നിലയിലെ കിഴക്കേച്ചുവരിലിലെ 'അടിയന്തരാവസ്ഥ അറബിക്കടലിൽ' എന്ന ചുവരെഴുത്തിലെ കൈയക്ഷരം അണ്ണന്റെ തന്നെയായിരുന്നു. അണ്ണന്റെ വടിവുള്ള അക്ഷരങ്ങൾ അതെവിടെ കണ്ടാലും എനിക്ക് തിരിച്ചറിയാൻ കഴിയും. ഞാനതു കണ്ടു. വീട്ടിൽപ്പോലും മിണ്ടിയില്ല. (ജയിലിടിഞ്ഞാലും നമ്മുടെ അടിയന്തരാവസ്ഥയെ എതിർക്കുന്ന ഒരുത്തനും അതിന്റകത്തൂന്നും പുറത്തിറങ്ങില്ല. എന്നാണ് ഇടയ്ക്കിടെ അമ്മയെ കാണാൻ വരുന്ന ഗോപിദുഷ്ടൻ പറഞ്ഞിരുന്നത്) കൈമളിന്റെ കട തോട്ടുവരമ്പിലായിരുന്നു. അതിന്റെ പിൻവശത്തിലായിരുന്നു ആ എഴുത്ത്. അക്കാലമായപ്പോൾ ആളുകൾ തോട്ടുവരമ്പു വിട്ടു റോഡിലൂടെ നടക്കാൻ തുടങ്ങിയിരുന്നു. അതുകൊണ്ട് കൈമളിന്റെ അടഞ്ഞുകിടന്നിരുന്ന കടച്ചുവരിലെ സാഹിത്യം അധികമാരുമറിയാതെ പോയി.

അടിയന്തരത്തിന്റെ നാല്പതാം വർഷത്തിലും തേയാത്ത ആ ചുവരെഴുത്തിനെ തനിമ മായാതെ ചുവന്ന ചായംകൊണ്ടലങ്കരിക്കാൻ അണ്ണനും മക്കളും ആ ദുഷ്കരമതിലിലേക്ക് നിഷ്പ്രയാസം വീണ്ടും കയറി. ഡൽഹിയിലാവേണ്ടതായിരുന്നു അണ്ണന്റെ പ്രവർത്തനമേഖല. വിധി. അല്ലാതെന്തു പറയാൻ?

അടിയന്തരാവസ്ഥ പിൻവലിച്ച ആദ്യത്തെ ദിവസം അണ്ണൻ ഒളിവിൽനിന്നും പുറത്തുവന്നു. അടിയന്തരാവസ്ഥയുടെ അടയാളമായി നാട്ടുകാരൊക്കെ ദീർഘനാളുകൾ ഓർമ്മിച്ച സംഭവമതായിരുന്നു. വസുമതിക്കോളനിയിൽനിന്നും ഒരു വയസ്സ് ഇടവിട്ട പ്രായത്തിലുള്ള രണ്ടു കൊച്ചുങ്ങളെയും സുശീലയേയും കൊണ്ടണ്ണൻ വീട്ടിൽ വന്നുകയറി. അച്ഛനതോടെ നമ്മാട്ടി (മൺവെട്ടി) ദൂരെ എറിഞ്ഞ് എല്ലാപ്പണികളും മതിയാക്കി റേഡിയോയും തൂക്കി അണ്ടർഗ്രൗണ്ടിൽപ്പോയി. മീൻസ് ഗൃഹസ്ഥാശ്രമമൊഴിഞ്ഞു. ദീക്ഷസ്വീകരിച്ച് റേഡിയോ ബാബയായി. (മിസിസ് ഗാന്ധിയുടെ ഉപദേഷ്ടാവായിരുന്ന ധീരേന്ദ്രബ്രഹ്മചാരിയൊക്കെ കത്തിനിന്ന കാലം!) അമ്പതു സെന്റിന്റെ കിഴക്കേക്കോണിൽ അദ്ദേഹം പർണ്ണകുടീരം സ്ഥാപിച്ചു. സ്വാമി കഞ്ഞികുടിക്കാൻ ഗേഹത്തിലെത്തുമ്പോൾ ശല്യമൊഴിവാകാൻ ഞാൻ വീടൊഴിഞ്ഞു. പർണ്ണകുടീരത്തിലെ റേഡിയോയിൽനിന്നും ഉച്ചനേരത്തെയും വൈകുന്നേരത്തെയും വാർത്തകൾ കേട്ടു.

സുന്ദരിയായ സുശീലയെയും വെളുവെളുത്ത കൊച്ചുങ്ങളെയും കണ്ട് അമ്മ വീണു. (ഒരു പരിചയവുമില്ലാതിരുന്നിട്ടും അതുങ്ങൾ രണ്ടും

ഈ അമ്മൂമ്മയെ കണ്ട് ചാളുവാ ഒലിപ്പിച്ച് വാ കീറി ചിരിച്ച്. അമ്മയുടെ പഴയ ഡയലോഗ് ഞാനിന്നുമോർക്കുന്നു)പതിനഞ്ചുവയസ്സിനു മുമ്പു തന്നെയെന്നെ കൊച്ചച്ചനാക്കിയവന്മാരെ എനിക്കുമിഷ്ടമാണ്. അവരുടെയും തുടർന്നണ്ണനുണ്ടായവന്മാരുടെയും കാരുണ്യത്തിലാണ് ഞാനിപ്പോൾ കഴിയുന്നത്

സത്യത്തിൽ അടിയന്തരാവസ്ഥ കാരണം ഏറ്റവും ക്ഷീണമുണ്ടായത് സുശീലയ്ക്കാണ്. ഞാനിനിയുമവളെ ചേച്ചീന്നു വിളിക്കാൻ പഠിച്ചിട്ടില്ല. അണ്ണന്റെ പൊറകെ ചാടിപ്പോവാതിരുന്നെങ്കിൽ അവൾക്ക് തിരുവനന്തപുരത്തെ ഹെർഹൈനസ് മഹാരാജാ വിമൻസ്, ലോക്കോളെജ് എന്നിവിടങ്ങളിൽ പഠിക്കാൻ കഴിയുമായിരുന്നു. സംവരണവിഭാഗത്തിലെ ആദ്യ വനിതാ ചീഫ് ജസ്റ്റിസാകാനുള്ള അവസരമാണ് ആ പെണ്ണ് കളഞ്ഞുകുളിച്ചത്. പോട്ടെ രാജ്യത്തിലെ എത്രയെത്ര നിശ്ശബ്ദ ജീവിതങ്ങളാണ് അടിയന്തരാവസ്ഥ പ്രഖ്യാപനമായ ഒരൊറ്റ ഒപ്പിലൂടെ മെതിക്കപ്പെട്ടത്. അല്ലെങ്കിൽ വേണ്ട. നിറ സന്ധ്യക്ക് വന്ന് ആ ഗോപി ദുഷ്ടൻ വീട്ടിക്കേറി കവാത്താടി അട്ടഹസിക്കാതിരുന്നാ മതിയായിരുന്നു. ഞങ്ങളുടെ കുടുംബവും അവളുടെ ഭാവിയും ശോഭനമാകുമായിരുന്നു. ഡൽഹീലെ ഒപ്പിനൊപ്പം നാട്ടിലെ അട്ടഹാസവും. അതിലൂടെ ഗോപീടെ മക്കൾ രക്ഷപ്പെട്ടു. എമ്പോറിയൻ ശ്രീദേവിച്ചേച്ചിയെ എന്റെ അണ്ണനെക്കാളും പൊക്കമുള്ള കരസേനയിലെ മേജർ വാസുദേവമേനോനേട്ടൻ കെട്ടി (വി ഡി മേനോൻ). എന്റെ അണ്ണനവളെ പാട്ടിലാക്കുമോയെന്ന് ഗോപിക്ക് പേടിയുണ്ടായിരുന്നു. സജീഷൻ ഐ പീ എസായി. ഐ ജിയായി ഗുജറാത്തിൽ ചെന്നു ചാടിക്കൊടുത്തു. ഗുജറാത്ത് കലാപക്കാലത്ത് ഐ ജി സജീഷ് ജി നായർ നേരിട്ടിറങ്ങി (ഇരുപത്തിയഞ്ച് റൗണ്ട് എന്നാദ്യതവണ പിന്നെയത് നാല്പത്തിരണ്ടും എഴുപത്തിയഞ്ചുമൊക്കെയായി മാറി) വെടിവച്ച കഥ അത്യാവേശപൂർവ്വം സ്വർണ്ണം കെട്ടിയ രുദ്രാക്ഷമണികളെണ്ണി ഗോപിപ്പൊലീസ് പറയും (അതൊക്കെ ഞാൻ പറയാൻ പോകുന്ന അടുത്ത സിനിമയുടെ കഥയാണ്). അടിയന്തരാവസ്ഥയാണോ സ്വന്തം പെങ്ങളുടെ മോന്റെ കുഴിതോണ്ടാൻ നടന്ന ഗോപിമാമയാണോ ഈ കഥയിലെ വില്ലനെന്ന് ഞാൻ പലപ്പോഴും ആലോചിക്കാറുണ്ട്. പിന്നെ ബാബയുടെ പർണ്ണശാല വളർന്നു എന്നതും അടിയന്തരാവസ്ഥയുടെ നേട്ടങ്ങളിൽ ഉൾപ്പെടുന്നു. ഗോപിക്കും ഒരു നഷ്ടമുണ്ടായി. വടക്കേയിന്ത്യ കളമാക്കിയ മക്കളോടും കൊച്ചുമക്കളോടും താമസിക്കാൻ ഇനിയും ഭാഗ്യമുണ്ടായിട്ടില്ല. അയാള് ഒറ്റാന്തടിയായി നാട്ടിലുണ്ട്. എല്ലാ സൗഭാഗ്യങ്ങളും ഒരുമിച്ചാർക്കും കൊടുക്കുല്ലല്ലോ എന്നു പറയുന്നത് അതുകൊണ്ടു കൂടിയാണ്.

ഒൻപതാം ക്ലാസിൽ പഠിക്കുന്ന കാലം. ഉപന്യാസമത്സരത്തിനുള്ള വിഷയം അടിയന്തരാവസ്ഥ കൊണ്ടുള്ള നേട്ടങ്ങൾ എന്നതായിരുന്നു. ബോർഡിൽ അതെഴുതി എൻ സി സി രാമനാഥൻസാർ തിരിഞ്ഞപാടെയാണ് എനിക്ക് ആദ്യത്തെ ഇളക്കമുണ്ടായത്. ഹൗ, നുരയും പതയും.

ഹൗ, ഊളമ്പാറ ആശുപത്രീനിന്നുള്ള അന്നത്തെ ഷോക്കടി. പിന്നതു പോലെ വിറപ്പിച്ച ഇളക്കം വന്നത് ആയിരത്തിതൊള്ളായിരത്തി എൺപത്തി നാല് ഒക്ടോബർ മുപ്പത്തിയൊന്നിനാണ്. വലിയ മരം ഞങ്ങളുടെ വടക്കേപ്പുറത്തും അന്നത്തെ പെരുമഴയിൽ വീണു. അതിലുണ്ടായിരുന്ന താടിക്കിളികളുടെ എല്ലാക്കൂടുകളും തകർന്നു. അങ്ങനെയാണ് ആ ദിവസത്തെ ഞാൻ ഒരിക്കലും മറക്കാത്തത്. അന്നടിച്ച ഊളമ്പാറ ഷോക്കിൽ അത്തവണ ഡിസംബർ നാലിനു നടന്ന ഭോപ്പാൽ ദുരന്തം എനിക്ക് ഈ പറയുന്നത്ര ആഘാതമായില്ല.

കുറെയേറെത്തവണ ഊളമ്പാറയിലെ ആ കറണ്ടടിയന്ത്രം കണ്ടതിൽ നിന്നും എനിക്കൊരു ഷോക്കുപകരണം വികസിപ്പിക്കാൻ കഴിഞ്ഞു. വലിയ നൊമ്പരമില്ലാത്ത തലമണ്ടയെ വല്ലാണ്ടടിച്ചു പൊളിച്ചൊരു പരുവമാക്കാത്ത ഇലക്ട്രോണിക് മെഷീൻ. നമ്മുടെ തലയറിഞ്ഞാണതിന്റെ പ്രവർത്തനം. വല്ലാതെ തലതിരിയാൻ പോകുമ്പോൾ എനിക്കറിയാമായിരുന്നു എന്റെ രോഗം ഉണരുന്നെന്ന്. ഞാൻ ജനിപ്പിച്ച മെഷീനെ എടുത്ത് പതിയെ തലയിൽ ഉറപ്പിക്കും. അമ്മയോട് ആ സ്വിച്ചൊന്നിട്ടണയ്ക്കാൻ പറയും. ഒരു മകൻ അച്ഛനെ തലോടുന്ന മാതിരി അതെന്റെ ശിരസ്സിൽ സ്പർശിക്കും. നാലഞ്ചു ദിവസങ്ങൾ പിന്നെ ഞാനൊരു കുംഭകർണ്ണനാണ്.

കറണ്ടടിയുടെ ക്ഷീണത്തിൽ നിന്നുണർന്നാൽ ഞാൻ പഴയ സിനിമാക്കഥകൾ പറയാൻ തുടങ്ങും. (അണ്ണന്റെ അഞ്ചു മക്കൾ ജീവിച്ചിരിപ്പുണ്ട്. അവൾടെ പ്രസോം നിർത്തിക്കാത്തെന്തെടീ? എന്നു വരണോരീന്നും പോണോരീന്നും കേട്ടു മടുത്തും ഏഴ് പേറെടുത്ത് മടുത്ത അമ്മതന്നെ സുശീലയെ ആശുത്രീലെ കുടുംബാസൂത്രണ ക്യാമ്പിനു കൊണ്ടുപോയി. അങ്ങനെ ഞങ്ങളുടെ അമ്പതു സെന്റിലെ തകരക്കൂരകളുടെ എണ്ണം അഞ്ചിലൊതുങ്ങി. അണ്ണനും മക്കളും പെയ്ന്റു പണിക്കാരാണ്. അതു പറയാൻ വിട്ടുപോയി.) അണ്ണന്റെ കൊച്ചുമക്കളാണ് എന്റെ സിനിമാക്കഥകളുടെ ശ്രാതാക്കൾ. ഞാൻ കഥയുമായി മുന്നേറി കുറച്ചു കഴിയുമ്പോൾ ടി വി യിൽ കണ്ടു തെളിമയിൽ അതേ സ്റ്റോറികൾ വ്യക്തമായി അതുങ്ങളെനിക്ക് തിരിച്ചു പറഞ്ഞുതരും. അല്ലെങ്കിൽ അപ്പൂപ്പാ ഒന്നു പെടുത്തിട്ടിപ്പം വരാമേയെന്നു പറഞ്ഞ് എഴുന്നേറ്റ് പോയ്ക്കളയും. കഥ നിറഞ്ഞു തൂങ്ങുന്ന നാക്കുമായി ഞാനവരെ കാത്തിരിക്കും. അതു പോട്ടെ.

എനിക്കിന്ന് ഒരൊറ്റ ആഗ്രഹം മാത്രമേയുള്ളൂ. ഞാൻ വികസിപ്പിച്ച യന്ത്രത്തിന് ഉദാരശിരോമണികളായ ആരെങ്കിലും സഹായിച്ച് പേറ്റന്റ് വാങ്ങിച്ചു തരണം. ഇലക്ട്രോൺ, ടക്കിയോൺ (അടൂരു കഴിഞ്ഞാൽ എനിക്കേറ്റവുമിഷ്ടം ഇ സി ജി സുദർശനനെയായിരുന്നു) എന്നൊക്കെ എട്ടിൽപ്പഠിക്കുമ്പോൾ മുതൽ ചിന്തിച്ച് പിരിപോയ ഒരാളുടെ ജല്പനങ്ങളായി കരുതരുതേ! ഈ ഷോക്കടിമെഷീൻ നല്ല ക്വാളിറ്റിയുള്ളതാണ്. ബാബറി പൊളിച്ചപ്പോഴും നോട്ടു മാറ്റിയപ്പോഴും ഞാൻ സ്വയം ഷോക്കേ

ല്പിച്ചു. എന്നിട്ടും ഇപ്പോഴും എനിക്കൊരു കുഴപ്പവുമില്ല. കാസർകോട്ടും കണ്ണൂരും വെട്ടിക്കൊല നടക്കുമ്പോഴും ഞാനതിനെ എടുത്ത് തലയിൽ വയ്ക്കും. അതുതന്നെ യന്ത്രത്തിന്റെ ഗുണമേന്മയ്ക്ക് തെളിവ്. ഓർമ്മപ്പാളികളിൽ എന്റെ ഷോക്കടി യന്ത്രം ഒരു കേടുപാടുമുണ്ടാക്കില്ല. അതുകൊണ്ട് ഉദാരമതികളേ! ഒരു സിനിമാക്കാരൻ അല്ലെങ്കിൽ ശാസ്ത്രജ്ഞനാവണമെന്നു കൊതിച്ച ഒരു നാട്ടിമ്പുറത്തുകാരനായ പാവം കുട്ടിയുടെ ഷേ. വയസ്സന്റെ ഒടുവിലത്തെ ആഗ്രഹമാണിത്. ഈ യന്ത്രത്തിനൊരു മേൽഗതി വരണമെന്നത്. മറ്റുള്ളവർ വലിച്ചുമാറ്റിയ എന്റെ ജീവിതത്തിൽ നിന്നിതെങ്കിലും തള്ളരുതേ!

മൊത്തത്തിൽ പല ചാനലുകൾ മാറി വിവിധ സിനിമകൾ കാണുന്ന ഒരു കാഴ്ചപ്പാടിൽ ഇതു ചിത്രീകരിക്കാം. എന്തായാലും ക്ലൈമാക്സ്.. (ആരെങ്കിലും സിനിമയാക്കുകയാണെങ്കിൽ!) നമുക്കിതിന്റെ ക്ലൈമാക്സ് ഡൽഹിയിൽ വേണം ഷൂട്ട് ചെയ്യാൻ. ഒരു വലിയ ബംഗ്ലാവ്. ഓർമ്മകൾ പോയ ഒരു പഴയ വിപ്ലവകാരി. അങ്ങനെയങ്ങനെ..

ഇതു സിനിമയാകുകയാണെങ്കിൽ ഒരു സീൻ നിർബ്ബന്ധമായും വേണം. അതിനാണ്. ഇനിയും പങ്കിടാത്ത ആ അമ്പതു സെന്റിന്റ നടുവിലെ പേഴുമരത്തിന്റെ തുഞ്ചാണിക്കൊമ്പുവരെ വട്ടുമൂത്തൊരു നാളിൽ ഞാൻ കയറിപ്പോയി. അപ്പോഴാണ് വെളയുടെ നടുവിലെ ഞങ്ങളുടെ തകരവീടും പിന്നെ ഫക്സു പുതച്ച പെയിന്റർമാരുടെ പഞ്ചപാണ്ഡവഭവനങ്ങളും ആകാശത്തിലെ വർണ്ണക്കാഴ്ചയായി കണ്ണിലുറച്ചത്.

“കൊച്ചച്ചോ. എടേ. അപ്പൂപ്പാ ഇറങ്ങി വാ. എന്നൊക്കെ താഴെക്കൂടിയ പല പ്രായങ്ങളുള്ള കൊച്ചുങ്ങളിൽനിന്നും കേട്ടതിനാൽ ഞാൻ പേഴുമരത്തിൽനിന്നു തിരിച്ചിറങ്ങി. അവരുടെ സ്നേഹത്തിന്റെ ആഴം ഞാനറിഞ്ഞു. പിടിവിട്ടു താഴെച്ചിതറിയാലും നേട്ടം പാണ്ഡവന്മാർക്കാണ്. എന്റെ വീതത്തിലെ അഞ്ചു സെന്റാണ് അവന്മാർക്ക് കൂടുതൽ കിട്ടാൻ പോകുന്നത്. എന്നിട്ടുമവന്മാരുടെ കരച്ചിൽ.

നമുക്കൊരു ഡ്രോൺവച്ച് ഞങ്ങളടെ തകരക്കൂടിന്റെ ആകാശദൃശ്യങ്ങൾ പകർത്തണം. അപ്പോഴാണ് അടിയന്തരാവസ്ഥ ഞങ്ങൾക്കൊരു തകരക്കൂടാണ് എന്ന ശീർഷകം അന്വർത്ഥമാകുന്നത്. അല്ലെങ്കിലീ കഥയുടെ പേര് മാറ്റേണ്ടിവരും. അമ്പതു കഴിഞ്ഞവർക്കുമാത്രം. അതാണു പന്നെയനുയോജ്യമായ പേര് അങ്ങനെയാണെങ്കിൽ ഒന്നുരണ്ടു സീനുകളിട്ടാൽ ‘എ’ സർട്ടിഫിക്കറ്റ് കിട്ടാനും സാദ്ധ്യതയുണ്ട്.

ഇന്നൊരുപാടു സംസാരിച്ചു. എന്റെ തല തരിക്കുന്നേ..

അമ്മപോയതോടെ ഞാൻ ഷോക്കടി സംവിധാനത്തിനെ ഒന്നുകൂടി നവീകരിച്ചു. ഒരു ഇലക്ട്രോണിക് ടൈമറും അതിനു വച്ചിട്ടുണ്ട്. അവശ്യത്തിന് കറണ്ട് തലയിലിറങ്ങിക്കഴിഞ്ഞാൽ ഓഫാക്കാൻ പ്രത്യേകിച്ചാരും വേണമെന്നില്ല. എല്ലാം സിനിമാക്കാരനാകാൻ അല്ലെങ്കിൽ ഇലക്ട്രോണിക്സ് എഞ്ചിനീയറാകാൻ കൊതിച്ച നാട്ടിമ്പുറത്തുകാരന്റെ തൃഷ്ണാഫലങ്ങളാണ്. ആശയാണ് എല്ലാറ്റിനും കാരണമെന്ന് ശ്രീബു

ദ്ധൻ പറഞ്ഞതായി എട്ടാം ക്ലാസിൽ സോഷ്യൽ സ്റ്റഡീസിൽ ഞാൻ പഠിച്ചിട്ടുണ്ട്. അതും വെറുതെയായി. ഒന്നും ജീവിതത്തിൽ പ്രാവൃത്തികമാക്കാൻ എനിക്കു പറ്റിയില്ല. അട്ടർ വേസ്റ്റ്. അല്ല. പ്രവർത്തിപഥത്തിലെത്തിയ ഒരെണ്ണമുണ്ട്. എട്ട് ബി യിലെ ആശ വരുന്നതുകണ്ടാൽ ഞാൻ കുനിഞ്ഞുകളയുമായിരുന്നു. അതുകൊണ്ടവളു കാരണം എനിക്കും അവളുടെ ജീവിതത്തിലും പ്രത്യേക ദുരന്തങ്ങളൊന്നുമുണ്ടായില്ല.

ഒരു സിനിമാക്കാരനാകാൻ ഞാൻ കൊതിക്കേണ്ടായിരുന്നു. അടുരിനെ അനുകരിച്ച് കഥ മെനയാൻ പാടില്ലായിരുന്നു. അങ്ങനെയായിരുന്നെങ്കിൽ രാജ്യത്ത് അടിയന്തരാവസ്ഥപോലും വരുല്ലായിരുന്നു. എല്ലാമെല്ലാം എന്റെ ആഗ്രഹങ്ങൾ വരുത്തിയ വിന! വലിയ വിന!

---

* എമ്പോറിയൻ = എം ഫോർ അഥവാ മലയൻഫോർ എന്ന തണ്ടിന് ഉയരമുള്ള മരച്ചീനിയിനം.

* നാവടക്കു പണിയെടുക്കു = അടിയന്തരാവസ്ഥയിലെ ഒരു മുദ്രാവാക്യം.

* എം എ ജോൺ = പരിവർത്തനവാദി കോൺഗ്രസ് എന്ന ഗ്രൂപ്പുണ്ടാക്കിയിട്ടുണ്ട്.

www.ingramcontent.com/pod-product-compliance
Lightning Source LLC
LaVergne TN
LVHW060133051026
849517LV00007B/2468